ஈழ இலக்கியம்

ஒரு விமர்சனப் பார்வை

ஜெயமோகன்

1980களின் பிற்பகுதியில் தமிழில் எழுத ஆரம்பித்த ஜெயமோகன் இன்று தமிழின் முக்கியமான எழுத்தாளர்களில் ஒருவர். தொடர்ந்து எழுதி தன்னை நிறுவிக்கொண்டவர். ஏப்ரல் 22,1962ல் பிறந்தார். பெற்றோர் எஸ். பாகுலேயன் பிள்ளை - பி.விசாலாட்சியம்மா. மனைவி அருண்மொழிநங்கை, மகனும் மகளும் உண்டு. ரப்பர், கன்னியாகுமரி, விஷ்ணுபுரம் பின் தொடரும் நிழலின் குரல், காடு, ஏழாம் உலகம், கொற்றவை உள்ளிட்ட நாவல்களும், நூறுக்கு மேற்பட்ட சிறுகதைகளும், பல குறுநாவல்களும், இலக்கிய விமர்சனத் தொகுதிகளும் வெளிவந்திருக்கின்றன. இந்தியாவின் மரபு, தொன்மம், நாட்டாரியல், தத்துவம் ஆகியவற்றில் ஆர்வமும் தேர்ச்சியும் கொண்டவர். திரைப்படங்களுக்கும் வசனம் எழுதுகிறார். நாகர்கோயிலில் வசிக்கிறார்.

கிழக்கு பதிப்பக வெளியீடுகளாக ஜெயமோகனின் புத்தகங்கள்

வெண்முரசு (மகாபாரதம் நாவல் வடிவில்)

முதற்கனல்
மழைப்பாடல்
வண்ணக்கடல்
நீலம்
பிரயாகை
வெண்முகில் நகரம்
இந்திரநீலம்
காண்டீபம்
வெய்யோன்
பன்னிரு படைக்களம்
சொல்வளர்காடு

வெண்முரசு (நாவல் பகுதிகள்)

எரிமலர்
புல்லின் தழல்
செம்மணிக்கவசம்
இருள்விழி
ஆயிரம் கைகள்

பிற நூல்கள்

விஷ்ணுபுரம்
ஏழாம் உலகம்
உலோகம்
கன்னிநிலம்
ஊமைச்செந்நாய்
ஜெயமோகன் சிறுகதைகள்
ஜெயமோகன் குறுநாவல்கள்
விசும்பு (அறிவியல் புனைகதைகள்)
பேய்க்கதைகளும் தேவதைக்கதைகளும்
நாவல் (கோட்பாடு)
சாட்சிமொழி
முன்சுவடுகள்
வாழ்விலே ஒரு முறை
லோகி (லோகிததாஸ் நினைவு)
நவீன தமிழ் இலக்கிய அறிமுகம்
புதியகாலம் (இலக்கிய விமர்சனம்)
இன்று பெற்றவை (நாட்குறிப்புகள்)
சிலுவையின் பெயரால்
இந்து ஞான மரபில் ஆறு தரிசனங்கள்
இந்திய ஞானம்
புல்வெளிதேசம் (ஆஸ்திரேலிய பயணக்கட்டுரை)
அண்ணா ஹசாரே
அபிப்பிராய சிந்தாமணி
ஈழ இலக்கியம்
இலக்கியவிவாதக் கட்டுரைகள்
அருகர்களின் பாதை
குகைகளின் வழியே
இந்தியப் பயணம்
நூறு நிலங்களின் மலை
சூரியதிசைப் பயணம்

ஈழ இலக்கியம்

ஒரு விமர்சனப் பார்வை

ஜெயமோகன்

கிழக்கு

ஈழ இலக்கியம் : ஒரு விமர்சனப் பார்வை
Eezha Ilakkiyam : Oru Vimrsana Paarvai
Jeyamohan ©

First Edition: November 2017
176 Pages

ISBN 978-93-86737-35-9
Kizhakku - 1049

Kizhakku Pathippagam
177/103, First Floor,
Ambal's Building, Lloyds Road,
Royapettah, Chennai - 600 014.
Ph: +91-44-4200-9603

Email : support@nhm.in
Website : www.nhm.in

kizhakkupathippagam
kizhakku_nhm

Author's Email: jeyamohan.writer@gmail.com
Author's Website: www.jeyamohan.in | venmurasu.in

Kizhakku Pathippagam is an imprint of New Horizon Media Private Limited.

பொருளடக்கம்

சேய்மையிலிருந்து ஒரு மதிப்பீடு

பொதுவாகவே தமிழகத்திற்கு வெளியே உள்ள இலக்கியப்போக்கு களை நாம் கூர்ந்து கவனிப்பதில்லை. பெரும்பாலும் அங்குள்ள அரசியலை ஒட்டியே அவர்களின் இலக்கியத்தையும் பார்க்கிறோம். ஏனென்றால் இங்கே செய்திகளாக வந்துசேர்வது அரசியல்தான். ஆனால் இலக்கியத்திற்கு அரசியல் மிகச்சிறிய ஒரு பேசுபொருள்தான். அதன் ஓர் எல்லை மானுடம் தழுவியது. மறு எல்லை மிகமிக நுட்பமான அன்றாட அனுபவம் சார்ந்தது.

ஈழ இலக்கியத்தை இங்கே அறிமுகம் செய்தவர்களில் முதன்மை யானவர் கைலாசபதி. இலக்கிய விமர்சகர் ஆயினும் இலக்கியமறி யாதவர். அரசியலைக்கொண்டு இலக்கியத்தை மதிப்பிட்டவர். ஆகவே அவர் இங்கே அரசியலையே இலக்கியம் என அறிமுகம் செய்தார். அவருடைய பாதையில் சென்றவர் சிவத்தம்பி.

ஈழத்தின் 'இலக்கியத்தை' அறிமுகம் செய்தவர் என்று பத்மநாப அய்யரைச் சொல்லவேண்டும். அவர் ஈழத்தின் மெய்யான இலக்கியத்தை இங்கே அதை உணரமுடிந்தவர்களிடம் எடுத்துவந்தார். அதன்வழியாக ஒரு பெரிய மாறுதலையே உருவாக்கினார். சுந்தர ராமசாமி, வெங்கட் சாமிநாதன், ஞானி போன்ற இலக்கிய விமர்சகர் களிடையே ஈழ இலக்கியம் குறித்த கவனத்தை அவரே உருவாக்கினார்.

அதன்பின்னர் ஈழ இலக்கியத்தை நாம் ஈழப்போர் வழியாகவே அறியநேர்ந்தது. அந்த அரசியலைக் கடந்து அங்குள்ள இலக்கியத்தை நோக்கியவர்கள் சிலரே. இந்த நூல் அதற்கான முயற்சி என்று சொல்லலாம். ஈழப்போர் வழியாகவே ஈழ இலக்கியம் சார்ந்த இதழ்கள் உருவாயின. அவையே ஈழ இலக்கியம் இங்கே பரவலாக அறிமுகமாக வழிவகுத்தது.

இந்நூலில் ஈழ இலக்கியவாதிகளில் முக்கியமானவர்கள் என நான் நம்பும் சிலரைப்பற்றிய அவதானிப்புகளை கட்டுரைகளாக எழுதியிருக்கிறேன். இவை அந்தப் படைப்பாளிகளைப் பற்றியத் தனிக்கட்டுரைகளாயினும் அவர்களை ஈழ இலக்கியம் என்னும் ஒட்டுமொத்தப்பரப்பில் வைத்து ஆராயும்போக்கு கொண்டவை. ஈழத்தின் கவிதையை சேரன் ஆகியோர் வழியாகவும் ஈழத்தின் சிறுகதையை அ.முத்துலிங்கம் ஆகியோர் வழியாகவும், ஈழத்தின் இலக்கிய சிந்தனைகளை மு.தளையசிங்கம், கா.சிவத்தம்பி ஆகியோர் வழியாகவும் ஆராய்ந்திருக்கிறேன்.

இன்னமும்கூட எழுதவேண்டியிருக்கிறது. தெளிவத்தை ஜோசப் பற்றி எழுதிய கட்டுரைகள் உள்ளன. மு.தளையசிங்கம், அ.முத்துலிங்கம் ஆகியோருக்குப்பின் ஈழ இலக்கியத்தின் முதன்மையான படைப் பாளிகளில் ஒருவராகிய ஷோபா சக்தி குறித்து விரிவாக எழுதும் எண்ணம் உள்ளது. பிறிதொரு தொகுப்பாக அது அமையலாம்.

இந்நூலின் முதல்பதிப்பை வெளியிட்ட எனி இண்டியன் பதிப்பகத்தின் நண்பர்களுக்கும் இதை மறுபதிப்பாக ஆக்க உதவிய ஹரன் பிரசன்னாவுக்கும் கிழக்கு பதிப்பகத்திற்கும் நன்றி. எப்படியோ ஈழ இலக்கியம் சார்ந்த எந்த ஒரு சிந்தனைக்கும் நான் ‘காலம்’ செல்வத்திற்குக் கடன்பட்டிருக்கிறேன். எப்போது நினைத்தாலும் முகமும் அகமும் மலரச்செய்யும் நண்பர்களில் ஒருவர் அவர்.

ஜெயமோகன்

நவம்பர் 2017

மு. தளையகத்தின் தத்துவமும் மெய்யியலும்

1

மு. தளையசிங்கத்தை புரிந்து கொள்வதற்கான் அடிப்படைகள்

மு. தளையசிங்கத்தை இன்று படிக்கும்போது பல இடர்கள் தமிழ் வாசகனுக்கு ஏற்படுவதை கவனித்துள்ளேன். அவனது விமரிசனங்கள் இரு தளத்தில் அமைந்துள்ளன. ஒன்று மு. தளையசிங்கம் தெளிவாக சிந்திக்கவில்லை, மிகவும் குழப்புகிறார். இரண்டு அவரது பார்வை பல சமயம் அபத்தமாகவும், தர்க்கத்தைமீறி அகவயமாகவும், அபூர்வமாக மூட நம்பிக்கை அளவுக்கும் போகிறது. அவர் வழிமுறைகளைப் பற்றிய தெளிவு இல்லாமல் ஓர் இலட்சிய வாழ்க்கைநிலையை அல்லது காலகட்டத்தை கற்பனை செய்கிறார் என சுந்தர ராமசாமி மிக மென்மையாக அதையே சொல்கிறார். இக்குற்றச்சாட்டுகள் பொத்தாம் பொதுவானவை என்பதை மறுப்பதற்கில்லை. அதேசமயம் இவற்றை கூர்ந்து அவதானிக்கவேண்டியுள்ளது. தளையசிங்கத்தை புரிந்து கொள்வதில் நம் சூழலுக்கு உள்ள சிக்கல்கள் முதல் விஷயம். தளையசிங்கத்துக்கே சிந்திப்பதிலும் வெளிப்படுத்துவதிலும் இருந்த சிக்கல்கள் இரண்டாம் விஷயம். தளையசிங்கம் சொல்வதென்ன என்று யோசிப்பதற்கு முன்னால் இப்பிரச்சினைகளை பற்றிய ஒரு தெளிவை அடையவேண்டிய அவசியமுள்ளது.

படைப்புச்சிந்தனையும் தெளிவும்

தெளிவாக யோசித்தல் மற்றும் பேசுதல் என்பதை அசல் சிந்தனையாளர்களுக்கு நிபந்தனையாக ஆக முடியாது என்றே படுகிறது. முதற்கட்ட சிந்தனையாளர்களுக்கு முக்கியமாக. முதற்கட்ட சிந்தனையாளர்கள் அல்லது அசல் சிந்தனையாளர்கள் வழி தவறுவது, குழம்புவது, பாதியில் நின்றுவிடுவது எல்லாமே சாத்தியம் தான். ஏனெனில் முதற்கட்ட சிந்தனையாளர்கள் எனது கணிப்பில்

சிந்தனையை அதாவது தருக்கத்தை (கரண அறிவை, கரணியத்தை Reason / Rationality) நம்பி இயங்குவதைப் பார்க்கிலும் அதிகமும் உள்ளுணர்வை நம்பியே இயங்குகிறார்கள். கறாரான வரைபட மொன்றினை வைத்துக்கொண்டு படிப்படியான சிந்தனை வளர்ச்சி மூலம் சீராக முன்னகரும் இயல்பு அவர்களிடம் இல்லை. அவர்களுக்கு கருத்துகள் அவர்கள் ஆழத்திலிருந்து மின்னல்கள் போல தெறித்தே வருகின்றன என்று படுகிறது. ஒரு கோணம் அப்படியே திறந்துகொள்கிறது. அதை பிறகு அவர்கள் விரிவாக தருக்கப்படுத்தி விளக்க முயலலாம்.

எனவே இவர்களின் மன இயக்கத்தில் சிந்தனையானது தர்க்க அலகுகளாக இருப்பதைவிட சில மனப்படிமங்களாக இருப்பதையே அதிகமாக காண்கிறேன். எல்லா முக்கிய சிந்தனையாளர்களுக்கும் அவர்களுக்கே உரிய படிமங்கள் சில இருப்பதை கவனிக்கலாம். கணிசமான சிந்தனையாளர்கள் ஒரு குறிப்பிட்ட காலம் கழிந்ததும் அப்படிமத்தின் மூலமே நினைவுகூரப்படுகிறார்கள். அவர்களுடைய முக்கிய பங்களிப்பாக அந்தப் படிமமே எஞ்சிவிடுகிறது. சாக்ரட்டீஸுக்கு குகை படிமம். ஹெகலுக்கு ஆண்டான் அடிமை என்ற படிமம். ஃபூக்கோவுக்கு கண்காணிப்புக் கோபுரம் குறித்த படிமம், சங்கரருக்கு கயிற்றரவு, நாகசேனருக்கு தீபச்சுடர்... இவ்வாறு. (தளையசிங்கத்துக்கு மாடிகள் எழுந்துகொண்டேயிருக்கும் கட்டடம்) அதாவது முதல் கட்ட சிந்தனையாளர்கள் ஒரு வகையான இலக்கியப் படைப்பாளிகள்தான். கற்பனையும் உள்ளுணர்வும் அவர்களை இயக்கும் முக்கிய மூல விசைகள். ஆகவே படைப்பாளிகளையும் கலைஞர்களையும் அலைக் கழிக்கும் அதே நிலையின்மை, வகுத்துவிட முடியாத தன்மை அவர்களையும் ஆட்கொள்கிறது. அவர்களும் கண்ணை மூடிக்கொண்டு துழாவுபவர்களே. அதன் நிறை குறைகளை அவர்களிடமும் காணலாம்.

சிந்தனையாளர்கள் இரு வகை. நாம் அறியும் பெரும்பாலான சிந்தனையாளர்கள் ஏற்கெனவே உருவாக்கப்பட்ட வாழ்க்கை பற்றிய ஒரு தரிசனத்தை அல்லது தத்துவச் சட்டகத்தை அல்லது அடிப்படைப் புரிதலை சார்ந்து, அதன் இடைவெளிகளை நிரப்பும் பொருட்டோ அல்லது அதை தங்கள் சூழலிலோ தாங்கள் செயல்படும் துறைகளிலோ செயல்படுத்தும் பொருட்டோ சிந்திப்பவர்கள். இதற்கு உதாரணமாக ஞானி, கைலாசபதி ஆகியோரை சொல்லலாம். மார்க்ஸியம் அவர்களுக்கு அடிப்படையான சிந்தனைச் சட்டடகத்தை அளித்துள்ளது. ஞானி மார்க்ஸிய விளக்கத்தில் இலக்கியம், கலாசாரம், மெய்யியல் குறித்த இடைவெளிகள் இருப்பதை நிரப்ப முயல்கிறார். கைலாசபதி மார்க்ஸியச் சட்டடகத்தை தமிழ்ச் சூழலுக்கு செயல்படுத்திப் பார்க்கிறார். நமது இரண்டாம் நிலை சிந்தனையாளர்களை இவ்விரு வகைப்பாடு களுக்குள் அடக்கிவிடலாம். பின் நவீனத்துவர்களில் பிரேம் ஞானியின்

வகைப்பட்டவர். தமிழவன் கைலாசபதியின் வகை. இவர்களுக்குக் கீழே இங்கு பெருவாரியாக உள்ளவர்கள் சிந்தனைகளைப் பிரதியெடுப்பவர்கள், மொழிபெயர்ப்பவர்கள், மேற்கோள் காட்டுபவர்கள். இவர்களை வெறுமே அறிஞர்கள் என்று மட்டுமே சொல்ல முடியும். உதாரணம் சிவத்தம்பி, எஸ்.வி. ராஜதுரை. பலரை அப்படிக்கூட சொல்ல முடியாது, அவர்களுடையது விசுவாசமும் அரைகுறை கேள்வி ஞானமும் மட்டுமே, உதாரணமாக தி.க. சிவசங்கரனைக் கூறலாம்.

அசல் சிந்தனையாளன் சிறிய அளவிலேனும் சுயமாக வாழ்க்கை பற்றிய ஒரு தரிசனத்தை கொண்டிருப்பான் என நான் எண்ணுகிறேன். (தரிசனம் என்பது இங்கு வாழ்க்கையின் ஒட்டுமொத்தத் தன்மையை கணக்கில் கொண்ட ஒரு அடிப்படையான பார்வை என்று பொருள்படும்) அத்துடன் அதை விளக்கும் தத்துவ அமைப்பை சென்றடைய அவன் தொடர்ந்து முயல்வான் (தத்துவம் என்பது அனைத்துத் துறைகளிலும் உள்ள தருக்கங்களின் தொகுதியான ஓர் அமைப்பு என்று இங்கு கொள்ளப்படுகிறது.) அனைவரையும் போலவே அவனும் பிறரது சிந்தனைகளில் இருந்தே தொடங்குகிறான். அவற்றிலிருந்து நகர்ந்து தன்னுடைய சுய சிந்தனைத்தளத்துக்குப் போகிறான். அச்சிந்தனைகளின் மீதான அவனது விமரிசனம் அவனது அனுபவம் சார்ந்ததாகவும், உள்ளுணர்வினைச் சார்ந்ததாகவும் இருக்கலாம்.

ஒரு முந்தைய சிந்தனை மரபில் இருந்து வெளியேறும் அசல் சிந்தனையாளன் அதன் தருக்கக் கட்டமைப்பின் போதாமையை உணர்ந்து தான் வெளியேறுகிறான் என்று புரிந்துகொள்வது நம் வழக்கம். குறிப்பாக மார்க்ஸ், ஹெகல் இருவருக்குமிடையேயான உறவு குறித்த விவாதத்தில் அப்படி இங்கு பேசப்பட்டிருக்கிறது. ஆனால் தருக்கம் வெளிப்பாட்டு முறையையும், தரிசனத்தையும் புறவயமாக்கும் முயற்சியை மட்டுமே சார்ந்தது என்பதே என் கணிப்பு. உண்மையில் ஹெகலுக்கும் மார்க்ஸுக்கும் தருக்க அமைப்பு ஒன்றேதான். அவர்களுக்கு இடையேயான முரண்பாடானது அடிப்படையில் தரிசனரீதியானது, மெய்யியல் சார்ந்தது. (அதை ஞானி விளக்கியுள்ளார்.) மெய்யியல் சார்ந்த போதாமை என்பது பெரும்பாலும் அவனது அந்தரங்கமான கேள்விகளை ஒட்டி உணரப்படுவதாகும். அவனுடைய அந்தரங்கம் வாழ்க்கை மற்றும் பிரபஞ்சம் குறித்து எழுப்பும் அடிப்படையான கேள்விகளுக்கு அவனுக்கு திருப்தியான ஒரு பதிலை நோக்கி நகரும் முனைப்பே அவனை இயக்குகிறது.

தமிழ்ச் சமூகத்தில் அப்படிப்பட்ட அசலான சிந்தனையாளர்கள் அனேகமாக இல்லை. இரு விதிவிலக்குகள் ஆனந்தக் குமார சாமியும் மு. தளையசிங்கமும் மட்டுமே. ஆனந்தக் குமாரசாமி தமிழில் எழுதவில்லை, தமிழ்ச் சமூகத்தை முன்னிறுத்திப் பேசவுமில்லை.

ஆகவே அவரை தமிழ்ச் சிந்தனையாளராக கருதமுடியாது. ஆகவே இப்போதைக்கு நம் முன் உள்ள ஒரே உதாரணம் தளைய சிங்கம் மட்டுமே. அதிலும் குறிப்பிடப்பட வேண்டிய விஷயம் ஒன்று உண்டு. ஒரு சிந்தனையாளராக ஒருவகையில் தளையசிங்கம் தோல்வி யடைந்தவரே. அவரது தோல்வி மகத்துவம் கொண்ட தோல்வி என்போமே அவ்வகைப்பட்டது. தன் சூழலை ஆழமாகப் பாதிக்க அவரால் முடியாமல் போய்விட்டது என்பதை வைத்தே அவரை தோல்வியடைந்தவர் என கூறுகிறேன். அதற்குக் காரணம் அவரது சிந்தனைகள் முழுமைபெறவில்லை, திட்டவட்டமாக முன்வைக்கப் படவுமில்லை. அவரது தோல்வியில் இருந்து நம் சூழலை எதிர்கொள்ளும் அறிவார்ந்த சவால்கள் என்னென்ன என்று நாம் ஊகிக்க முடியும். சுயமாக சிந்திப்பதற்கு நமக்குள்ள தடைகள் என்ன, சிந்தித்தவற்றை வெளிப்படுத்தும் புறவய மொழி மற்றும் தத்துவ அமைப்பை உருவாக்குவதில் உள்ள பிரச்சினைகள் என்ன என்பவற்றை ஊகிக்க முடியும். அனைத்தையும் விட மேலாக அவரிலிருந்து பல சிந்தனைமுளை களை நம்மால் இன்றைய புதிய சூழலில் வளர்த்தெடுக்க முடியும்.

இந்திய தத்துவ உபகரணங்களின் எல்லைகள்

தளையசிங்கம் மிக இளம் வயதிலேயே மரணமடைய நேரிட்டது அவரது தேடல் திட்டவட்டமான பலன்களை அளிக்க முடியாமல் செய்த முதல் காரணம் என்பதை மறுப்பதற்கில்லை. அவரது காலத்தில் அவர் முன்வைத்த கருத்துகளை ஆக்கபூர்வமாகப் புரிந்துகொண்டு எதிர்வினையாற்றிய வாசகர்களோ, அவரை தர்க்க தளத்தில் அறிவார்ந்த நேர்மையுடன் விமரிசித்த எதிர்தரப்பினரோ இல்லை என்பது அடுத்த முக்கியமான காரணம். வெறும் அக்கப்போர்த் தளத்தில் வைத்தே மார்க்ஸியர் அவரது கருத்துகளை எதிர்கொண்டிருக்கிறார்கள். கைலாசபதியிடமிருந்து அதை விட முதிர்ச்சியான எதையும் எதிர்பார்ப்பதற்கான ஆதாரம் எதையும் அவர் உருவாக்கவுமில்லை. மார்க்ஸியரல்லாத எழுத்தாளர்களும் தளையசிங்கத்தை எதிர்கொண்ட விதமும் அப்படியே. தமிழ் நாட்டில் வெங்கட் சாமிநாதன், சுந்தர ராமசாமி ஆகியோர் தளைய சிங்கத்தின் முக்கியத்துவத்தை உணர்ந்திருந்தபோதிலும் கூட அவர்களுக்கிடையே ஆக்கபூர்வமான விவாதம் ஏதும் நடந்தது இல்லை. வெங்கட் சாமிநாதனுக்கும் தளையசிங்கத்துக்கும் தொடர்பு இருந்தபோதிலும்கூட அவர் தளையசிங்கம் பற்றி முக்கியமாக எதுவும் எழுதவில்லை. சுந்தர ராமசாமி மிகவும் பிந்தி குறிப்பிடத்தக்க கட்டுரை ஒன்றை எழுதியுள்ளார். தளைய சிங்கத்தை தமிழ்ச் சூழல் பொருட் படுத்தியமைக்கான ஒரே ஆதாரம் அக்கட்டுரைதான்.

இவை வெளித்தடைகள். தளைய சிங்கம் போன்ற தீராத ஆற்றல் உடைய மனிதர் இத்தடைகளை தாண்டக் கூடியவர்தான். இவற்றை விட பெரிய பிரச்சினை அவர் எதிர்கொண்ட அகத்தடை. அது தத்துவார்த்தமானது. தன் சிந்தனைகளை நிறுவுவதற்கான தத்துவார்த்தப் பின்னணியை அடையாளம் காண்பதில் ஏற்பட்ட சிக்கல் என அதைக் கூறலாம். தளைய சிங்கம் இந்நூற்றாண்டின் எல்லா சிந்தனையாளர் களையும் போல முதலில் மேற்கத்தியக் கல்வியையே பெற்றிருக்கிறார். அக்கல்விக்கு அடிப்படையாக அமைந்த மேற்கத்திய தத்துவமரபின் வழியாகவே அவரது சிந்தனைகள் உருவாகியுள்ளன. மேற்கத்திய மார்க்ஸிய சிந்தனை மற்றும் சுதந்திர சிந்தனையாளர்கள் அவரைப் பாதித்துள்ளனர். என் வாசிப்பில் எமர்சன், தோரோ போன்ற சிந்தனையாளர்கள் மற்றும் எஃப். ஆர். லூயிஸ் முதலிய இலக்கிய விமரிசகர்கள். அவரது ஆரம்பகட்ட சிந்தனைகள் அந்தப் பாணியிலேயே அமைந்தன. உதாரணமாக ‘ஏழாண்டு இலக்கிய வளர்ச்சி’யானது எலியட், எஸ்ரா பவுண்ட் முதலிய நவீனத்துவகால இலக்கிய விமரிசகர்களின் பாணியில் அமைந்துள்ளது. தமிழ் நவீன இலக்கியம் நவீனத்துவத்தால் உருவாக்கப்பட்டது என்பதனால்தான் அக்கட்டுரை நூல் அந்த அளவுக்கு பரபரப்பையும் ஆர்வத்தையும் இங்கு உருவாக்கியது. இலக்கியப்படைப்பு என்பது அதை உருவாக்கிய படைப்பாளியின் ஆளுமையின் வெளிப்பாடுதான், அவ்வாளுமை வழியாகவே அவன் வாழும் சூழல் அவனை ஊடகமாக்கிக்கொண்டு வெளிப்படுகிறது என்பதிலெல்லாம் தளைய சிங்கத்துக்கு அழுத்தமான நம்பிக்கை இருப்பதாக அதை வாசித்தால் உணர முடிகிறது.

ஆனால் அவரது சிந்தனையின் வளர்ச்சிப்போக்கில் அவர் இந்திய சிந்தனைமரபின் நீட்சியாகவே தன்னை அடையாளம் காண்கிறார் (இங்கு இந்தியாவை ஒரு அரசியல் அமைப்பாக அன்றி கலாசார அமைப்பாகவே கருதவேண்டும்.) அவரது அறிதல் முறையில் நம் மரபான ஆய்வு உருவகங்கள் நேரடியாகவே செல்வாக்கு செலுத்துவதைப் பார்க்கிறோம். உதாரணமாக மெய்யுளில் அவர் நம் மரபு எப்படி யுகப்பிரிவினைகளைச் செய்தது அதை எப்படி இன்றைய காலகட்டத்தை பிரித்து வகுத்துக் கொள்ள பயன்படுத்தலாம் என்று கூறும் இடத்தை உதாரணம் காட்டலாம். மேற்கு இந்தியா என்ற இந்த இரு மரபுகளின் இணைப்பில்தான் பிரச்சினைகள் உள்ளன. அவற்றை என் பார்வையில் அரவிந்தரோ விவேகானந்தரோ தீர்த்துவைக்கவு மில்லை. அப்பிரச்சினைகளை தளையசிங்கமும் எதிர்கொள்ளவில்லை. ஆகவே அவரது சிந்தனை ஆழமான பல முரண்பாடுகளை எதிர்கொண்டு தேங்கிவிட நேரிட்டது.

மேற்கத்திய சிந்தனை அதன் ஆரம்பகட்டம் முதலே புறவயத்தன்மை (Objectivity) என்ற இலக்கை நோக்கி நகர்வதைக் காணலாம். இன்றும்

மேற்கத்திய சிந்தனையின் அடிப்படையாக உள்ள புறவய அறிதல் முறைகள் பெரும்பாலானவை அரிஸ்டாட்டில் காலத்திலேயே உருவாகிவிட்டன. அகவய சிந்தனைகள் அந்த அடிப்படைகளுக்கு மாற்றாகவே அங்கு உருவாக்கப்பட்டன. ஆகவே நாம் காண்பது மிகத் துல்லியமான ஓர் அறிவியங்கியல் படிப்படியாக அங்கு உருவாகி வருவதைத்தான். முற்றிலும் அகவயமான அணுகுமுறைகொண்ட எமர்சன் போன்றவர்கள் கூட கறாரான புறவயத் தருக்கத்துடன் பேசுவது எனக்கு ஆரம்ப காலத்தில் அளித்த வியப்பு சாதாரணமல்ல. நேர்மாறாக நம் மரபு ஆரம்பம் முதலே அகவய அறிதல் முறைகளையே அதிக அழுத்தம் தந்து பேசியிருக்கிறது. புறவயசிந்தனை கொண்ட மரபுகளாலான சாங்கியம் வைசேஷ 'கம் முதலியவைகூட தருக்கப்போக்கில் அகவய அறிதல்முறைநோக்கிச் செல்வதையே நமது சிந்தனை வரலாற்றில் காண்கிறோம். இது ஏன் என்ற வினாவுக்குள் இங்கு புகவிரும்பவில்லை. ஆனால் நமது மரபார்ந்த தத்துவ உபகரணங்களை நாம் இன்றைய பிரச்சினைகளை விளக்குவதற்குப் பயன்படுத்த இந்த விஷயம் பெரும் தடையாக உள்ளது என்பது ஓர் அனுபவ உணமை.

தளைய சிங்கம் மெய்யுளில் இவற்றை பயன்படுத்துவது பற்றியே பார்ப்போம்.

'...பரிணாமத்தில் அன்னமய கோசமும் பிராணமய கோசமும் வெளிப்படுத்தப்பட்ட காலங்கள் விஞ்ஞான ரீதியாக சொல்லப் போனால் உலக பரிணாமத்தின் அன்னமய கோசத்தை geosphere என்றும் (சட நிலையும் அதன் வலயமும்) பிராணமய கோசத்தை (உயிர்நிலையும் அதன் வலயமும்) biosphere என்றும் சொல்லலாம். இன்று அவற்றுக்குரிய குணங்களாக முக்குணங்களில் தாமத குணங்களையும் (அன்னமயகோசம்) ரஜத குணத்தையும் (பிராணமய கோசம்) குறிப்பிடலாம். மனிதனிலும் இயற்கை செயல்பாட்டிலும் இவ்வலயங்கள் மட்டுமல்ல அவற்றுக்குரிய குணங்களும் இருக்கின்றன...' (மெய்யுள்)

...பரிணாமவளர்ச்சி பற்றிய மேற்கத்திய சித்தாந்தங்கள் எல்லாமே புறவயமான நிரூபணவாதக் கருத்துகளின் மூலம் முன்வைக்கப் பட்டவை என நாம் அறிவோம். ஆனால் அன்னமய கோசம் பிராணமய கோசம் போன்ற கருத்துகள் அப்படி நம் மரபில் புறவயமாக வரையறை செய்யப்பட்டவையல்ல. உதாரணமாக அன்னமய கோசத்துக்கும் பிராணமய கோசத்துக்கும் இடையேயான வித்தியாசம் என்ன என்று நம் மரபு எங்காவது வரையறை செய்து சொல்லியிருக்கிறதா? யோகம் மூலம் தன்னை அறியும் ஒருவன் அவற்றை அறிய முடியும், அவற்றைப் பற்றிய ஒரு சித்தரிப்பை நியாய மரபின் வழிமுறைகளை உபயோகப் படுத்தி அவன் அளிக்கவும் முடியும். அவ்வளவுதான். இந்நிலையில்

தளைய சிங்கம் பரிணாம வாதத்தின் அடுத்த கட்டத்தை, மாமனிதன் அல்லது பேர்மனதை நோக்கி வாதகதிகளை இட்டுச் செல்லும்போது பிழையான ஒரு தாவலை நிகழ்த்துவதாக நமக்குப் படுகிறது. புறவயமாக நகர்ந்த தருக்கம் மொழியின் சகஜமான நகர்வை பயன்படுத்திக் கொண்டு அகவய எல்லைக்குள் தாவி விடுகிறது இங்கு.

இந்திய சிந்தனை முறைக்கு தொடர்ச்சியான வளர்ச்சி இல்லை. அதன் முக்கிய போக்கு அகவயமானது, சாராம்சப் பார்வை கொண்டது, பொதுவாக அது ஆன்மிகம் என்று குறிக்கப்படுவது. இந்திய சிந்தனையில் பெரும் எழுச்சிகள் நடைபெற்ற காலத்தில் அப்போக்குக்கும் அதன் மறுஇணையான உலகியல்கொள்கைகளுக்கும் இடையே அதி தீவிரமான விவாதங்கள் நடைபெற்றுள்ளன. வேதங்களின் காலத்தில் அகவயப்பார்வை வெறும் நம்பிக்கை மட்டுமே. வேதாந்தங்களின் (உபநிடதங்களின்) காலத்தில் அது வலுவான தருக்க முறைகளை அடைந்துவிட்டிருந்தது, அதற்குக் காரணம் உலகாயதர்களுடன் அது மேற்கொண்ட விரிவான விவாதமே என்று காணலாம். அதைப் போலவே அடுத்தகட்ட லோகாயத சிந்தனைப் போக்குகளான சாங்கிய, யோக, நியாய, வைசாஷிக மரபுகள் வேதாந்தத்துடன் விவாதித்து தங்களை வலுப்படுத்திக் கொண்டவை. அவற்றின் நீட்சியான பௌத்தமும் வேதாந்த மரபுடன் விவாதித்தே வளர்ந்தது. பௌத்த மெய்யியலை மறுத்து விவாதித்துத்தான் பிற்கால வேதாந்தங்களான அத்வைதம் போன்றவை தங்களை விரிவாக்கம் செய்தன. சங்கரரின் நூல்களிலெல்லாம் பரபக்கமாக லோகாயத சிந்தனைகள் வலுவாக வீற்றிருப்பதைக் காணலாம். அதன் பிறகு இந்திய சிந்தனைமரபில் பெரும்தேக்கம். பிற்பாடு நாம் காண்பவை பயணங்களல்ல, மரபை காலத்துக்கேற்ப மறுவிளக்கம் தரும் முயற்சிகள் மட்டுமே... இக்கால கட்டத்தையே பொதுவாக உரைகளின் (பாஷ்யம்) காலம் என்றால் மிகையல்ல. இருபது நூற்றாண்டுக்கும் மேலாக இந்திய சிந்தனையில் ஆன்மிகப்போக்குகளுக்கு வலுவான பரபக்கமாக விளங்கிய லௌகீகவாத தரிசனங்கள் மறைந்தன. ஆகவே நான்கு நூற்றாண்டுக் காலம் இந்திய சிந்தனை உறைந்து கிடந்தது.

பிறகு மேற்கத்திய கல்வி, நவீன அறிவியல் ஆகியவற்றின் மூலம் நவீன மேற்கின் உலகியல் சார்ந்த புறவயமான சிந்தனைமுறைகள் இங்கு வர ஆரம்பித்த பிறகுதான் இந்திய சிந்தனை மரபில் மெல்லிய சலனங்கள் ஏற்பட ஆரம்பித்தன என்று காணலாம். மரபை 'மீட்பது' குறித்து இந்திய மறுமலர்ச்சிக்கால சிந்தனையாளர்கள், சுவாமி தயானந்த சரஸ்வதி முதல் விவேகானந்தர் வரை, பேசும்போதெல்லாம் காலத்துக்கு ஏற்ப மறுஆக்கம் செய்வது என்ற தொனியே இருப்பதை இன்று காணமுடிகிறது. அவர்கள் அனைவருமே மேற்கத்திய மரபுடன்

இந்திய மரபை உரையாட வைப்பதிலும் ஆர்வம் காட்டினார்கள். புகழ்பெற்ற உதாரணம் விவேகானந்தர். மேற்கத்திய அறிவியங்கியலின் (epistemology) முறைகளைப் பயன்படுத்தி இந்தியமெய்யியல் கோட்பாடுகள் சிலவற்றை முன்வைத்தவர் அவர். அதன் பொருட்டு அவர் இந்திய மெய்யியலை வளைத்து அமுக்கிச் சுருக்கினார் என நடராஜ குரு போன்றவர்கள் பிற்பாடு குறிப்பிட்டிருக்கிறார்கள். மேற்கத்திய அறிவியங்கியலை அப்படியே பிரதிசெய்து டாக்டர் ராதாகிருஷ்ணன் போன்றவர்கள் இந்திய சிந்தனையை கிட்டத்தட்ட மாற்றி எழுதினார்கள். இந்திய மெய்யியல் மரபை மேற்கத்திய தத்துவ அலகுகளின் அடிப்படையில் ராதாகிருஷ்ணன் பிரித்தார் என்று கூறலாம்.

கார்பே, ஷெர்பாட்ஸ்கி போன்ற இந்தியவியலாளர்கள் மேற்கத்திய அடிப்படைகளின்படி இந்திய மெய்யியலும் குறியியலும் தொகுக்கப் பட பெரும்பங்காற்றியுள்ளனர். அன்னி பெசண்ட், ஆர்தர் ஆவலோன் போன்ற இந்திய மெய்யியலின் மேற்கத்திய வழிபாட்டாளர்கள் வேறு ஒரு வகையில் இந்திய மெய்யியலை திரித்து மேற்கத்திய சிந்தனைசட்டகத்துக்குள் கொண்டுசென்றார்கள். உதாரணமாக மேடம் ப்ளவாட்ஸ்கி இந்திய மெய்யியல்மரபை தன் கற்பனைப்படியெல்லாம் கொண்டுசென்று இறுதியில் மேற்கே பலகாலங்களாக கற்பனை செய்யப்படும் ஒரு மாய உலகைச் சேர்ந்ததாக அதை ஆக்கிவிட்டார். அதற்கு பூமியுடன் உள்ள எல்லா தொடர்புகளையும் துண்டித்துவிட்டார் என்று சொல்லவேண்டும். அதை மூடநம்பிக்கை என்றெல்லாம் விளக்க முயல்வதில் எனக்கு மாறுபாடான கருத்து உண்டு. அது ஒரு கூறுமுறை (narration) தன் ஆழ்தள அறிதல்களை ஒரு குறிப்பிட்ட வகையான படிம/உருவக முறைப்படி முன்வைக்கமுயல்வது. அது அவரை பொறுத்தவரை ஒருவகையான யதார்த்தமாகக்கூட இருக்கலாம். அவரது வளர்ப்புப் பின்னணி அதற்கு பங்களிப்பாற்றியது என்று கருதலாம்.

ஆக ஒட்டுமொத்தமாக நமக்குக் கிடைக்கும் இந்திய மெய்யியல் காலத்தால் மிகவும் பின்தங்கியது, நவீன அறிவுத்தேடலுக்கு நேரடியாகப் பயன்படுத்த முடியாதது. இந்தியவியலாளர்கள், பண்பாட்டு மீட்பாளர்கள் ஆகியோரால் இருவேறு கோணங்களில் மறுஆக்கம் செய்யப்பட்டது. அதை இருவகையில் நாம் அணுகுகிறோம். ராதாகிருஷ்ணன் போன்ற மேற்கத்திய அறிவியங்கியல் விதிகளை அடிப்படையாகக் கொண்டு அணுகுபவர்களை வாசிக்கும்போது நமக்குக் கிடைப்பது ஒரு உயிருள்ள சிந்தனைமுறை அல்ல. கடந்தகால சிந்தனை அமைப்பு ஒன்றின் வரலாற்றுத் தகவல்கள் மட்டுமே. மறுபக்கம் சென்று மேடம் ப்ளவாட்ஸ்கி போன்றவர்களின் மூலம் நுழையும்போது நாம் அறிவியங்கியலுக்கே தொடர்பற்ற ஒரு படிம

உருவக வெளியை அடைகிறோம். இப்போது இவ்விரண்டில் ஒன்றே சாத்தியம் என்பதே உண்மை.

என்னைப் பொறுத்தவரை இரண்டாவது முறையே பிழையானவற்றில் மேலானது. முதல்பார்வை நம்மை நம் மரபு குறித்த மிகத்தவறான, எளிதில் சரிசெய்துவிட முடியாத ஒரு போலி அறிவுத்தளத்துக்கு இட்டுச் செல்கிறது. மிகத்தவறாக சிந்திப்போம், ஆனால் அத்தவறு மேற்கத்திய நவீன அறிவியங்கியலின்படி செய்யப்படுவதனால் அது மிக கறாரான புறவய தன்மை கொண்டது என கற்பனை செய்தும் கொள்வோம். மிகச்சிறந்த உதாரணமாக இங்கு குறிப்பிடப்பட வேண்டியது நம் போலி அறிவுஜீவிகளில் சிலர் நமது தியான மரபை ஃப்ராய்டிய முறைப்படி புரிந்துகொண்டு விளக்க முற்பட்டமைதான். தாந்த்ரீக மரபை நவீன குறியியல்படி விளக்க முற்பட்டிருக்கும் சிலரும் இங்கு உண்டு. முற்றிலும் வேறான ஒருதளத்தின் ஆயுதங்கள் இங்கு பயன்படுத்தப்படுகின்றன என்பது ஒருபக்கம். மறுபக்கம் அவ்வாயுதங்கள் எல்லாமே மிக எளியவை வளர்ச்சியடையாதவை என்பது. தன் சொந்த அம்மாவை மானுடவியலின் உதவிகொண்டு புரிந்துகொள்ள முயலும் அன்னய்யாக்கள் இங்கு சாதாரணம்.

தளையசிங்கம் இவற்றில் இரண்டாவது அணுகுமுறையின் அருகே நிற்கிறார். அதற்குக் காரணம் பாண்டிச்சேரி ஸ்ரீஅன்னை. அன்னையின் அணுகுமுறை ப்ளவாட்ஸ்கியின் நோக்குக்கு மிக அருகே நெருங்கி வருவதாகும். அதற்கு அன்னையின் மேற்கத்திய வளர்ப்புப் பின்னணியும் காரணமாகலாம். இந்த அணுகுமுறையின் முக்கியமான சிக்கல் இது சற்றும் புறவயமானது அல்ல என்பதும் நவீன அறிவியல் கோட்பாடுகளையோ பிற நவீன சித்தாந்தங்களையோ தருக்கபூர்வமாக சந்தித்து விவாதிக்க முடியாத ஒன்று என்பதும்தான். ஒரு நவீனவாசகன் சிலசமயம் ஒருவகை சங்கடத்தையும் ஒட்டுமொத்தமான அவநம்பிக்கையையும்கூட அடையக்கூடும். உதாரணமாக தளையசிங்கம் ராமகிருஷ்ண பரமஹம்சரின் மாணவரான சசியின் அடுத்த பிறப்பே என்று அன்னை சொன்னதை மு. பொன்னம்பலம் தளையசிங்கத்தின் நூலின் முகப்பில் எடுத்துத் தந்திருப்பதைக் கூறலாம். ஆனால் இதன் முக்கியமான சாதக அம்சம், என்னதான் இருந்தாலும் படிம உருவகங்கள் ஆழ்மனம் சார்ந்தவை, அவை அறிவுத்தள சிக்கல்களால் நேரடியாக திரிபு அடைவது இல்லை என்பதே. அவற்றை சிறப்பாக கலை இலக்கியத்தில் பயன் படுத்தலாம். ஆழ்மன தரிசனப்பயணங்களுக்கு அவை மிகவும் உபயோகமானவையே. ஆனால் அவற்றுக்கு புறவய இயக்கம் இல்லையென்பதால் தத்துவ சித்தாந்த விவாதத்தில் அவை பயன்படுத்தப்படும்போது விவாதம் அகவயமாகச் சுருங்கி இறுதியில்

வெற்றுக்கனவாக அடையாளப்படுத்தப்படும் நிலை ஏற்படுகிறது. இதுவே தளைய சிங்கத்துக்கு நேர்ந்தது.

இங்கு சம்பந்தமில்லையென்றாலும் ஒன்றை சொல்லவேண்டியுள்ளது. இந்தியமரபின் கருத்தியல் உபகரணங்களை நவீன காலகட்டத்துக்கு ஏற்ப பயன்படுத்துவதில் வழிகாட்டியான முயற்சிகளை நடராஜ குருவும் நித்ய சைதன்ய யதியும் ஆற்றியுள்ளனர். அவர்கள் அளவுக்கே இத்தளத்தில் அகேகாநந்த பாரதியின் பங்களிப்பும் குறிப்பிடத்தக்கது. முந்தைய இருவரும் இந்திய தத்துவ ஞானியர்களிலேயே அதிகமான அளவுக்கு முறையான மேற்கத்திய தத்துவக் கல்வி உடையவர்கள். அமெரிக்கரான அகேகாநந்தபாரதி இங்கு வந்து கற்றவர். மேற்கத்திய அறிவுத்துறைகள் மற்றும் அறிவியங்கியலுடன் இந்திய மரபின் அறிவியக்கத்தையும் உபகரணங்களையும் ஒப்பிடுவது இவர்களின் வழிமுறை. ஆனால் இருமரபுகளையும் கலக்கவோ ஒன்றுக்கொன்று ஏற்ப மாற்றவோமுயல்வதில்லை. தனித்தன்மைகளை மட்டும் அடையாளம் காண்கிறார்கள், சவால்களை வகுத்துக் கொள்கிறார்கள். பிறகு இந்தியமரபின் இயல்புக்கு ஏற்ப அதன் கருத்துகளை அதற்கு சமானமான மேற்கத்திய அறிவுத்தளத்துடன் ஒப்பிட்டு வளர்த்தெடுக் கிறார்கள். ஆயினும் இது பல தளங்களில் கூட்டாக பலர் உருவாக்கி யெடுக்கவேண்டிய ஒரு வளர்ச்சி. அதன் பின்னரே இவ்வுப கரணங்களை நவீன தளத்துக்கு பயன்படுத்துவது சாத்தியமாகக் கூடும்.

வெற்றுக்கனவா மெய்யியல் ஊகமா ?

மெய்யுளின் பல பகுதிகள் மீமெய்யியல் (metaphysics) ஊகங்களாகவே நின்றுவிடுவதாகப் படுகிறது. ஆகவே சாதாரண தத்துவ விவாதத்தில் அவற்றின் மதிப்பு குறைந்து விடுகிறது. அடிப்படை விவாதத்தில் மட்டுமே அவற்றை கருத்தில் கொள்ள முடிகிறது. ஆனால் சுந்தர ராமசாமி கூறுவதுபோல அவை உட்டோப்பியக் கற்பனைகள் அல்ல. உட்டோப்பியக் கற்பனை உலகியல் சார்ந்தது, கற்பனாவாதப்பண்பு இருப்பினும் கூட அதற்குரிய தருக்கமும் உலகியல் சார்ந்ததே. மீமெய்யியல் ஊகங்கள் அகவயமானவை, அவற்றின் தருக்கங்கள்கூட உருவகங்களினால் ஆனவையாகவே பொதுவாக காணப்படுகின்றன. அவை ஒரு மெய்மையின் அகமனப் படிமநிலைகள். தரிசனிகர்களான சிந்தனையாளர்களிடம் அந்த அம்சம் பெரும்பாலும் காணப்படுகிறது. மீமெய்யியல் ஊகத்தின் தளம் என்பது நமது அடிப்படைப்புரிதல்களை கொண்டுசென்று பொருத்திப் பார்த்து புரிந்துகொள்ள வேண்டிய, அல்லது விரிவாக்கம் செய்துகொள்ளவேண்டிய ஒரு உதாரணப் பிராந்தியம் மட்டுமே. எதிர்கால 'மீ மனிதன்' நீட்சேயின் ஒரு மீமெய்யியல் உருவகம் மட்டுமே, உட்டோப்பியக் கற்பனை அல்ல.

உட்டோப்பியக் கற்பனைகள் கூட தத்துவ விவாதத்தில் படிப்படியாக மீமெய்யியல்படிமமாக மாறிவிடக்கூடுமென்பதற்கு முதல்பெரும் உதாரணம் பிளேட்டோவின் குடியரசுதான். அது நேரடியான புறவய தருக்கத்துடன் முன்வைக்கப்பட்ட ஓர் உலகியல் கனவு. ஆனால் பிற்பாடு அது மீமெய்யியல் ஊகமாக மாறி, அரசு சமூக அமைப்பு ஆகியவை குறித்த நமது ஊகங்களை முழுக்க பரிசோதித்துக் கொள்ளும் களமாக ஆகி தத்துவ சிந்தனையில் கடந்த இருபத்தைந்து நூற்றாண்டாக இடம்பிடித்து வருகிறது. அதேபோல ஹெகலின் இலட்சிய சமூக அமைப்பு என்ற தத்துவார்த்த உருவகம் – மீமெய்யியல் ஊகங்களின் அருகே நிற்பது — மார்க்ஸில் ஒரு உட்டோப்பியக் கனவாக மாறியதையும் நாம் காணலாம்.

தளையசிங்கம் உட்டோப்பியக் கனவை முன்வைப்பவரல்ல. ஆகவே சுந்தர ராமசாமி எதிர்பார்ப்பதுபோல புறவயமான தருக்கம், அங்கு போய்ச்சேர்வதற்கான வரைபடம், அவரிடம் இருக்க நியாயமில்லை. அவரளவுக்கு அது ஒரு யதார்த்தமானாலும் தளைய சிங்கத்தின் 'புது யுகம்' ஒரு மீமெய்யியல் ஊகமாகவே உள்ளது. அதன் மதிப்பு அந்நிலையில் அவரது கருத்தியல் ஆய்வுகள் ஓர் ஊச நிலையை அடைந்து அடிப்படை விவாதங்களை நோக்கி நகர்கின்றன என்பதே. ஹென்றி பெர்க்சன், அரவிந்தர், நடராஜ குரு, ஜெ. கிருஷ்ணமூர்த்தி என பெரும்பாலான அடிப்படை சிந்தனையாளர்களிடம் இப்படி ஒரு உச்சநிலை குறித்த உருவகம் இருப்பதைக் காணலாம். அதன் பயன் இதுவேயாகும்.

இத்தகைய பிழைகள் தளையசிங்கத்தின் ஒட்டுமொத்த அணுகுமுறையை யும் ஓர் இடத்தில் உறைந்து நிற்கச்செய்துவிடுகின்றன. தன் அகத்தரிசனங்களை அவர் இந்தியமரபைச் சார்ந்த உபகரணங்கள் மூலமே அடைகிறார், முன்வைக்கிறார். அவற்றை மேற்கத்திய மரபின் ஆய்வு முறைகள் மற்றும் ஆய்வுபகரணங்களுடன் சாதாரணமாக இணைத்து விடுகிறார். கிருதயுகம் ஆன்மிக விடுதலை, உபரி குவிக்கப்படாத சமூகம், ஆழ்மனத்துடன் மோதாத மன இயக்கம் எல்லாம் எந்த இடத்தில் ஒன்றாக மாறுகின்றன என நிதானிக்க முடியவில்லை. இந்தப்போக்கில் ஒரு புள்ளியில் தளைய சிங்கம் பிறரால் பின்தொடர முடியாதபடி மிக அந்தரங்கமாக பேச ஆரம்பித்துவிடுவதாக நமக்கு தோன்றிவிடுகிறது. தத்துவ அறிஞராக தளையசிங்கத்தின் தோல்வி இங்குதான் நிகழ்கிறது. ஆனால் உண்மையில் அதுகூட தளைய சிங்கத்தின் உபகரணங்கள் அளிக்கும் மாயத்தோற்றம் மட்டுமே. அவை மிக எளிதில் முக்கியமான அழகியல் கோட்பாடுகளாகவோ தத்துவ தரிசனங்களாகவோ மாற்றப் படச்சாத்தியமான ஒருவகை அகவய தரிசனங்களேயாகும். தளைய சிங்கம் தன் சிந்தனையின் பயணத்தில்

வரலாறு உருவாக்கி வைத்திருந்த ஒரு அகழியில் அகப்பட்டுக் கொண்டதன் மூலம் பயணம் தடைபட்ட ஒரு மேதை.

தரிசனத்தின் உளவியல் சிக்கல்கள்

சிந்தனை தரிசனமாவது எப்போது? அது ஒருவிதத்தில் முழுமையைத் தொட்டுவிட முனையும்போது என்று சொல்லலாம். வாழ்க்கையின் எல்லா தளங்களையும் தழுவி விரியும் கருத்தே தரிசனம் என்பது. தருக்கம் வழியாக அப்படி ஒரு மனம் நகர வாய்ப்பே இல்லை. மானுட அனுபவம், அறிவு அனைத்துக்கும் திட்டவட்டமான எல்லைகள் உண்டு. தன் காலத்தை, தான் வாழும் சூழலைத் தாண்டி சிந்திப்பது சாத்தியமில்லை என்றே சொல்லவேண்டும். ஆனால் எல்லா காலகட்டத்திலும் கால இடத்துக்கு அப்பால் நகரக்கூடிய தரிசனங்கள் முன்வைக்கப்பட்டுள்ளன. சொல்லப்போனால் சிந்தனைகள் செயல்படும் பொதுசட்டகங்களை அல்லது வரைபடங்களை அவையே உருவாக்குகின்றன. ஆகவே தரிசனங்கள் என்பவை சிந்தனைத்தளத்தில் வெளிப்படும் உள்ளுணர்வுகளே என்று படுகிறது. படைப்பூக்க நிலைபோலவே தரிசன நிலையும் ஒரு அதீத மனநிலை. ஆழ்மனம் தன்னை வெளிப்படுத்தும் தருணம்.

சிந்தனை, படைப்புநிலை என்ற இரு இயக்கங்களுக்கும் பொதுவாக முக்கியமான அம்சம் ஒன்றை அடையாளம் காணலாம். படைப்பூக்கநிலை ஒரு வகை பிளவுண்ட ஆளுமையின் (schizophrenic) விளைவு என அடையாளப்படுத்தப்பட்டுள்ளது. (குறிப்பாக பின் நவீனத்துவ விமரிசகர்கள் இதுகுறித்து அதிகமாக பேசியுள்ளனர். தமிழில் இக்கருத்தாக்கத்தின் பலதளங்களை முன்வைத்து பிரேம், ரமேஷ் எழுதியுள்ளனர்.) தருக்கபூர்வமான புறவய உலகின் நியதிகளுக்கு கட்டுப்பட்ட ஓர் ஆளுமையை மீறி அப்பால் உள்ள பிறிதொரு ஆளுமை கிளம்பி வருதல் பெரும்பாலான படைப்பூக்க நிலைகளில் சாத்திய மாகியுள்ளது. அதையே படைப்பாக்கத்தின் பரவச நிலை என்றோ ஆழம் என்றோ பித்து என்றோ வேறு சொற்களிலோ காலாகாலமாக சொல்லிவருகிறார்கள். சன்னதம் கொள்ளும் சாமியாடியின் அதே மனநிலை. இது கட்டுப்பாட்டுக்குள் வைக்கப்பட்டுள்ள, அளந்து எடுத்து பயன்படுத்தப்படுகிற ஒரு மனப்பிளவுநிலை என்று கூறலாம். மனப்பிறழ்வு என அதை சொல்ல முடியாது.

இன்றைய உளவியல் படைப்பூக்கம் கொண்ட அதீத மனநிலைகளுக்கும் மனப்பிறழ்வுக்கும் இடையேயான நுண்மையான வேறுபாட்டினை உணர்ந்துள்ளது. படைப்பியக்கம் குறித்து 1970களில் மலையாளச் சிந்தனையாளரான பி. கெ. பாலகிருஷ்ணன் எழுதிய நூலில் மனப்பிறழ்வு நிலை படைப்பூக்கம் குறித்து விரிவாக பேசியுள்ளார்.

படைப்பாளியில் செயல்படும் இந்த 'மற்ற ஆளுமை'யை அழகாக படைப்பாளிகளே சித்தரித்துமுள்ளனர். போர்ஹெயின் மற்றவன் என்ற கதை தமிழிலும் புகழ்பெற்றது. ஹெர்மன் ஹெஸ்ஸின் சுயகதையில் அவரது சிறுவயது முதல் இன்னொரு சிறுவன் கூட இருக்கிறான். அவன் என்ன செய்தாலும் அதை அப்படியே திருப்பிச் செய்வதுதான் குட்டி ஹெஸ்ஸியின் வேலை. அவனுக்கு எல்லாம் தெரியும். அவனுக்கு என்ன தெரியுமென்பது மட்டும் ஹெஸ்ஸிக்கு தெரியாது. ஷேக்ஸ்பியரின் இறுதி நாடகமான 'புயல்' குறியீட்டு ரீதியாக ஒரு சுயகதை என சொல்லப்பட்டுள்ளது. மந்திரத்தால் பிராஸ்பரோ கட்டிவைத்துள்ள ஏரியல் என்ற சுட்டித்தனமான ஆவி ஷேக்ஸ்பியர் என்ற பிராஸ்பரோவின் மற்றவன்தான். தடைகளற்றவன், மனிதர்கள் மேல் பிரியம் கொண்டவன், அவர்களுடைய அற்பத்தனங்களையும் பேராசையையும் மூர்க்கத்தையும் கண்டு உள்ளூர அரண்டுபோனவன், மனிதர்களால் ஒருபோதும் நெருங்கமுடியாதவன்.

மனப்பிளவு நிலை என்பது கலாசாரத்தால் கட்டமைக்கப்படுவது என்று இன்று அனைவருமே ஏற்கிறார்கள். கலாசாரம் அளிக்கும் அழுத்தத்தை தாங்க முடியாத மனித மனம் தன்னை இரண்டாகப் பகுத்துக்கொண்டு தன் புழங்கிடத்தை அதிகரித்துக்கொண்டு அதை எதிர்கொள்கிறது. இப்பகுப்புகளுக்கிடையேயான ஒத்திசைவு முற்றிலும் கட்டுப்பாட்டுக்கு அப்பாற்பட்டதாக ஆகும்போது அது சிதறுண்ட நிலைக்கு செல்கிறது. 1986 முதல் இரண்டரை வருடகாலம் எனக்கு இப்பிரச்சினை இருந்தது. உச்ச கட்டத்தில் மூன்று மாதம் சிகிச்சை எடுத்துக்கொண்டதைத் தவிர்த்துப் பார்த்தால் நான் வேலைக்குச் சென்றபடியும் சமூகக்கடமைகளை ஆற்றியபடியும்தான் (பல குளறுபடிகள் இருந்தன என்பது உண்மைதான். பிறர் சிறு பிரச்சினை உள்ளவனைக்கூட பைத்தியம் என அழைப்பதை மிகவும் விரும்புகிறார்கள்.) இருந்தேன். எனது ஒரு பகுதி பூமியின் கட்டுப்பாடுகளுக்குள் செயல்பட்டபோது விடுபட்ட மற்ற பகுதி தடையற்ற வெளியில் உலாவியது. இரண்டும் ஒன்றை ஒன்று வேவு பார்த்துக் கொண்டிருந்தன. என் படைப்பியக்கத்தின் மிக உக்கிரமான பகுதிகளில் எல்லாமே எனது இந்தக் காலகட்ட அனுபவத்தின் நேரடி பாதிப்பு இருக்கிறது என்று படுகிறது.

இவ்வனுபவத்தை வைத்து இப்படிச் சொல்லமுடியும். தரிசனிகர்களில் செயல்படும் மனப்பிளவானது சமகாலத்தின் தத்துவ தருக்கங்கள், மனநிலைகள் ஆகியவற்றில் இருந்து விலகி அப்பால் செல்ல மனம் மேற்கொள்ளும் முயற்சியின் விளைவேயாகும். தன்னை பிளந்து ஒரு பகுதியை அவர்கள் கால இடத்துக்கு அப்பால் வீசிவிடுகிறார்கள். அந்த விலகல் மூலமே அவர்களுடைய தனித்த பார்வை, தீர்க்க தரிசன

அம்சம் சாத்தியமாகிறது. ஆனால் அது அவர்கள் தங்களில் இருந்து விலகிச்சென்று அடைந்தது என்பதனாலேயே சாதாரணமான தர்க்கத்துக்கு அதீதமானதாக உள்ளது.

நாராயணகுருவைப் பற்றிய தன் ஆய்வுநூலில் பி.கெ. பாலகிருஷ்ணன் தீர்க்கதரிசிகள் மற்றும் தரிசனிகர்களின் மனநிலை குறித்த விவாதத்தில் படைப்பியக்க மனநிலையின் பிளவுண்ட தன்மை எப்படி மேலும் பலமடங்கு உக்கிரத்துடன் அவர்களில் வெளிப்படுகிறது என்று தீர்க்கமாக விளக்கியுள்ளார். தரிசனம் என்பது ஒருபோதும் தருக்கபூர்வ மான சாதாரண மனநிலையின் வெளிப்பாடுகளாக இருப்பது இல்லை. தீர்க்கதரிசியின் மற்றவன் அவரை விழுங்குமளவுக்கு பெரிதாக வளர்ந்து விடுகிறான். அவ்விரு ஆளுமைகளுக்கு இடையே ஒரு குறைந்தபட்ச இணைப்பு சாத்தியமல்லாதாகும்போது பலசமயம் அவர்கள் பித்தர்களேயாகிவிடுகிறார்கள். மற்றவன் பேசுவது கனவு நிலைக்கூற்றாக, தர்க்கத்துக்கடங்காததாக, வகுத்துவிட முடியாத ஒரு கவித்துவத்தால் தன்னை வெளிப்படுத்துவதாக உள்ளது. கிறிஸ்துவோ, முகம்மதோ 'நான்' என்று சொல்லும்போது கால இடத்தில் அகப்பட்ட அந்த ஆளுமை அதைச் சொல்லவில்லை. அவனுக்கு அப்பாற்பட்ட தடையற்ற பேராளுமை ஒன்றே அங்கே பேசுகிறது. எளிய முறையில் கவிஞர்களிடமும் அந்த மற்றவனின் குரலை கேட்கலாம். அதைத்தான் இவன் சாதார்ண மொழியிலும் தருக்கத்திலும் கொண்டுவர வேண்டியுள்ளது.

முதல்நிலை தரிசனிகர் பலருடைய மொழிகள் அப்படியே நமக்கு கிடைப்பது இல்லை. அவர்களுடைய மாணவர்களால் அவை ஒழுங்குபடுத்தப்பட்டு தொகுக்கப்பட்டுள்ளன. கிறிஸ்து, புத்தர் போன்றவர்களின் கூற்றுகளாக தொகுக்கப்பட்டுள்ளவை உச்சபட்ச கவித்துவம் ஒரு வலுவான தொகுப்புமுறையால் பிற்பாடு ஒழுங்கு படுத்தப்பட்டிருப்பதையே காட்டுகின்றன. அரவிந்தர் இதைக்குறிக்க அழகிய சொல்லாட்சி ஒன்றை முன்வைக்கிறார், உச்சக் கவித்துவ அரற்றல் (supreme poetic utterance) ஆகவே தரிசனச்சாயல் கொண்ட எந்த சிந்தனையாளனிலும் ஒழுங்கின்மை ஒரு இயல்பாக இருப்பதைக் காணலாம். காந்தியின் அரசியலில் அவரது தரப்புகள் தெளிவாக முன்வைக்கப்பட்டிருப்பினும் அவர் அங்கு வந்து சேர்ந்த முறை எப்போதுமே மர்மமானதுதான். அதை அவர் 'குரல்' என்கிறார். அது அந்த பிறனின் குரல்தானே?

முதன்முதலாக நான் நீட்சேயின் அனைத்து எழுத்துக்களின் தொகுப்பை படிக்க முற்பட்டபோது அவற்றின் சிதறுண்ட தன்மை, சட்டென்று அபத்தத்துக்கு தாவிவிடும் அகத்தரிசனங்கள் ஆகியவற்றால் பெரிதும் குழப்பப்பட்டேன். நான் அந்த குழப்பத்திலிருந்து மீளவுமில்லை.

நான் காத்திருந்தேன் வெறுமே
ஆனந்தமாக நன்மை தீமைகளுக்கு அப்பால்
ஒளி பின்பு நிழல் அந்த நாள் மட்டுமே இருந்தது
அந்த ஏரி, அம்மதியம், முடிவின்றி வளர்ந்த காலம்
நண்பனே அப்போது ஒருவர் இருவரானோம்
ஜரதுஷ்ட்ரன் என்னிலிருந்து என் வழியாக வெளிவந்தான்.

நீட்சே (ஹால்வேயில்)

நீட்சேயின் மனப்பிளவுநிலையைப் பற்றிய அவரது நேரடி வாக்கு மூலமாக ஆகும் முக்கியமான கவிதை இது. சமீபத்தில் விட்ஜென்ஸ்டானின் நூலை படிக்கும்போதும் அதே குழப்பம் ஏற்பட்டது. பி.கெ. பாலகிருஷ்ணன் கூற்றுப்படி மிகச்சில தரிசனிகர்களே அந்தக் குழப்பங்கள் இல்லாமல், இருதளங்களுக்கிடையே சமநிலையை தக்கவைத்தபடி செயல்படுகிறார்கள், உதாரணம் சங்கரர், கார்ல் மார்க்ஸ்.

மு. தளையசிங்கத்தின் இறுதிக்காலகட்டத்தில் அவரைப் பற்றி ஒரு சக அறிஞர் எழுதிய கடிதம் மெய்யுளில் தரப்பட்டுள்ளது. அதில் அவரை மனப்பிளவு நோயால் பீடிக்கப்பட்டவர் என்று அவர் குறிப்பிடுகிறார். அது சரிதான் என்பதற்கு மெய்யுளே ஒரு சிறந்த சான்றேடு ஆகும். அதன் உன்மத்த நிலை ஒருபுறமிருக்க, நேரடியாகவே அது ஒரு மனப்பிளவு ஆவணம். நல்லசிவம், மு. தளையசிங்கம் என இரு ஆளுமைகள் மோதியும் கலந்தும் வெளிப்படுவதை ஆதாரமாக சொல்லலாம். தளைய சிங்கத்தின் விருப்பப்படி அவரது தம்பி பொன்னம்பலம் எழுதிய பதிலில் மனப்பிளவு என்ற கருத்து மனத்தின் இயக்கநிலைகள் குறித்து பெரிதாக ஞானமேதுமில்லாத நிலையில் உளவியலாளர் உருவாக்கியது என்கிறார். அது உண்மை என இன்று மனப்பிளவு முறித்து வரும் ஆய்வுகளை பார்த்தால் உணரலாம்.

‘பிளவுண்ட மனம் என்பதைவிட நான் கட்டுரையில் கூறிய விதத்தில் இரு மனத்தளங்களின் கலப்பு என்று சிந்தித்துப்பார்த்தால் அதன் முற்போக்கான வளர்ச்சி மாற்றத்திற்குரிய தன்மையை காணலாம். அந்தத்தன்மையை வடிவாகப் பயன்படுத்துவதற்கு அவை பற்றி சீராகத் தெரிந்த சமய ஞானங்களுக்குரிய யோக முறையை நாடவேண்டுமே ஒழிய திரும்பவும் பொருள்முதல்வாத பௌதிக விஞ்ஞானத்திடம் சரண்புகுவது புத்திசாலித்தனமல்ல’ (மெய்யுள் பகுதி கலப்பு வலயம்.)

என்று மிக நுட்பமாக அந்த மனநிலையின் சாத்தியங்களையும் பயன்பாடுகளையும் மு. பொன்னம்பலம் விளக்குகிறார்.

மனப்பிளவை கட்டுப்படுத்தி, ஆக்கபூர்வமாகப் பயன்படுத்தி, மனிதர்களின் உளச்சக்தியை இருமடங்காக்க முடியும் என்றுகூட இன்று அறிவியல்

ஊகங்கள் முன்வைக்கப்படுகின்றன. மு. பொன்னம்பலம் தொடர்ந்து 'பிளவுபட்ட அல்லது கலப்பு மனநிலையை தாண்ட முடியாத நிரந்தர மனக்குழப்பங்களை காட்டும் பைத்தியங்கள் கூட பரிணாம வளர்ச்சியில் எதிர்பார்க்க வேண்டிய breaks வகையேதான்...' என்று ஒரு படிமேலே சென்று வலியுறுத்துகிறார். இக்கடிதம் எழுதப்பட்ட போது அந்த நண்பர் எதிர்பார்த்த மேற்கத்திய உளவியல் சார்ந்த நிரூபணங்களை அளிக்க மு. பொன்னம்பலத்தால் முடிந்திருக்காது. ஆனால் இன்று ஆலிவர் சாக்ஸ் போன்ற நவீன நரம்பியல், உளவியல் அறிஞர்களிடமிருந்து ஏராளமான ஆய்வுண்மைகளை முன்வைக்க முடியும்.

தரிசனிகர்களில் ஒரு பகுதியினர் தங்களை வெளிப்படுத்த முடியாதவர்கள், அந்த இறுதி எல்லையை அடைந்து நிறுவிட்டவர்கள். இன்னொரு சாரார் வெளிப்படுத்தியும் புரிந்துகொள்ளப்படாதவர்கள். இவ்விரு சாராரும் தங்கள் தரிசனத்தை தங்கள் வாழ்க்கையால் அடிக்கோடிடும் பொருட்டு சிலுவை ஏறியே ஆகவேண்டுமென்ற நிலைக்கு தள்ளப்பட்டவர்கள் என்று பி.கெ. பாலகிருஷ்ணன் சொல்கிறார். ஏசுவும் காந்தியும் தங்கள் மரணத்தை நோக்கி தாங்களே நடந்து சென்றனர், தங்கள் உயிர்த்தியாகம் மூலம், அது உருவாக்கும் மனசாட்சிப் பிரச்சினைகள் மூலம், தங்கள் தரிசனத்தை பிறர் பொருட்படுத்தியே தீரவேண்டுமென்ற நிலையை உருவாக்கினார்கள் என்கிறார். மு. தளையசிங்கத்தின் வாழ்க்கையை பார்க்கும்போது அவரும் அதே பாதையில் செல்வது தெரிகிறது. மெய்யுளுக்கு பிறகு அவர் தன் மரணம் மூலம் தனது நேர்மையான தீவிரத்தை அடிக்கோடிட்டு முடித்துக்கொள்வதே சாத்தியமான விஷயமாக இருந்தது.

ஆகவே தளையசிங்கத்தின் மெய்யுள் தரிசன நூல்களுக்கே உரிய அனைத்துச் சிக்கல்களுடனும் உள்ளது. அது படிம மொழியில் பேச முயல்கிறது. பல படிமங்கள் மரபிலிருந்து வந்தவை, பல அந்தரங்கமானவை. படைப்பூக்கம் கொண்ட உக்கிரமான மனப்பிளவு நிலையில் அது செயல்படுகிறது. ஆகவே அது அகவெளிப்பாடுகளுக்கும் புறத் தருக்கங்களுக்கும் இடையே ஒரு இணைப்பை உருவாக்க ஓயாது முயன்று பலசமயம் தோல்வியையே அடைந்துள்ளது. ஒரு பிரதி என்ற முறையில் மெய்யுளை அணுகுவது மிகச்சிரமமானது. அது நம் சிந்தனையை சிதறடிக்கலாம். நாம் அதனிடம் கேட்கும் வினாக்களுக்கு அது நேரடியாக பதில் அளிக்காமல் போகலாம். மெய்யுளை அணுக சிறந்த வழி அதை தனித்தனி துளிகளாக வாசிப்பதே. அதாவது அதை நமது கற்பனை மற்றும் சொந்த தருக்கம் மூலம் தொகுத்துக் கொள்ளலாம். தளையசிங்கம் அளிக்கும் தொகுப்புமுறையை முற்றிலும் உதாசீனம் செய்துவிடலாம். அவரது அரைகுறை விளக்கங்கள், விவாத

எல்லையை மீறிய பயணங்கள், சில அபத்தமான சுயவிவரணைகள் ஆகியவற்றை நாம் துணிந்து வெட்டித் தள்ளிவிடவேண்டும். அப்படி வாசித்தால் அற்புதமான அகத்தரிசனம் ஒளிவிடும் துளிகளை அடுத்தடுத்து நாம் கண்டபடியே போகலாம். நமக்கு வரலாற்று பிரக்ஞையும், கற்பனை ஆற்றலும், சிந்தனைப்பழக்கமும் இருக்குமென்றால் அந்த ஒவ்வொரு துளியும் நமக்கு ஒரு வாசலை திறந்தபடியே போகும். இந்த அனுபவத்தை அளிக்கும் தமிழ் சிந்தனையாளர் எவருமில்லை.

நம்மில் அப்பொறிகள் உருவாக்கும் திறப்புகளை தொகுத்து அதன்மூலம் நாம் தளையசிங்கத்தை புரிந்து கொண்டோமென்றால் மட்டுமே அவரது மனம் அதன் உக்கிரநிலையில் எப்படி இயங்கியதோ அதன் அருகே நம்மால் போக முடியும். அதுவன்றி நாம் அவரது ஒழுங்கின்மையை பிழைகளை முக்கியப்படுத்தினோமெனில் அவரை முற்றாக இழந்துவிடுவோம். துரதிருஷ்டவசமாக மேற்கோள்கள் மூலம் தெள்ளத்தெளிவாக சொல்லப்பட்ட ஒன்றை மனனம் செய்து உச்சாடனம் செய்வதே சிந்தனை என நம்மிடம் சொன்னபடியே இருப்பவர்களையே நாம் சிந்தனையாளர்களாக பல காலமாக கண்டு வருகிறோம். அவர்களின் 'தெளிவுக்கு' பழகிவிட்டிருக்கிறோம். அவர்கள் தளையசிங்கம் போன்றவர்கள் மீது முன்வைக்கும் விமரிசனங்களுக்கும் பழகிவிட்டிருக்கிறோம். விட்ஜென்ஸ்டான் தமிழில் எழுதினாலும் தளையசிங்கம் எதிர்கொண்ட அதே விமரிசனங்களைதான் பெற்றிருப்பார். அவர் தெளிவாகவும் தருக்கபூர்வமாகவும் ஏதும் எழுதியது இல்லை. வாதிட முன்வந்ததே இல்லை. அவரது எல்லா எழுத்துக்களும் சிறு சிறு உதிரி கூற்றுகளாக, ஒற்றையான தரிசனத் தெறிப்புகளாக உள்ளன. அவரை அறிய வேண்டுமெனில் அவற்றுக்கு இடையே அவரது மனம் அடைந்த பாய்ச்சல்களை அவ்வரிகளினூடாக சென்று நாம் அடையவேண்டும். எந்த மூலச்சிந்தனையாளனையும் அறிய அது அவசியம். தளையசிங்கம் அத்தகைய கவனம் இருந்தால் மட்டுமே அடையக்கூடிய சிந்தனையாளர்.

2

மு. தளையசிங்கம் என்ன சொல்கிறார் ?

தளையசிங்கத்தின் கருத்தியக்கத்தை இரு கூறாக வகுத்து புரிந்து கொள்வது அவசியமாகும். தருக்கபூர்வமாக, சிந்தனை சார்ந்து அவர் செயல்பட்ட தளம் முதலாவது. உள்ளுணர்வு சார்ந்து அவர் செயல்பட்ட தளம் இரண்டாவது. அவரிடம் இவ்விரு தளங்களுக்கும் இடையே மோதலும் முரண்பாடும் எப்போதும் உண்டு. அவரை இன்று நாம்

பொருட்படுத்த வேண்டியது அவரது உள்ளுணர்வு வெளிப்படும் கணங்களுக்காக மட்டுமே.

அடுத்த யுகம் குறித்த கனவின் பின்னணி

தளையசிங்கத்தின் தரிசனங்களில் அடுத்த யுகம் குறித்த கனவுகளுக்கே பெரிதும் இடமளிக்கப்பட்டுள்ளது. இதை இரண்டு தளங்களில் நாம் புரிந்துகொள்ள முடியும். ஒன்று காலம்காலமாக மானுட சிந்தனையில் மேலும் சிறப்பான அடுத்த காலகட்டம் குறித்த கனவுக்கு இடம் இருந்தபடியே உள்ளது. எல்லா தரிசனங்களும் அடிப்படையில் பொற்காலம் குறித்தவையே என்று சொல்லலாம். சென்று மறைந்த பொற்காலத்தை மீட்பது பற்றியோ அல்லது புதிய ஒரு பொற்காலத்தை உருவாக்குவது பற்றியோதான் அவை பேசுகின்றன. சொல்லப் போனால் இப்பெரும் கனவே மானுடத்தை இதுவரைக்கும் இட்டு வந்துள்ளது.

அடுத்த தளம் குறிப்பானது. மேற்கத்திய சிந்தனையில், பதினெட்டாம் நூற்றாண்டில் பற்பல துறைகளில் பல்வேறு வகையான பரிணாம வாத கருத்துகள் உருவாகி வலுப்பெற்றன. அதற்கும் முன்பே கிரேக்க சிந்தனையிலேயே பரிணாம வாதம் பேசப்பட்டிருந்தது. அதன் உச்சப்புள்ளி சார்ள்ஸ் டார்வினின் உயிரியல் பரிணாமக் கொள்கை. அது எப்படி செமிட்டிக் மதங்களின் பிரபஞ்ச உருவகத்தை உலுக்கியது என நாம் அறிவோம். ஆனால் அனைத்து சிந்தனைகளிலும் அதன் குறியீட்டு தாக்கம் ஏற்பட்டது. உயிரியல் பரிணாமத்தின் விதிகளை அப்படியே கலாசாரத்திலும், சமூகவியலிலும், வரலாற்றிலும் பிற்பாடு உளவியலிலும் போட்டுப் பார்த்ததன் விளைவாக பல்வேறு விதமான சித்தாந்தங்கள் உருவாயின.

உதாரணமாக ஒருசெல் உயிரினத்திலிருந்து பரிணாமம் அடைந்து இன்றைய மனிதன் உருவான நீண்ட பரிணாமப் பாதையின் திசை மேற்கொண்டு என்னவாக இருக்கும் என்ற கேள்வி தத்துவவாதிகளால் மீண்டும் மீண்டும் எழுப்பப்பட்டது. அதே வினா வரலாற்றையும் கருத்தியல்களையும் மையமாக்கி விரிவுபடுத்தப்பட்டது. அன்றைய காலகட்டமானது பொருள்முதல்வாதிகளின் கடுமையான தாக்குதல்களை எதிர்கொண்ட கருத்துமுதல்வாதம் தன் தர்க்கத்தை விரிவுபடுத்தி பல உச்சங்களை கண்டடைந்த ஒன்றாகும். அத்துடன் அந்த உச்சநிலையில் கருத்துமுதல்வாதமும் பொருள்முதல்வாதமும் ஒன்றையொன்று கண்டுகொண்டதும் நிகழ்ந்தது. ஹெகல், மார்க்ஸ், நீட்சே போன்றவர்கள் அப்படிப்பட்ட உச்சநிலைகள். மேற்கண்ட வினாவை எழுப்பிய தத்துவவாதிகள் மனிதனின் பரிணாமத்துக்கும், அவனது இதுவரைக்குமான வரலாற்றுக்கும் ஒரு தெளிவான இலக்கு, அதை

நோக்கி அவனை நகர்த்திச் செல்லும் திட்டம் இருப்பதாக உருவகித்தார்கள். முழுமுதல்படைப்பாளி, கண்ணுக்குத்தெரியாத இயக்குநன், கடவுள் என்ற மையத்தில் தேங்கி நின்றிருந்த கருத்துமுதல்வாதம் இந்தக் கட்டத்தில்தான் புத்துயிர் பெற்று பாய்ச்சலை நிகழ்த்தியது என்பதைக் காணலாம்.

வரலாற்றுவாதம் (Historicism) தான் கருத்துமுதல்வாதத்தின் கடைசி பெரும் ஆக்கம். அதை மார்க்ஸியம் போன்ற பொருள்முதல்வாத சித்தாந்தத்துக்கும் செல்லுபடியானதாக ஆக்கியதுதான் அதன் வெற்றி. வரலாற்றுவாதம் வரலாற்றை ஒரு திட்டம் உடையதாக சித்தரிக்கும் போது வேறுவழியில்லாமல் இறுதி இலக்கையும் தீர்மானித்து விடுகிறது. ஆகவேதான் ஹெகல் உச்சகட்ட நாகரிகம் அடைந்த ஒரு அதிசமூக அமைப்பு நோக்கி வரலாறு நகர்வதாக சொல்லநேர்ந்தது. நீட்சே அதிமனிதனை உருவகிக்கிறார். மார்க்ஸ் பொதுவுடைமை சமூகத்தை உருவகிக்கிறார். 'முழுமுதல் மனிதன்', 'முழுமுதல் சமூகம்' குறித்த ஏதேனும் ஒரு சித்தாந்தத்தை இக்கால தத்துவவாதிகளில் பெரும்பாலோர் முன்வைத்திருப்பார்கள்.

பிற்பாடு உளவியலின் கண்டுபிடிப்புகள் பரவலாக வெளிவந்தபோது இந்தப்போக்குகளில் வேகம் கூடியது. ஃப்ராய்ட் மனம் என்பது ஒரு இயல்பான அகச்செயல்பாடு அல்ல, அறியமுடியா ஆழங்கள் கொண்டது என கூறியதானது மானுட மனம் எதிர்காலத்தில் அடைய சாத்தியமான பெரும் பாய்ச்சல்கள் குறித்த கனவுகளை மேற்கே ஏற்படுத்தியது. சி ஜி யுங்கின் கருத்துகளை பயன்படுத்தாத மேற்கத்திய கருத்துமுதல்வாதிகளே இல்லை என்று சொல்லலாம். மானுடக் கூட்டுமனம் குறித்த உருவகமே அதிமனம், மாமனம் குறித்த பலவகையான உருவகங்களுக்கு ஆதாரம்.

பரிணாமவாதம் கருத்துமுதல்வாத அடிப்படையில் விரிவுபடுத்தப் பட்டதே ஹென்றி பெர்க்ஸனின் படைப்பூக்க பரிணாமம் குறித்த சித்தாந்தம். தத்துவார்த்தமாக பரிணாம வாதத்தை அடுத்தகட்டத்துக்கு எடுத்துச்சென்றவர் கார்ல் பாப்பர். மானுடம் ஒருநாள் மரணத்தையும் தாண்டி செல்லலாம் என்கிறார் பெர்க்ஸன். மனிதனின் எல்லா உளவியல் நிகழ்வுகளையும், எல்லா கலாசார எத்தனங்களையும் மேலும் மேலும் சிறந்த மனிதத்துக்காகவும், சமூகத்துக்காகவும் இயற்கை மேற்கொள்ளும் சிருஷ்டிகர செயல்பாடுகளாகவே விளக்க முடியும் என்கிறார் பெர்க்சன். அதேபோல மேலோட்டமான பார்வையில் மானுட வரலாற்றிலும் மானுட சிந்தனைப்போக்கிலும் உருவாகும் முரண்பாடுகளை விரிவான மானுடபரிணாமம் சார்ந்த ஒரு திட்டத்தில் பொருத்தினால் மட்டுமே புரிந்துகொள்ள முடியும் என்கிறார் பாப்பர். இதற்கு சமானமாக மேலும் அகவயமான ஒரு குரலின் அரவிந்தர்

மாமனிதன் குறித்து பேசுகிறார். பரிணாமவாதம் நவீன நரம்பியல் ஆய்வுகளில் மேலும் பல (என்னால் தெளிவாக புரிந்துகொள்ள முடியாதபடி உள்ள) முக்கியமான வளர்ச்சிகளை அடைந்துள்ளது. இப்போக்குக்கு எதிரானது மேற்கே இப்போது சற்று அடங்கியுள்ள பின்நவீனத்துவ அலையாகும்.

பரிணாம வாதத்தையும் அதன் விளைவான வரலாற்றுவாதத்தையும் உளவியல் கருவிகளின் உதவியுடன் விளக்க முயல்கிறார் தளையசிங்கம். அவரது படைப்புலகில் பொதுவாக மேற்குறிப்பிட்ட சிந்தனையாளர்களின் பெயர்களையும் மேற்கோள்களையும் காண முடிவதில்லை. ஆனால் அவர்களின் பாதிப்பையும் சமானமான சிந்தனை களையும் காண முடிகிறது. வரலாற்றுவாதம் சார்ந்த கனவு அவருக்கு அரவிந்தரிலிருந்து கிடைத்திருக்கிறது.

வரலாற்றுவாதத்தினை நிராகரிக்கும் பின்நவீனத்துவ சிந்தனைகள் இங்கு வரும்போது அவர்கள் எதிர்கொள்ளவேண்டிய முக்கிய படைப்பாளி தளைய சிங்கமே. அவர் வேறு ஒருவகையில் நவீனத்து வத்துக்கு எதிராக இருப்பதையும், அவரது படைப்புகளின் பிளவுண்ட தன்மை பின் நவீன படைப்புகளுக்கு சமானமாக இருப்பதையும் அவர்கள் விளக்கவேண்டியிருக்கும்.

இலக்கியவாதியும் தத்துவவாதியும்

தளையசிங்கம் ஒரு முற்போக்காளராக தன் இலக்கிய வாழ்க்கையை ஆரம்பித்தவர். பிற்பாடு இலக்கிய ஆக்கம் மூலம் அத்தத்துவத்தின் போதாமைகளை உணர்ந்து அடுத்தகட்டத்துக்கு நகர்ந்தவர். அவர் தீவிரமாக செயல்பட்ட காலத்தில்தான் சோவியத் ருஷ்யா குறித்த நம்பிக்கைகள் வீழ்ச்சி அடைந்தன. உலகம் முழுக்கவே இடதுசாரி எழுத்தாளர்கள் வேறு தளங்களுக்கு நகர முற்பட்டனர். இடதுசாரி கருத்துகளில் இருந்து வெளியேவர தளைய சிங்கத்துக்கு ஆர்தர் கோஸ்லர், ஷோல்செனிட்சின் முதலியோரின் ஆக்கங்கள் தூண்டுதலாகியுள்ளமை அவரது எழுத்துக்களில் இருந்து தெரிகிறது. அதன் பின் தளையசிங்கத்தின் எழுத்துக்களில் நவீனத்துவச் சாயல் உருவாகிறது. கோட்டை, தொழுகை போன்ற கதைகள் நவீனத்துவ வடிவப்பிரக்ஞையும், தத்துவ நோக்கின் சாயலும் உடையவையே. இந்தியாவெங்கும் இடதுசாரிக் கருத்துகளைமீறி வளர்ந்த எல்லா படைப்பாளிகளும் நவீனத்துவ அழகியல், தத்துவ கட்டமைப்புக்கு உள்ளேயே சென்று சேர்ந்துள்ளனர். அங்கேயே தங்கி பல ஆழமான சிறுகதைகளையும் சிறு நாவல்களையும் படைத்துள்ளனர். தமிழில் சிறந்த உதாரணம் சுந்தர ராமசாமி. இன்று நவீனத்துவம் பின்னகர அவர்கள் தங்கள் முக்கியபடைப்புகள் சிலவற்றை மட்டும்

விட்டுவிட்டு காலத்தில் மறைந்து கொண்டிருக்கிறார்கள். ஆனால் தளைய சிங்கம் சீக்கிரத்திலேயே அந்த வட்டத்துக்கு உள்ளிருந்து தன்னை விடுவித்துக் கொண்டிருப்பதைக் காணலாம்.

தளையசிங்கத்தை மேலும் நகரவைத்தது எது ? முதல் பார்வைக்கு அது இந்திய ஆன்மிக மரபின்மீது அவர் கொண்ட ஈடுபாடுதான் என்று படும். அது அடிப்படையில் நாஸ்திக (எதிர்மறை) தன்மைகொண்ட நவீனத்துவ கொள்கைகளுடன் ஆழமான விலகலை அவருக்கு ஏற்படுத்தியது என்று தோன்றும். ஆழ்ந்து யோசித்தால் தளைய சிங்கத்தை இயக்கிய அடிப்படை வினாக்கள் பலவற்றுக்கு நவீனத்துவ மரபில் பதில் இல்லை என்பதே அதற்குக் காரணம் என்று தெரியும். உதாரணமாக தளையசிங்கம் அறிவியலின் எல்லை என்ன என்றகேள்விக்கு அழுத்தமான முக்கியத்துவம் தருபவர். அறிவியல் நோக்கின் அடிப்படையாக மெய்யியலுக்கு கவனம் தருபவர். இந்தப் பார்வையே நவீனத்துவர் களிடம் இல்லை. நவீனத்துவம் அறிவியல் நோக்கின் கலைநீட்சி மட்டுமே. நவீனத்துவத்திலிருந்து விலகிய தளையசிங்கம் அதற்கு அடுத்தகட்டத்துக்கு தன் சொந்த உள்ளுணர்வையும் தருக்கத்தையும் துணைகொண்டு நகர முயன்றார், அவரது முதன்மையான பங்களிப்புகள் இந்தத் தளத்திலேயே அமைந்தன.

தளையசிங்கத்தின் சிறந்த சிறுகதைகளை (கோட்டை, தொழுகை, ரத்தம், தேடல், சாமியாரும் வீட்டுக்காரரும்) தமிழின் ஆகச்சிறந்த 50 கதைகளின் பட்டியலில் சேர்க்கலாம். ஈழத்தின் படைப்பிலக்கிய வாதிகளில் இப்பட்டியலில் முதலிடம் தரத்தக்கவர் தளையசிங்கமே. அவரது 'ஒரு தனிவீடு' ஈழ குறுநாவல்களில் முதன்மையானது என்பது என் கணிப்பு. ஆயினும் தமிழின் முக்கியமான படைப்பாளிகளுடன் ஒப்பிடப்பட்டால் தளையசிங்கம் சற்று கீழேயே நிற்கநேரிடும். அவரது முக்கியத்துவம் அவர் நவீனத்துவத்தை விட்டு முன்னகர்ந்த பிறகே ஏற்படுகிறது. அப்படி முன்னகர்ந்தபோது அவர் படைப்பிலக்கியத்தைவிட்டும் பெரிதும் நகர்ந்து விட்டிருந்தார். இம்முன்னகர்தலை முதலில் அடையாளம் காட்டிய நூல் 'ஏழாண்டு இலக்கிய வளர்ச்சி'.

ஏழாண்டு இலக்கிய வளர்ச்சி அடிப்படையில் இலக்கிய சர்ச்சைத் தன்மை (polemical) கொண்டது. ஈழ இலக்கியத்தின் ஒரு காலகட்டத்துப் போக்குகளை அவற்றின் படைப்பாளிகளை முன்வைத்து தளையசிங்கம் அலசுகிறார். ஆனால் அதன் அமைப்பை கூர்ந்து கவனித்தால் அக்கால கட்ட கருத்தியல் இயக்கத்தை ஈழ இலக்கியத்தை முகாந்திரமாகக் கொண்டு தளையசிங்கம் மூன்று பெரும் போக்குகளாகப் பிரித்து ஆய்வுக்கு உட்படுத்துவது தெரியவரும். ஒன்று மார்க்ஸிய

சிந்தனைத்தளம். பொருளியல் அடிப்படையில் சமூக இயக்கத்தை புரிந்துகொள்ளுதல், வர்க்கப் போரின் அடிப்படையில் வரலாற்றை விளக்குதல், மனித மனத்தை ஒரு சமூகக் கட்டுமானமாக காணுதல், கலை இலக்கியங்களை கருத்தியலின் நீட்சிகளாக மட்டும் வகுத்துக் கொள்ளுதல், கருத்தியலை சமூக மாற்றத்துக்கான கருவியாக பயன்படுத்துதல் ஆகியவை அதன் ஆதாரப்போக்குகள். கைலாசபதி இதன் பிரதிநிதி.

முற்போக்கில் பங்குகொண்டிருந்து பிரிந்து எதிராக ஆகிய போக்கு எஸ். பொன்னுத்துரை வழிநடத்திய நற்போக்கு. இதை உலகளாவிய தளத்தில் விரித்துப் பார்த்தால் மனித மனத்தின் இயக்கத்திற்கு நேரடியான சமூகவியல் விளக்கங்களை அளிக்க மறுத்து அதன் செயல்பாடுகளை மேலும் நுட்பமாக காணமுயன்ற, மொழிக்கு மனித மன இயக்கத்துடன் கொள்ள சாத்தியமான இணைவை இலக்கியத்தின் அடிப்படை விதியாகக் கண்ட, தன்னை முன்னிறுத்தி சமூகத்தையும் வரலாற்றையும் அறிய முயன்ற நவீனத்துவப் பொதுப்போக்குகளுடன் அடையாளப் படுத்தலாம். ஆனால் நற்போக்கு முற்போக்கைப்போலவே சமூக மாற்றத்தில் இலக்கியம் ஆற்றக்கூடிய பங்களிப்பை வலியுறுத்தியது. இதன் இணையான மறுபக்கமாக செயல்பட்ட நவீனத்துவத்தின் இன்னொருபோக்கை மு. தளையசிங்கம் பிரமிளில் சரியாகவே அடையாளம் கண்டார். கருத்தியல் இயக்கம், சமூக இயக்கம், அழகியல் ஆகியவற்றுக்கு இடையே இணைகோடுகளை போட மறுத்து இலக்கியத்தை பெரிதும் உள்ளுணர்வுகளின் அடிப்படையில் காணமுயன்ற மரபு இது.

தன் இயல்பின்படி பிரமிளின் செயல்தளத்துடன் இணைவு கொள்ள வேண்டியவரே தளையசிங்கம். அவரது உள்ளுணர்வு பிரமிளின் படைப்பியக்கத்தை ஏற்கவும் செய்கிறது. ஆனால் இரு அடிப்படைகளில் இருந்து இறுதிவரை தளைய சிங்கம் விலகவில்லை. ஒன்று, அனைத்து செயல்பாடுகளுக்கும் மானுட விடுதலைமேம்பாடு ஆகியவற்றுடனான உறவு முக்கியம் என அவர் கருதினார். இரண்டு, தத்துவம் அரசியல் அறிவியல் போன்ற துறைகளுடன் உறவின்றி இலக்கியம் தனித்து இயங்க முடியாது என அவர் நம்பினார். இந்த இரு நம்பிக்கைகளும் அவரை மேலும் உந்திச்சென்றன. ஏழாண்டு இலக்கிய வளர்ச்சியை பார்த்தோமென்றால் தளைய சிங்கம் கைலாசபதி முன்வைத்த எந்திரத்தனமான அணுகுமுறையை கடுமையாக நிராகரிக்கிறார் என்பது தெரிகிறது. அத்துடன் நற்போக்கினர் மொழியில் ஆழ்ந்து இலக்கியத்தை உச்சாடனத்தொழில்நுட்பமாக ஆக்க முயன்றதையும் நிராகரிக்கிறார். பிரமிளின் உள்ளுணர்வு சார்ந்த இயங்குதளம் அவரை ஒப்பீட்டளவில் மேலும் கவர்கிறது.

ஆனால் மூன்று போக்குகளையும் தளையசிங்கம் நிராகரிக்கவே செய்கிறார். இது முதல் தோற்றம் என்பேன். அவர் கைலாசபதியை நிராகரிப்பது அறிவியலுக்கு எதிரான நோக்கில் அல்ல. மாறாக கைலாசபதி முன்வைத்த அறிவியல் நோக்கு காலத்தால் பின்தங்கியது என்பதனாலேயே. ஏழாண்டு இலக்கியவளர்ச்சி எழுதப்பட்ட காலத்தில் ஐரோப்பாவில் தளையசிங்கத்தின் தரப்பை மிக வலுவாக உறுதிப் படுத்தும் ஏராளமான அறிவியல் கோட்பாடுகள் வர ஆரம்பித்துவிட்டன, அவற்றை தளையசிங்கம் அறிந்திருக்கவில்லை என்றே அவரது எழுத்துக்களில் இருந்து தெரிகிறது. அக்கோட்பாடுகள் எண்பதுகளில் தான் தமிழில் அறிமுகம் செய்யப்பட்டு விவாதத்துக்கு வந்தன. மொழியை முன்னிறுத்தி வரலாறு, இலக்கியம், தத்துவம், அறிவியல் ஆகியவற்றை விவாதிக்க முற்பட்ட கோட்பாடுகளையே குறிப்பிடுகிறேன். அவை புறவயமான அறிவு என்ற கருத்தை கேள்விக்குரியதாக்கி, நிரூபணவாதத்தின் முக்கியத்துவத்தை நிராகரித்தன என்பதை நாம் அறிவோம். கைலாசபதி முன்வைத்துப்பேசிய அறிவியல் கோட்பாடுகள் அவை பிறந்த அறிவுத்தளத்திலேயே ஆழமான மறுபரிசீலனைகளுக்கு ஆளாகிவிட்டிருந்தன.

தளையசிங்கம் இந்த சிந்தனை அலையை நேரடியாக அறியா விட்டாலும் அவர் அன்றைய நுண் இயற்பியலில் வந்த மாற்றங்களை கூர்ந்து கவனித்திருந்தார். அம்மாற்றங்கள் புறவய யதார்த்தம், நிரூபணவாதம் போன்ற கருத்துகளின் அடிப்படைகளை நிராகரிப்பதை அவர் ஊகித்தார். அவை கருத்தியல் தளத்தில் ஏற்படுத்தப்போகும் மாற்றங்களை அவர் முன்கூட்டிக் கண்டார். கருத்துமுதல்வாதம் பொருள்முதல்வாதம் போன்ற பிரிவினைகள் அர்த்தமிழந்துவிட்டன என அவர் மீண்டும் மீண்டும் சொல்வதை காணலாம். அப்போது அவருக்கு பதில் சொல்ல வந்த ஈழ எழுத்தாளர் ஒருவர் தளைய சிங்கத்தின் கருத்துகளுக்கு நிரூபணவாத பலம் இல்லை என்று சொன்னது மெய்யுளில் பிரசுரமாகியுள்ளது. இன்று அக்கேள்விகளுக்கு பதிலை நாம் ஃபிரிஜோ காப்ராவில், காரி சுகோவில், ரோஜர் பென் ரோஸில், பால் டேவிஸில் அல்லது கார்ல் பாப்பரில் இருந்து எடுத்துச் சொல்லலாம். கைலாசபதியின் பார்வை நவீன அறிவியல் நோக்குக்கு எதிரான இயந்திரயுகத்துப் பார்வை என்பதே தளையசிங்கம் முன்வைக்கும் விமரிசனம்.

அதேபோல நவீனத்துவத்தை விமரிசிக்கும் தளையசிங்கம் அதன் தனிமனித மையப் பார்வையை ஏற்க மறுக்கிறார். அது தருக்கபுத்தியின் மீது கொண்டுள்ள நம்பிக்கையை அவரால் ஏற்கமுடியவில்லை. மேற்கத்திய சுதந்திர இச்சை (free will) விவாதங்களின் நீட்சியாக உருவான நவீனத்துவ சிந்தனைப்போக்குகள் மனிதனை சமூகத்துக்கு

எதிரானவனாக நிறுத்துவதன் மூலம் அவனது சக்தியை வீணடிக்கின்றன என்று அவர் கருதுவது தெரிகிறது. மனிதனை சமூகத்தில் இருந்து பிரித்துப் பார்ப்பதை அவர் விரும்பவில்லை. அத்துடன் தளையசிங்கத்தை பொறுத்தவரை மெய்யியல் மிக முக்கியமானது. அது மானுட நன்மையை மேம்பாட்டை இலக்காகக் கொண்டதாகவும் இருந்தாக வேண்டும். நவீனத்துவம் மீது தளையசிங்கம் முன்வைக்கும் பல விமரிசனங்கள் பின்நவீனத்துவம் முன்வைத்தவற்றுக்கு சமமானவை. அக்கருத்துகள் மேற்கத்திய சிந்தனையின் வார்ப்படத்தில் அப்போது தான் உருக ஆரம்பித்திருந்தன என்பது குறிப்பிடத்தக்கது.

தளையசிங்கம் ஏழாண்டு இலக்கிய வளர்ச்சியில் ஒரு இலக்கிய வாதியாக இந்த போக்குகளுக்கு இடையே ஒரு இணைப்பு, ஒரு பொது இடம் உருவாக சாத்தியமுண்டா என்று பார்க்கிறார் என்று சொல்லலாம். தன் படைப்பியக்கத்தை அந்த இணைப்பின் தளம் நோக்கி நகரக்கூடிய ஒன்றாக அவர் அடையாளம் காண்கிறார். ஆனால் தொடர்ந்து அவரது தேடல் அவரை படைப்பியக்கத்தில் இருந்து வெளியே கொண்டு செல்கிறது. ‘போர்ப்பறை’ இந்த திசைமாற்றத்தை சுட்டும் திருப்புமுனையான படைப்பு. தன் கேள்விகளுக்கு தருக்கத்தால் விடை தேடுவதை மெல்ல தவிர்த்து அவர் தன் உள்ளுணர்வை நோக்கி திரும்பும் காலம் இது. இத்தொகை நூலில் கவனத்துக்கு உரிய விஷயம் ஒன்று உண்டு. இதில் தளையசிங்கத்தின் படைப்பியக்கம் பலவீன மடைந்துள்ளது. கதைகள் கருத்துமையம் கொண்ட எளிய அமைப்புடன் உள்ளன. ஆனால் கட்டுரைகளில் அதுவரை இருந்த சர்ச்சை தன்மை விலகி சுய உரையாடலுக்குரிய தோரணை தென்பட ஆரம்பிக்கிறது. விளைவாக சீராக விரியும் வாதகதிகளுக்குப் பதிலாக ஒழுங்குக்குள் சற்று சிரமப்பட்டுமட்டுமே தன்னை நிறுத்திக்கொள்ளும் சிந்தனை மின்னல்கள் காணக்கிடைக்கின்றன. இந்த மாற்றம் முக்கியமானது.

ஒரு சிந்தனையாளராக தளையசிங்கம் நேரடியானவர். இடக்கரடக்கல்கள், தயவு தாட்சணியங்கள் அற்றவர். உண்மையில் பூசிமெழுகாது பேசும் ஒருவரை நாம் எளிதாக புரிந்துகொள்ளும் நிலை இருக்கவேண்டும். ஆனால் நமக்கு இது மிகப்புதிய தாகையால் அதிர்ச்சியும் குழப்பமும் தான் ஏற்படுகிறது. இலக்கியப்படைப்பு ஒரு படைப்பாளியின் சுயத்தின் வெளிப்பாடு என்ற நவீனத்துவ நிலைப்பாடுதான். அந்த சுயம் அவன் வாழும் சூழலின் விளைவு என வரையறுத்துக் கொண்டு பேசுகிறார் தளையசிங்கம். ஆகவே சாதி குறித்து பேசும்போது எந்தவிதமான பாவனைகளுமில்லாமல் அப்பட்டமாக பேசுகிறார் தளையசிங்கம். அந்த அப்பட்டத்தன்மை அவரது அந்தரங்க சுத்தியின் விளைவு. அவரது எழுத்துக்களும் அவரது தனிப்பட்ட வாழ்வும் மரணமும் அவர் எந்த அளவுக்கு சாதியசமூக அமைப்பிற்கு எதிராக

இருந்தார் என்பதற்குச் சான்றாகும். அறிவியக்கத்தில் ஈடுபடமுனையும் அடித்தளச் சாதியினருக்கு ஏற்படும் தாழ்வுணர்வு அதுசார்ந்து எழும் பிரச்சினைகளை வெளிப்படையாக விவாதித்த ஒரே தமிழ்ச் சிந்தனையாளர் தளையசிங்கமே, அது தமிழின் மிக முக்கியமான பிரச்சினையாக இருந்தும்கூட. முற்போக்கு கெடுபிடிகளை எத்தனை துணிச்சலாக அவர் எதிர்கொண்டார் எனபதற்கு இது சான்று. அதேசமயம் அவர் தாழ்வுணர்ச்சியை, அதன்மூலம் உருவாகும் அவநம்பிக்கை மனநிலையை வெல்வதற்கு அவர் அடித்தள சாதியினருக்கு பரிந்துரை செய்தது தீவிரமான அதிகார மோகம், தாக்கிவெல்லும் முனைப்பு ஆகியவற்றையே என்பதைக் காணலாம்.

ஆனால் தளையசிங்கத்தின் ஆழ்மனவெளிப்பாடு முதன்மைகொண்டுள்ள மெய்யுளின் அத்தகைய அப்பட்டமான குரல் இல்லை. அது பூடகமும் சிக்கல்களும் தனக்குத்தானே பேசிக்கொள்ளும் இயல்பும் உடையதாக காணப்படுகிறது. மெய்யுள் தளையசிங்கத்தின் படைப்புகளில் மிகச் சிக்கலானது. அவரது ஆக்கங்களிலேயே துல்லியமற்றது, கட்டுக் கோப்பற்றது அதுதான். ஆனால் அதுவே மிக முக்கியமானது. தமிழில் எழுதப்பட்ட அசல் சிந்தனை நூல்களில் பலவகையிலும் ஆழ்ந்து பயில வேண்டிய முதல் நூலும் அதுதான், வேறு சூழல்களில் இத்தகைய நூல் வந்திருந்தால் அடுத்தகட்ட அறிஞர்களால் அவை நீவி சீராக்கப்பட்டு தேவையான பின்னணி விளக்கங்கள் அளிக்கப்பட்டு (அன்டோனி யோகிராம்ஷியின் சிறைக்குறிப்புகள் போல) நமக்குக் கிடைத்திருக்கும். இப்போது நாமே ஒரு எளிய முன்வரைவை உருவாக்கிக்கொண்டு முன்னகரவேண்டியுள்ளது.

பரிணாமத்தின் அடுத்த கட்டம், புதுயுகம்?

மெய்யுளின் அடிப்படையானது மனித சமூகத்தின் வளர்ச்சி குறித்த ஒரு உருவகத்தில் உள்ளது. பரிணாம வளர்ச்சியில் மனிதன் அடுத்த படியை நோக்கி நகரவேண்டிய கட்டத்தில் இருக்கிறான் என தளைய சிங்கம் கருதுகிறார். பரிணாம வரலாற்றை மெய்யியல் நோக்கில் விரித்தெடுத்து ஒரு சித்திரத்தை அளிக்கிறார். சடநிலையில் இருந்து பிரபஞ்சம் உயிர்நிலை நோக்கி முதலில் பரிணாமம் பெற்றது. அதில் இருந்து அது மனநிலைக்கு வளர்ச்சி பெற்றது. அடுத்த பரிணாம கட்டம் பேர்மனம் உருவாவதாகும் எனலாம் என்கிறார். இது ஒவ்வொன்றும் ஒரு சுழல். ஒவ்வொரு சுழலிலும் நான்கு யுகங்களை (கிருத, துவாபர, திரேத, கலி யுகங்கள்) உருவகம் செய்யலாம். அப்படியானால் இப்போது நாம் மனம் மையமாக உள்ள யுகத்தின் கலியுக முடிவில் இருக்கிறோம். இந்த காலகட்டம் ஒரு கொந்தளிப்பின் காலகட்டம். ஒரு யுகம் முடிந்து பிறிதொன்று பிறக்கும் தருணம். இதையே புதுயுகம் பிறக்கிறது என்று தளையசிங்கம் சொல்கிறார். இங்கு ஒரு விஷயம் கவனிக்கவேண்டும்.

இவை உருவகங்களே என்றும் புரிந்து கொள்ளும் வசதிக்காக செய்யப் படுபவை என்றும் தளையசிங்கம் வலியுறுத்திச் சொல்கிறார்.

இதை இந்திய யோகமரபின் அடிப்படையில் (இங்கு பொதுவாசகர் களுக்காக ஒன்றைச் சொல்லவேண்டும். தமிழ்ச் சூழலில் யோகம் என்பதை ஆன்மிகத்துடனும் வழிபாட்டுடனும் கடவுளிடமும் எல்லாசாராரும் பிணைத்துவிட்டனர். யோகம் மூலவடிவில் ஒரு லௌகீகவாத அல்லது பொருள்முதல்வாத தரிசனம்தான். உள்ளத்தை ஆழ்ந்து அறிவதற்கான பயிற்சிகள்தான் அது முன்வைப்பது. மிகப்பிற்காலத்தில் அதை ஆன்மிகவாத மரபுகள் எடுத்துக் கொண்டன. இந்த எடுத்தாளுகை பகவத் கீதையால் செய்யப்பட்டது என்பார் டி.டி. கோசாம்பி.) தளையசிங்கம் இதை விளக்குகிறார். மனித இருப்பு அன்னமயகோசம் (பருப்பொருள்), பிராணமய கோசம் (உயிர்), மனோமய கோசம் (மனம்), விஞ்ஞானமயகோசம் (ஆழ்மனம்), ஆனந்தமய கோசம் (ஒட்டுமொத்த ஆழ்மனம், பேர்மனம்) ஆகிய பல தளங்களில் உள்ளது என்று பகுக்கிறார். பிரபஞ்சத்தில் ஆதியில் அன்னமய கோசம் மட்டும் இருந்தது. அதாவது ரசாயனங்கள் போன்றவை. பிறகு உயிருள்ள இருப்புகள் உருவாயின. பின்பு மனம் உருவாகிவந்தது. இப்போது மனத்தை மையமாகக்கொண்டதாக மானுட இருப்பு உள்ளது. இனி ஆழ்மனத்தை மையமாகக் கொண்ட மானுடம் உருவாகும் என்கிறார். இதுவரை அதிமானுடர்களுக்கும் யோகிகளுக்கும் சாதகம் செய்து அடையக்கூடியதாக இருந்த விஞ்ஞான மய கோசமும் ஆனந்தமயகோசமும் இனிமேல் உருவாகும் காலச்சுழலில் அனைவருக்கும் உரியதாக ஆகும் என்கிறார் தளைய சிங்கம்.

இது ஒரு வகை தத்துவார்த்த விளிம்புநிலை உருவகம். இன்றைய அறிவியல் புனைகதைகளில் இத்தகைய அறிவியல் விளிம்புகள் தொடர்ந்து பலவாறாக பரிசீலிக்கப்படுவதைக் காணலாம். உண்மையில் இது சாத்தியமா என்ற கேள்வியைவிடவும் முக்கியமானது அப்படிப் பட்ட ஒரு நிலையில் இன்று நாம் கொண்டிருக்கும் நம்பிக்கைகள் கொள்கைகள் கோட்பாடுகள் எம்மாதிரி பொருள்படும் என்ற வினாதான்.

பூரண அத்வைத நிலை

இந்தப் புதுயுகத்தை தளையசிங்கம் இப்போது பிரிந்தும் தங்களுக்குள் மாறுபட்டும் கிடக்கும் பலவகைப்பட்ட அறிதல்முறைகளுக்கு இடையேயான ஒரு பூரண இணைப்பின் மூலம் நிகழக் கூடியதாக காண்கிறார் என எளிதாக விளக்கலாம். உதாரணமாக ஜனநாயக அமைப்பு ஒவ்வொரு கூறுக்கும் சுதந்திரமான வளர்ச்சியை வாக்குறுதியளிக்கிறது. ஆனால் அதில் மையப்படுத்தப்பட்ட இலக்கும் இல்லை. ஆகவே ஒருங்கிணைவு இல்லை, அது தாமதம் மூலம் நேர் எதிரான

விளைவுகளையே உருவாக்கும். அதேபோல சர்வாதிகார அமைப்புகளில் ஒருங்கிணைப்பும் இலக்கும் துரிதமும் இருப்பினும் சுதந்திரம் இல்லை. இரு போக்குகளின் எல்லா சிறப்பியல்புகளும் இணையும் ஒரு அமைப்பினை மனித இனம் அடையுமென தளையசிங்கம் கற்பனை செய்கிறார். இலக்கும் தெளிவும் உள்ள, அதேசமயம் சுதந்திரத்தின் மதிப்பை உணர்ந்த ஞானி அரசை தலைமைதாங்கலாம் என்று கருதுகிறார் தளையசிங்கம்.

அதேபோல கருத்துமுதல்வாதம் பொருள்முதல்வாதம் போன்ற கருத்துருவங்கள் பொருளிழந்து போகும் என தளையசிங்கம் கூறுகிறார். பதிலுக்கு மெய்முதல்வாதம் மனித குலத்தின் அறிதல் முறையாக ஆகும் என்று சொல்கிறார். இதை இன்றைய சிந்தனைப் போக்குகளில் அறிமுகமுள்ளவர்கள் பலவகையில் தொடர்பு படுத்தி புரிந்துகொள்ள முடியும். புறவய அறிதல்முறை என்ற ஒன்று இல்லை, ஒரு வரையறுக்கப்பட்ட பேசுதளத்தில் பொதுவாக ஏற்கப்பட்ட விதிகளின் அடிப்படையில் முன்வைக்கப்பட்ட கருத்தே புறவயமானது எனப்படுகிறது என்ற கூற்று அடிப்படையில் இந்தப் புரிதலில் இருந்து உருவாவதுதான்.பொருள் என்பதே அப்படி ஒரு தளத்தில் நம் பார்வையை வரையறுத்துக் கொள்வதனூடாக நம்மால் அறியப்படுவது மட்டும்தான் எனும்போது பொருள்முதல்வாதம் அடிப்படையற்றுப் போகிறது. அதேபோல கருத்தும் அப்படி ஒரு தளத்துக்கு ஏற்ப வரையறுத்துக் கொள்ளப்படுவதுதான் என்று கொள்ளும்போது ஒவ்வொன்றுக்கும் மூலமாக உள்ள முழுமுதன்மையான கருத்து என்பதும் இல்லையென்றாகிறது. அப்போது எஞ்சும் வினா ஏன், எப்படி, நம் தளவரையறைகளை உருவாக்கிக்கொள்கிறோம் என்பதே. இங்குதான் மெய்யியல் முதன்மைப்படுகிறது.

அறிவியல் சித்தாந்தங்களின் அடிப்படையாக அமைபவை ஊகங்கள் (hypothesis). அவை மானுடனின் தேவையில், அவனது கற்பனையின் சாத்தியங்களில், உலகை விளக்க அவன் கொள்ளும் கோணத்தில் இருந்து முளைப்பவை. அவற்றுக்கு அடிப்படையாக அமைவது அவனுக்கும் பிரபஞ்சத்துக்குமான உறவேயாகும். அது மெய்யியல் சார்ந்தது. ஆகவே அறிவியலின் அடிப்படையாக ஆழ்ந்த மெய்யியல் தரிசனம் இருக்கவேண்டும் என்று கருதப்படுகிறது. அதே இதழில் குமரிமைந்தன் நவீன வரலாற்றாய்வு குறித்து பேசும்போது வேறு ஒரு கோணத்தில் இதையே கூறுகிறார். புறவயமான தரவுகள் என ஏதுமில்லை. வரலாற்றாய்வுக்கு அடிப்படையாக அமைவது அதன் மெய்யியலே என. இந்த அம்சத்தை தளையசிங்கம் கூறும் மெய்முதல்வாதத்துடன் இணைத்து யோசிக்கலாம்.

இதேபோல உள்ளுணர்வு சிந்தனை ஆகிய பிரிவினைகளும் பொருளிழந்து போகலாம் என தளையசிங்கம் சொல்கிறார். அவை முரண்படும் நிலை மனத்தை மையமாகக் கொண்ட ஒரு மானுட சமூகத்துக்கு உரியது. அன்றாட வாழ்வுக்குரியதாக உள்ளது மனம், அல்லது ஜாக்ரத் அல்லது பிரக்ஞை. ஆழ்மனம் அதன் அடித்தள விரிவாக பின்னணியில் மறைந்துள்ளது. ஆழ்மனம் வெளிப்படுவதையே உள்ளுணர்வு என்கிறோம். ஆழ்மனதை மனதால் விளக்கமுடியாதபோது அது முரண்படுகிறது. உள்ளுணர்வின் வெளிப்பாடு பித்தாக தோன்றுகிறது. மனத்தின் தருக்கத்தை விரித்து ஆழ்மனதை அள்ள முயன்று களைக்கிறோம். அனைவருமே விஞ்ஞானகோசநிலையில் அதாவது ஆழ்மனமே இயல்பான மன இயக்கமாக இருக்கும் நிலையில் இந்த இருபாற்பிரிவினையும் சரி மோதலும்சரி இருக்காது என தளையசிங்கம் சொல்கிறார்.

கலையிலக்கியங்களின் அடிப்படை

இதன் அடுத்தபடியாக கலை இலக்கியங்களின் பணி என்ன என்ற கேள்விக்கு வருகிறார். கலையின் நோக்கமே உண்மையான பரவச விடுதலையை அளிப்பதுதான். அது எப்படி அப்பரவச விடுதலையை அளிக்கிறது? மனத்தை மையமாகக் கொண்டு வாழும் மனிதர்களுக்கு அது ஆழ்மனங்களை காட்டுகிறது. மனோமயகோசத்தில் வாழ்பவர்களின் விஞ்ஞான ஆனந்தமய கோசங்களை வெளிக்கொணர்கிறது. ஆனால் சமூகமே சாதாரணமாக அந்நிலையை அடையும்போது கலை அப்பணியை செய்யவேண்டியிருக்காது. சாதாரணமான தொழில்களே அன்றாட அனுபவங்களே அந்த பரவச நிலையை மனிதர்களுக்கு அளிக்கும். முழுவாழ்க்கையே கலையாக ஆகும் காலகட்டத்தில் கலை எதற்கு என்கிறார் தளையசிங்கம். அந்நிலையில் கலை பூரண கலையாக ஆகவேண்டியிருக்கும். இலக்கியம் பூரண இலக்கியமாக மாறவேண்டியிருக்கும்.

இதனடிப்படையில் பூரண இலக்கியம் என்ற கருத்தைப்பற்றி தளைய சிங்கம் விரிவாகப்பேசுகிறார். இனிமேல் இலக்கியவாதி பொழுது போக்கு எழுத்தாளனாகவோ, வாழ்க்கையின் ஏதேனும் ஒரு தளத்தைச் சேர்ந்த உண்மையை சொல்பவனாகவோ இருக்க முடியாது. இனிவரும் இலக்கியவாதி அறிவியல் அரசியல் அழகியல் ஆகிய அனைத்திலும் ஊடுருவியுள்ள பூரணமான ஞானத்தை உணர்ந்தவனாக அதை தன் எழுத்தினூடாக அனுபவமாக்குபவனாக இருக்கவேண்டும். அதாவது அவன் எழுதுவது அறிவியல் சமயம் என்றெல்லாம் பிரிக்க முடியாதபடி அனைத்தையும் தழுவிய சாராம்சத்தைக் கொண்டவனாக இருக்கவேண்டும். நேற்று ஒரு சமய ஞானி தன் மெய்யறிதல்மூலம் பெற்ற பூரண நிலையை எழுத்தாளன் கலைஞன் ஆகியோர் தங்கள் இலக்கியம் கலை மூலம் சாத்தியமாக்க வேண்டும்.

இந்த பூரண இலக்கியத்துக்கு உரிய வடிவமாக தளையசிங்கம் மெய்யுள் என்ற வடிவத்தை கற்பிதம் செய்கிறார். அவ்வடிவில் 'கலைஞனின் தாகம்' என்ற நூலை உருவாக்குகிறார். அந்நூல் மெய்யுளின் இணைப்பாக கொடுக்கப்பட்டுள்ளது. ஆனால் அது ஒரு ஆளுமைப் பிளவு பிரதியாக உள்ளது (schizophrenic text). தளையசிங்கம் உத்தேசித்துள்ள வடிவம் ஒரு கலவை, அதாவது கவித்துவம் /புனைவு/ விவாதம் இயல்பாகவே ஒருமுனைப்பட்டு ஒரு பேருண்மையை வெளிப்படுத்துவது ஆகும். ஆனால் இப்பிரதியில் அந்த இயல்பான இணைப்பு உருவாகவேயில்லை. மாறாக அவற்றுக்கிடையேயான மோதல் உக்கிரப்பட்டு ஆழ்மன ஒளிகளும், அவற்றை அபத்தமாக கைநீட்டிப் பிடிக்கத்தாவும் தருக்க விளையாட்டுகளும், சுருதியிறங்கும் போது மேலோட்டமான கவிதைநடையில் வெளிப்படும் உணர்ச்சிக் கொந்தளிப்புமாக ஒரு ருசியற்ற கலவை வடிவில் அது அமைந்துள்ளது.

தமிழின் இலக்கிய முக்கியத்துவம் கொண்ட ஆளுமைப்பிளவுப் பிரதிகளில் நகுலனின் 'நினைவுப்பாதை' இலக்கிய ரீதியாக முக்கியமானது. (நகுலன் நவீனன்) அதன் ஊடுபிரதித் தன்மை (inter textuality) மற்றும் நடையில் உள்ள மெல்லிய நகைச்சுவை ஆகியவை அதை முக்கியப் படுத்துகின்றன. கலைஞனின் தாகம் (நல்லசிவன் மு. தளையகம்) தத்துவ அடிப்படையில் முக்கியமானது. ஒரு தத்துவவாதியை ஆழமான சிந்தனைகளில் இறக்கிவிடும் ஒளிமிக்க வரிகளாலானது இது. மெய்யுளின் பல பகுதிகளை தன் உக்கிரமான மனநிலைகளை அவ்வாசிரியரே வேறு ஒரு தளத்தில் மிக எளிமையாகப் புரிந்து கொண்டமையின் விளைவு என நவீன வாசகன் ஒதுக்கிவிட வேண்டியிருக்கும். புதுயுக மாற்றமொன்றை கற்பனைசெய்யும் தளையசிங்கம் அம்மாற்றம் உலகத்துக்கு ஈழத்திலிருந்து தெரியவரும் என எண்ணிக்கொள்கிறார். அதை ஈழ அரசியலுடன் அவர் இணைக்கும் இடத்தில்தான் ஆளுமைப்பிளவு பிரதிகளுக்கே உரிய அபத்தம் துல்லியப்படுகிறது. பழையபாணி உளவியலாளன் உடனே மருத்துவத்தை ஆரம்பித்துவிடுவான்.

3

தளையசிங்கத்தின் முக்கியத்துவம் என்ன?

சென்ற காலத்தைச்சேர்ந்த தளையசிங்கம் போன்ற ஒரு படைப்பாளியின் இன்றைய முக்கியத்துவம் என்ன? அதிலும் தளைய சிங்கம் வெற்றிகரமாக புதைக்கப்பட்ட ஒருவர் என்று ஈழத்து முற்போக்காளர் பலர் நம்பிக் கொண்டிருக்கிறார்கள். அவரது

காலத்தில் இல்லாத பல புதிய சிந்தனைப்போக்குகளும் இலக்கிய அலைகளும் இப்போது வந்து விட்டன. இப்போது அவரைப் பற்றி பேச வலுவான காரணம் இருந்தாக வேண்டும்.

விளிம்புநிலை தத்துவம்

தளையசிங்கம் காலகட்டத்தின் மையத்தில் இயங்குபவரல்ல, அதன் விளிம்பில் சஞ்சரிப்பவர் என புரிந்துகொள்வது மிக அவசியம். இவ்வித்தியாசத்தை உணரமுடியாவிட்டால் அவரது சிந்தனைகளின் பயன் குறித்து ஆழமான ஐயங்கள் நமக்கு ஏற்பட்டுவிடும். நாம் வாழும் இக்காலத்தை புரிந்துகொள்வது, அதன் பிரச்சினைகளை தாண்டிச் செல்வது என்பதுதான் எப்போதுமே சிந்தனையின் உடனடித் தேவை என்பது உண்மையே. ஆனால் நாம் வரலாற்றாய்வில் பலநூறு ஆண்டுகள் பின்னோக்கி பயணம்செய்து அறிய முயல்கிறோம். நிலவியல் தொல்லுயிரியல் ஆய்வினூடாக பல லட்சம் ஆண்டுகள் தாண்டிச் செல்கிறோம். அவை பயனற்றவையல்ல, நாம் வாழும் இந்த நிகழ்காலமென்பது அதன் தொடர்ச்சியே. அதை அறிந்தால் மட்டுமே நிகழ்காலத்தை அறியமுடியும். இன்னொரு கோணத்தில் இப்படி சொல்லலாம். இறந்தகாலம் குறித்த நமது எல்லா புரிதல்களையும் நிகழ்காலத்திலிருந்தே நாம் உருவாக்கிக் கொள்கிறோம். அப்படியானால் நமது இறந்தகாலம் குறித்த நமது ஆய்வுகளின் நோக்கம் என்ன? நமது கொள்கைகள், நம்பிக்கைகள் ஆகியவற்றை நிகழ்காலத்தின் சிறு எல்லையிலிருந்து விரித்து இறந்தகாலத்தின் எல்லையின்மை வரை நீட்ட முயல்கிறோம். தளையசிங்கம் செய்வதும் அதுதான். அவர் எதிர்காலம் நோக்கி நகர்கிறார்.

இக்கட்டுரையில் ஏற்கெனவே சொல்லப்பட்டபடி ஊகங்கள்தான் அறிதலின் அடிப்படைகள் ஆகின்றன. அறிவியலில் மட்டுமல்ல, தத்துவத்திலும் மெய்யியலிலும் கூட அப்படித்தான். ஊகங்களுக்கு ஒரு முக்கியமான இயல்பு உண்டு. அவை அவற்றுக்குரிய அறிவுத்தளத்தின் விளிம்புநுனியில்தால் சஞ்சரிக்க முடியும். இந்தத் தளம் விளிம்புநிலை அறிவியல் (frontier science) என்று கூறப்படுகிறது.

விளிம்பு நிலை அறிவியல் மற்றும் தத்துவம் குறித்த பேச்சுகளில் எப்போதுமே எழக்கூடிய வினா இவற்றுக்கு அப்பால் உள்ள எந்த அடிப்படையில் இந்த சஞ்சாரங்கள் நிகழ்கின்றன என்பதே. கணிசமான அறிவியலாளர்கள் தங்களுக்கு அடிப்படையாக உள்ளது உள்ளுணர்வின் மூலம் உள்வாங்கப்பட்ட மெய்யியல் தேடல்களே என்றும், அவற்றை பெரும்பாலும் மதத்தில் இருந்து பெற்றுக் கொண்டதாகவும் சொல்லியிருக்கிறார்கள். உதாரணமாக சந்திரசேகர் கருந்துளைகள் குறித்த தனது ஊகம் இந்து மதமரபிலிருந்து கிடைத்ததே

என்று சொல்லியிருக்கிறார். ஓபன் ஹைமெர், ஸ்க்ராடிஞ்சர் போன்றவர்கள் அவ்வாறு உபநிடத தரிசனங்களைப்பற்றி சொல்லியிருப்பது ஃப்ரிஜோ காப்ராவின் பிரபல நூலுக்குப் பிறகு நாம் அனைவரும் அறிந்ததே.

மெய்யியலின் தேடல் என்ன? அது மனிதனால் புரிந்து வகுத்துவிட முடிவதாக பிரபஞ்சத்தை மாற்ற தொடர்ந்து முயல்கிறது என்று சொல்லலாம். நாம் இதுகாறும் அறிந்துள்ள இயற்கைவிதிகள் எல்லாமே உண்மையில் இயற்கையின் விதிகளா, இல்லை மனிதனுக்கு அர்த்தப்படும் இயற்கைத் தோற்றங்களா? மனிதன் அறிந்த முதல் விஷயம் அவன் உடல் என்பதால் அவனது அறிதலின் அடிப்படை அலகாக உடல் இருந்தபடியே உள்ளது. அவன் அறியும் குண இயல்புகள் பெரும்பாலும் அவன் உடலை அடிப்படையாகக் கொண்டவையே (தூரம், விசை, எடை...) பிற்பாடு மனம் உருவாகி அது தனித்துச் செயல்படவும் ஆரம்பித்தபோது உடலை மீறி மனதை செலுத்தி பிரபஞ்சத்தை அறியும் யத்தனம் உருவாயிற்று. மனம் பருப்பொருளின் பிரதிபலிப்பு என்பதால் பருப்பொருளையே படிமங்களாக்கி, அதன் மூலம் அது தன் பருத்தன்மையை மீறி நகரச் செய்து மன இயக்கத்தை சுதந்திரமாக்கினர். இவ்விரு முயற்சிகள் மூலம் பிரபஞ்சம் மனிதனால் அறியப்பட்டது. அத்வைதத்தின் மொழியில் சொல்லப்போனால் பிரபஞ்சம் அறிவாக மாறியது. இம்மாற்றத்தையே மெய்யியல் என்கிறோம். அதை புறவயமாக ஆக்க முயல்வது அறிவியல், தருக்கபூர்வமாக வகுக்க முயல்வது தத்துவம். விளிம்பில் சஞ்சரிக்கும் எல்லா அறிவியலாளர்களும், தத்துவ வாதிகளும் மெய்யியலில்தான் பெரிதும் மூழ்கியுள்ளனர். விசுவாசமான நாய் போல அவர்கள் சார்ந்துள்ள துறையின் தருக்கம் கூட வருகிறது. சிலசமயம் தவறவிட்டுவிடுகிறது.

தத்துவத்தின் விளிம்பில், மெய்யியலில் சஞ்சரிப்பவர் தளையசிங்கம். அப்படி சஞ்சரிக்கும்போது ஏற்படும் பிழைகள் ஏராளம். தத்துவத்தின் முக்கியத்துவத்தை தனது உலகப்புகழ்பெற்ற அறிமுகநூலின் முன்னுரையில் வில் டூரண்ட் விளக்குமிடத்தை நினைவுகூர்கிறேன். கடந்தகாலத்தில் தத்துவத்தின் ஊகங்கள் எப்படி அத்துமீறின பிழையாயின என்பது இன்று தத்துவத்தின் முக்கியத்துவத்தை ஒரு போதும் குறைக்காது என்கிறார் வில் டூரண்ட். காரணம் தத்துவத்தின் அப்பிழைகள் பாதைகளற்ற பாதையில் உள்ளுணர்வின் துணை கொண்டு பயணம் செய்ததன் விளைவுகள், அதன் கண்டுபிடிப்புகளும் சாதனைகளும் அப்படி உருவானவையே.

உதாரணமாக நீட்சே பிரபஞ்சத்தில் பொருள் எல்லைக்குட்பட்டது என நம்பினார். காலம் எல்லையற்றது. ஆகவே இங்கு பொருளின் பல்வேறு

இணைவுகள் மூலம் நிகழும் ஒவ்வொரு செயலும் மீண்டும் நிகழும் என்றார். இது நிரந்தர சுழற்சி சித்தாந்தமாக அவரால் முன்வைக்கப் பட்டது. (நான் இதை வைத்தே 'ஜகன்மித்யை' என்ற கதையை எழுதினேன்.) இது இன்றைய அறிவியல் பார்வையில் எத்தனை அபத்தமானது என்று சொல்லவேண்டியதில்லை. காலம் ஆற்றல் பொருள் மூன்றும் ஒரு புள்ளியில் ஒன்றாகுமெனில்தான் நீட்சேயின் கொள்கை தவறாகும். ஆனால் அது உண்மை என்கிறது நவீன இயற்பியல். மேலோட்டமாகப் பார்க்கும்போது வியப்பேற்படும். நம் பொதுப்புத்திக்கு வெகு அருகே வரும் நீட்சேயின் கொள்கை தவறானது, பொதுப்புத்திக்கு மிக அபத்தமாகத் தோன்றும் நவீன இயற்பியல் கொள்கை உண்மையானது. பொதுப்புத்தி என்பது ஒரு துறையில் பொதுவாக ஏற்கப்பட்டவற்றால் ஆனது. விளிம்பில் நகரும் அதன் ஊகங்கள் அதை மீறிச்செல்பவையாக, அதற்கு எதிரானவையாகத்தான் பலசமயம் இருக்கும்.

நாமறிந்த பொதுத் தத்துவப் புரிதலை சகஜமாக மீறிச்செல்கின்றன தளையசிங்கத்தின் கருத்துகள். இப்போது நம்மிடமுள்ள தத்துவ சிந்தனைகளை, மெய்யியல் போக்குகளை தொகுத்து எதிர்காலத்தின் முடிவின்மைவரை நீட்டிச் செல்கிறார். அதற்கு தன் வாசிப்பையும் உள்ளுணர்வையும் சார்ந்திருக்கிறார். அவற்றுக்கிடையேயான மோதலால் பிளவுண்டு பின்னதன் பக்கமாகச் சாய்கிறார். இந்த ஊகங்களின் உடனடிப் பெறுமானம் என்ன? அதாவது இன்றைய தத்துவ விவாதத்துக்கு இவற்றை நாம் எப்படி பயன்படுத்திக் கொள்ள முடியும்?

ஒன்று இவை நமது தத்துவக் கொள்கைகளின் சாராம்சமான மதிப்பு என்ன என்று நம்மை அறியத்தூண்டுகின்றன. இவை எழுப்பும் வினாக்கள் ஒரு சிந்திக்கும் மனதை பொறுத்தவரை மிக அரியவை. தமிழ்ச் சூழலில் உள்ள சிந்தனைக்கான பயிற்சியின்மையே அப்படிப் பட்ட ஆழமான உசாவல் தளையசிங்கத்தை சார்ந்து உருவாகாமல் போகக் காரணம். இங்கு பெரும்பாலோர் அடிப்படை வினாக்களை எழுப்பிக் கொள்வதில்லை. தளையசிங்கத்தைப்பற்றி பொருட்படுத்தி எழுதப்பட்ட ஒரே கட்டுரையான சுந்தர ராமசாமியின் கட்டுரை அதன் செயற்கை இறுக்கம் நிரம்பிய மொழிநடையை நீவிவிட்டுப் படித்தால் மிக எளிமையாக அவரை அன்றைய பொதுவான இலக்கிய வம்புகளின் அடிப்படையில் மதிப்பிடும் முயற்சியே என்பதைக் காணலாம்.

இரு வகையில் தளையசிங்கத்தின் ஊகங்கள் நம்மை தூண்டக்கூடும். ஒன்று அவர் முன்வைக்கும் கருத்துச் சட்டகம் எழுப்பும் வினாக்கள் மூலம். இன்னொன்று அதன் விவாதப்போக்கில் சகஜமாக அது விட்டுவிட்டு போகும் உதிரிக் கருத்துகள் மூலம். உதாரணம் தரலாம். தளையசிங்கம் இலக்கியம் எதற்காக என்றால் பரவச விடுதலையை

அளிக்கும் பொருட்டு என்கிறார். மனமைய சமூகத்தில் மேலும் ஆழமான அகங்களை காட்டுவதன்மூலம் இலக்கியம் அந்த பரவச நிலையை அளிக்கிறது. ஆழ்மனங்கள் மையப்படும் சமூகத்தில் எல்லா செயல்பாடுகளுமே அந்த பரவசநிலையை அளிப்பதானால் இன்றைய இலக்கியம் தன் மதிப்பை இழக்கும் என்கிறார். இந்த ஊகத்தின் சாத்தியக்கூறு என்ன என்பது வேறு கேள்வி. ஆனால் இது இலக்கியத்தின் அசல் பெறுமானம் என்ன என்ற வினாவை எழுப்புகிறது. மனிதமனம் அன்றாட வாழ்வில் அதிகமாக ஈடுபட்டு அதன்மூலம் அடைந்த உதாசீனம்தான் இலக்கியத்தின் தேவையை உருவாக்கியதா?

இக்கேள்வியை நாம் காலத்தில் முன்னும் பின்னும் நகர்த்திக் கொள்ள வேண்டும். பழங்குடிப் பாடல்களில் உள்ள படிமச் செறிவு நுண்ணுணர்வுள்ள சமகால வாசகனுக்கு பரவச அனுபவத்தை அளிக்கிறது. ஆனால் அப்பழங்குடி மக்களுக்கு அது ஒரு வகை யதார்த்தம் மட்டுமே. தன் மேல்மனம் விலகப்பெற்று அப்படிமத்தை தனக்குள் கண்டடைய நேரிட்டதே இவனுக்கு பரவசத்தை அளிக்கிறது. அவனுக்கு அது ஒரு சுய தரிசனம். ஆனால் அம்மக்கள் அதில் சகஜமாக வாழ்கின்றனர். அதில் அவர்களுக்கு பரவசம் இல்லை. அவர்கள் மறக்காததனால் கண்டடைவதன் உவகை அவர்களுக்கு இல்லை. தளையசிங்கம் சொல்வதுபோல அன்றாட வாழ்வில், தொழிலில்தான் அவர்களுக்கு பரவசம் இருக்கிறது.

காலத்தில் இதை முன்னகரச் செய்வோம். நினைவில் வைத்திருத்தல், கணித்தல், பகுத்தல், தொகுத்தல் போன்ற செயல்களை இப்போதே கணிப்பொறிகள் செய்ய ஆரம்பித்துள்ளன. நாளை கணிப்பொறி மொழியறிவு பெற்று மனித மூளையின் நியூரான்களுடன் நேரடியாக இணைக்கவும்பெற்றால் மனத்தின் அன்றாடச் செயல்கள் என நாம் இன்று நினைப்பவற்றில் இருந்து மூளை விடுதலை பெற்றுவிடும். கற்பனை, உள்ளுணர்வுப்பயணம் ஆகியவற்றை மட்டுமே மனிதன் செய்யவேண்டியிருக்கும். அப்போது அவனது மன இயக்கம் பெரிதும் குறைந்து ஆழ்மன இயக்கம் தீவிரமடையலாம். இது சாத்தியமாகக் கூடியதுதான். இந்த நூறு வருடங்களில் உலகம் முழுக்க கல்வியறிவு தரப்படுத்தப்பட்டு பரப்பப் படுவதனால் மூளை உழைப்பாளர்கள் பெருகி வருகிறார்கள். மொத்த உலகும் மூளை உழைப்புக்கும், பின்பு ஆழ்மனம் சார்ந்த உழைப்புக்கும் திரும்பிவிடலாம். அப்படிப்பட்ட சமூகத்தில் இலக்கியம் என்ன அனுபவத்தை அளிக்க முடியும்? காரணம் அவர்களுக்கு இலக்கியம் தரும் அறிதலின் பரவசத்தை அவர்களுடைய அன்றாட வேலையே அளிக்குமே. ஏன், இப்போதே அறிவியலின் தளங்களில் உள்ள ஆக்கபூர்வமான செயல்களில் ஈடுபடுபவர்களுக்கு இலக்கியம் தேவையில்லை என்று

சொல்கிறார்கள். என் நினைவு சரியென்றால் இலக்கியவாதியான ப்ரைமோ லெவி அப்படிச் சொல்லியிருக்கிறார்.

இலக்கியத்திலிருந்து அதன் ஒவ்வொரு பணியாக கழன்று விழுந்த படியே இருப்பதை இலக்கிய வரலாற்றைக் கவனித்தால் அறியலாம். ஒரு வீர கதைப்பாடல் வரலாறு, தகவல் கைமாற்றம், நீதி போதனை, விழுமியங்களின் வினியோகம் என மொழியின் எல்லா பணியையும் ஆற்றியது. மெல்ல தகவல் தொடர்புக்கு மொழியின் வேறு வடிவங்கள் உருவாயின. பிறகு நீதி பிரிந்தது. பிறகு வரலாறு. கடைசியாக இலக்கியத்தின் ஆவணமதிப்பு முற்றாக ரத்தானது. இப்போது இலக்கியம் வெறுமே அகமனதை எழுப்பிக்காட்டும் பணியை மட்டும் ஆற்றுவதாக மாறிக் கொண்டிருக்கிறது. நாளை இதையும் அது இழக்குமானால் அதன் பெறுமானம்தான் என்ன?

இது குறித்து விவாதிக்க வேறு சந்தர்ப்பம் தேவை. ஆனால் தளையசிங்கம் எப்படி ஒரு பிரச்சினையை அதன் விளிம்பு நோக்கி இழுத்துச்செல்லுவதன் மூலம் அதன் அடிப்படை என்ன என்று வினவச்செய்கிறார் என்று காட்டவே இக்கேள்வி இங்கு விவாதிக்கப் பட்டது. விளிம்புநிலையில் சஞ்சரிக்கும் சிந்தனையாளர்கள் மட்டுமே இப்படி அடிப்படைகளை உலுக்கும் வினாக்களை உருவாக்கமுடியும். மிகச்சிறந்த உதாரணம் நீட்சேதான்.

சிந்தனையின் பொறிகள்

அடுத்த உதாரணம் போகிறபோக்கில் வரும் ஒரு கருத்து எப்படி நம்மை யோசிக்க வைக்கும் என்பதற்கு. மெய்யுளில் இலக்கியம் குறித்து பேசிப்போகும் தளையசிங்கம் (நல்லசிவம்) எப்போதுமே கலையிலக்கியங்கள் அசலான பரவச அனுபவத்தை அளிப்பதில்லை என்கிறார். ஒரு காலகட்டத்து தொழில், சமயம், தத்துவம் ஆகியவை அளித்த பரவச அனுபவத்தை கலையிலக்கியங்கள் பிரதி செய்கின்றன, நினைவூட்டுகின்றன. அதன்மூலமே அவை தங்கள் பரவச அனுபவத்தை அளிக்கின்றன என்கிறார். யோசித்துப் பார்க்கும்போது பலவகையான பிரச்சினைகளை நம் சிந்தனையில் உருவாக்கியபடியே இருக்கும் கருத்து இது. இலக்கியம் நமக்கு அளிக்கும் ஒரு பரவச நிலையை எடுத்து ஆய்வு செய்தால் அது ஒரு நினைவூட்டல் என்பதை காணமுடியும். இயற்கையை காணும் அனுபவம், பெண்ணின் அழகு, வாழ்க்கையின் ஒரு தருணம் எல்லாமே இலக்கியத்தால் கடன்வாங்கப் பட்டவை, பிரதியெடுக்கப்பட்டவை மட்டுமே.

அப்படியானால் இலக்கியம் தத்துவத்தின் சமயத்தின் ஒரு தாதி மட்டும்தானா ? பரிமாறப்படும் தட்டு மட்டுமா ? அப்படிச் சொல்ல

முடியாது. இலக்கியம் தரும் ஆழ்ந்த பரவசநிலையை அந்த அசல் அனுபவம் பலசமயம் தருவது இல்லை. மேலும் இலக்கியம் ஒருபோதும் நேரடியாக பிரதியெடுப்பது இல்லை. அது மாற்றியமைக்கிறது. அந்த இலக்கிய அனுபவமே ஒருவேளை அம்மாற்றம் மூலம் விளைவதாக இருக்கலாம். அப்படியானால் அனுபவத்தில் உள்ளுறைந்துள்ள பரவச அம்சத்தை அடையாளம் காட்ட முயல்கிறதா இலக்கியம்? அல்லது அனுபவங்களை கற்பனை மூலம் பரவசமூட்டும் மெய்மையனுபவங்களாக மாற்ற முயல்கிறதா? இவ்வாறு இக்கேள்வியை பின்தொடர்ந்து வெகுதூரம் போகமுடியும். தளையசிங்கத்தின் முக்கியத்துவமே அவர் தன் ஆய்வுப்போக்கில் நமது அடிப்படைகளை மாற்றிப்போடும் வரிகளை தொடர்ந்துமுன்வைத்த படி போகிறார் என்பதே.

ஒருங்கிணைந்த அறிதல் அல்லது முழுமையறிவு

கடந்த பல வருடங்களாக உலக அறிவுத்துறையை தழுவி எழுந்துவரும் பிரச்சினை ஒன்று உண்டு. மானுட அறிவுகளுக்கும் அறிதல்முறை களுக்கும் பொதுவான ஓர் அளவுகோல் என்ன என்பதே அது. அமீபா போல இன்று அறிவுத்துறைகள் பிளந்து பிளந்து வளர்கின்றன. ஒவ்வொன்றும் தனக்குரிய மெய்காண் முறையையும் நிரூபண முறையையும் வளர்த்து வருகின்றன. ஒன்றின் உண்மை பிறிதில் செல்லுபடியாகாது என்ற நிலை உருவாகி வருகிறது. மிக நெருக்கமான, ஒன்றிலிருந்து ஒன்றென பிறந்த துறைகளில் கூட அப்படித்தான். பெரும்பாலான சமயங்களில் அறவியல் (ethics), ஒழுக்கவியல் (morality), சட்டம் (law) ஆகியவற்றுக்கிடையே கூட பெரும் வித்தியாசம் உள்ளது. உளவியலும் நரம்பியலும் அல்லது மானுடவியலும் சமூகவியலும் போன்ற இரட்டைத் துறைகளுக்கிடையே ஒத்திசைவு இல்லை. நிரந்தரமான பயன் தரக்கூடிய உண்மை அனைத்து தளங்களுக்கும் பொதுவான தாகவே இருக்க முடியும். இன்றைய சூழலில் புறவயமாக அப்படி ஒரு பொது உண்மையை கட்டமைக்கும் தளத்தை உருவாக்கிவிட முடியாது. அது அகவயமானதாக மட்டுமே இருக்க முடியும். அகவயமான கருதுகோள்கள் சமூக முழுமையால் ஏற்கப்படுதல் என்ற நிலை மெய்யியல்மூலமே சாத்தியமாகும். ஏதாவது ஓர் அடிப்படையில் சாராம்சப்படுத்தப்பட்டு தொகுக்கப்பட்ட ஒருமித்த அறிவு என்பதற்கான தேடல் இன்று உள்ளது.

மொழியியல் அவ்வாறு ஒரு பொதுத்தளமாக செயல்படுவதற்கான அடிப்படைகளை உருவாக்கியது. குறிப்பாக விட்ஜென்ஸ்டானின் சிந்தனைகளை இதற்கான துவக்கப்புள்ளியாக சொல்லவேண்டும். மொத்த மானுட ஞானமும் மொழியே என்றும் எல்லாவகை அறிதல் களையும் கோட்பாடுகளையும் கூறுதல்/எடுத்துரைத்தல்

(narration) பொதுமைப்படுத்தி அவற்றின் உபயோக மதிப்பின் அடிப்படையில் அளவிடலாம் என மொழியியல் கூறியது. இதற்கு இணையாக அறிவியல் சூத்திரங்களையெல்லாம் சொல்ல செயற்கை மொழிகளை உருவாக்குதல், கணிப்பொறியின் செயலிகளையும் அதில் சேர்த்துக் கொள்ளுதல் ஆகிய தளங்களில் அதீத உற்சாகம் ஏற்பட்டு சீக்கிரமே வடிந்தது. பிரச்சினை கணித வாய்ப்பாடுகளை தொகுத்து மதிப்பிடும் கார்ட்டாசியன் தேற்றம் போலவோ, தேற்றவிதிகளை தொகுத்து மதிப்பிடும் ராம்சே கோட்பாடு போலவோ ஒன்றை உருவாக்குவதல்ல என்று தெளிவாயிற்று. பிரச்சினை ஏன் எதற்கு எதனடிப்படையில் தொகுக்கவேண்டும், பயன் என்றால் என்ன என்பதை வகுத்துக் கொள்வதே என புரிந்துகொள்ளப்பட்டது. ஆகவே மெய்யியல் முதன்மைப்பட்டது.

இத்தளத்தைச்சேர்ந்த பல கட்டுரைகளை சொல் புதிது தொடர்ந்து வெளியிட்டு வருகிறது. இவற்றில் முன்ணோடியான கட்டுரை, தளையசிங்கத்தின் மொத்த எழுத்துக்களுடன் சேர்த்து பயிலவேண்டிய கட்டுரை; நடராஜ குரு எழுதிய அறிவியலை பாட முடியுமா என்ற கட்டுரையாகும். நடராஜ குருவின் மெய்யறிவு (wisdom) என்ற நூலில் இவ்விஷயம் குறித்து விரிவாக பல கட்டுரைகளில் விவாதிக்கிறார் அவர். சார்போன் பல்கலையில் ஹென்றி பெர்க்ஸனின் மாணவராக தத்துவ ஆய்வு செய்தபோதே இந்த விஷயம் அவரை பின்தொடர்ந்திருந்தது என்றாலும் நடராஜகுரு நாராயணகுருவிடமிருந்து இந்திய தத்துவ மரபை அறிந்துகொண்டபிறகே இந்நூலுக்கான அடிப்படைகளை அறிந்தார். மெய்யியலின் கனிந்த நிலையில் கவிதைக்கும் அறிவியல் கோட்பாட்டுக்கும் இடையே வேறுபாடு ஏதுமில்லை என நடராஜகுரு கண்டடைந்தார். பிரபஞ்சம் தழுவிய ஓர் மனவிரிவாக அதை தன் நூலில் அவர் அறிமுகம் செய்கிறார். சொல்புதிது 9 இதழில் நீலகண்டன் அரவிந்தன் இதுசார்ந்த இன்றைய விவாத தளம் குறித்து ‘அறிவியலின் மெய்யியல் அடிப்படை’ என்ற கட்டுரையை எழுதியுள்ளார்.

1959ல் இச்சிந்தனையின் முன்னோடியான சி.பி. ஸ்நோ தன் கருத்தை முதன்முதலாக முன்வைத்தார் என்றாலும் இவ்விவாதம் பொருள் பெற்றது எழுபதுகளுக்கு பின்புதான் என்று காணலாம். தளையசிங்கம் இவ்விவாதத் தளம் குறித்து எத்தனை தூரம் அறிந்திருந்தார் என்று தெரியவில்லை. ஆனால் அவரது மனம் சமானமாக நகர்ந்திருப்பது வியப்பு தருகிறது. இத்தளத்தில் இன்று வெளிவரும் பல கட்டுரைகளின் வரிகளை சிறிய மாற்றங்களுக்குப் பிறகு தளையசிங்கத்தின் வரிகளாக மாற்றிவிடலாம். ஃப்ரிஜோ காப்ராவின் உயிர்வலை (Web of life) என்ற நூலை தளையசிங்கத்தின் வரிகளுக்கான அறிவியல் அடிப்படையாக முன்வைத்து பேசமுடியும். ஆல்பர்ட் ஐன்ஸ்டீன்பிரபஞ்சம் தழுவிய

சமய உணர்வு என்று கூறுவதையே ஏறத்தாழ அதே சொற்களில் தளைய சிங்கம் குறிப்பிடுவதைக் காணலாம். இனி அறிவல்ல அறிவுகளை இணைக்கும் மெய்யறிவே வாழ்க்கையை தீர்மானிக்க முடியுமென தளையசிங்கம் கூறுகிறார். தளையசிங்கத்தின் தரிசனங்களில் முதன்மை யானது ஒருங்கிணைந்த அறிதல்முறை அல்லது உண்மைக்கான அவரது தேடலேயாகும். அதை சமகால சிந்தனைகள் பலவற்றுடன் இணைத்து வாசிக்க முடியும்.

தத்துவத்தின் உறைநிலையும் புதிய சவால்களும்

தளையசிங்கத்தின் தரிசனங்களின் முக்கியமான இரண்டாவது அம்சம் அவர் இன்றைய கருத்தியல் உறைநிலையை மிகத்தெளிவாக முன்கூட்டியே கண்டார் என்பதுதான். இதுகுறித்த அகவயமான தரிசனங்களை மேற்கிலும் பலர் முன்வைத்தது உண்டு. மேற்கத்திய தத்துவ சிந்தனை இருகூறான நிலையை (dichotomy) அடிப்படையான மெய்யியல் விதியாக வகுத்துக் கொண்டு, அதன் நீட்சியாக முரணியக்க இயங்கியலை (dialectics) தனது பிரபஞ்ச புரிதலாக அனைத்து துறைகளுக்கும் பொருத்திப்பார்த்துக் கொண்டிருந்தது. சார்பியல் தத்துவத்தின் வருகை உயர் பௌதிகத்தில் இருகூறான நிலைக்கு இடமில்லை என்று ஆக்கியது. தொடர்ந்து பலதளங்களிலும் இருகூறுகளும் முட்டி நின்று ஒரு சமநிலை / உறைவுநிலை ஏற்படுமென பல தத்துவ சிந்தனையாளர் கணித்திருந்தார்கள். அதை மிகச்சரியாக ஊகம் செய்யும் தளைய சிங்கம் அடுத்த கட்டத்துக்கு நகர்வதற்கான காரணமாக அதை பலமுறை சொல்கிறார்.

சோவியத் வீழ்ச்சிக்குப் பிறகு நாம் இந்த உறைநிலையை ஒரு கண்கூடான உண்மையாக காண்கிறோம். இன்று தமிழ்ச் சூழல் உட்பட எங்குமுள்ள பலவகையான கருத்தியல் தள்ளாட்டங்களுக்கு அடிப்படைக் காரணம் தெள்ளத்தெளிவான இரு எல்லைகளாக வகுக்கப்பட்டிருந்த இரு தரப்புகளும் வலுவிழந்துவிட்டமையே. புதிதாக இரு எல்லைகளை வகுக்க முயல்பவர்கள் ஒரு பக்கம். ஆனால் இப்படி எல்லைகளை வகுத்துக்கொண்டு மோதல் சமரசம் மோதல் என உலக இயக்கத்தை புரிந்துகொள்ள முயல்வது எத்தனை தூரம் சரி என்ற வினா எல்லா துறைகளிலும் எழ ஆரம்பித்துள்ளது.

இருபது வருடம் முன்பே இந்தத் தருணத்தை தளையசிங்கம் ஊகித்து விட்டிருக்கிறார் என்பது அவர் சஞ்சரித்த விளிம்புநிலையை வைத்துப் பார்க்கும்போது வியப்பு தருவது அல்ல. சோவியத் முகாமும் அமெரிக்க முகாமும் சமவல்லமை பெற்று மோதலின் உச்ச நிலையில் அசைவற்று உறைந்துவிட்டன, இனிமேல் வளர்ச்சி இல்லை, ஏதாவது ஒரு தரப்பு வெல்வதும் இல்லை, அழிவுதான் என்று தளையசிங்கம்

சொல்கிறார். (அதில் முதலாளித்துவத் தரப்பின் தோல்வியைப்பற்றி அவருக்கு அத்தனை திடம் இல்லை போலும். ஆனால் சோவியத் ரஷ்யா அழியும் என உறுதியாகவே சொல்கிறார். தனிமனித மனத்தின் செயல்பாடுகளையோ, கலாசார அரசியல்போக்குகளின் சுதந்திரமான நகர்வையோ கணக்கில் கொள்ளாமல் ஒருங்கிணைக்கப்பட்ட மையம் சார்ந்த இயக்கமே அதற்குக் காரணம் என்கிறார்.) முதலாளித்துவ அமைப்பு சோஷலிச அடிப்படைகளை ஏற்றும் கம்யூனிஸ அமைப்பு சந்தைவிதிகளை ஏற்றும் சமரசமாவதன் வழியாக இரண்டும் ஒரே போல ஆகி இந்த உறைநிலை ஏற்படுகிறது. (அமெரிக்கா சீனா இன்றைய சிறந்த உதாரணம்.) அதாவது முடிவின்றி மோதி முன்னகரும் சித்தாந்தம் பொய்யாகிறது. இதுவே புதிய வினாக்களை எழுப்புகிறது.

இந்த உறைநிலையிலிருந்து முன்னகர தளையசிங்கம் தனக்கேயுரிய பல கருத்துநிலைகளை முன்வைக்கிறார். அதை அவர் 'அத்வைத நிலை' என்று சில இடங்களில் குறிப்பிடுகிறார். தமிழ்ச் சூழலில் இது குறித்து சில புரிதல்களை ஏற்படுத்த வேண்டியுள்ளது. பண்டைய இந்திய கருதுகோள்கள் அனைத்துமே இந்துமதம் சார்ந்தவை, அவையெல்லாமே பிராமணர்களால் உருவாக்கப்பட்டவை, ஆகவே தெரிந்துகொள்ள முயலாமலே முற்றாக எதிர்க்கப்பட வேண்டியவை என்ற மடத்தனமான எண்ணம் இங்கு வேரூன்றச் செய்யப்பட்டுள்ளது. அத்வைதம் என்ற சொல்லை உடனே சங்கரமடம் வரை கொண்டு செல்லவேண்டியதில்லை. ஒன்று, மரபான அத்வைதம் மதச் சார்புகள் இல்லாத ஒது தூய தத்துவ நிலைப்பாடு மட்டுமே. இரண்டு, தளையசிங்கம் பேசுவது கறாரான சங்கர அத்வைதமும் அல்ல. இரண்டின்மை என்ற கருத்தையே அவர் அச்சொல்லால் குறிப்பிடுகிறார் எனலாம். இரண்டின்மை என்ற கருத்தாக்கத்தை தொடர்ந்து பலதளங் களுக்கு அவர் எடுத்துச் செல்கிறார்.

தளையசிங்கம் சொல்வதை ஏறத்தாழ இப்படி விளக்கலாம். மனிதமனம் அதன் ஆரம்பப்பக்கத்திலேயே அகவிழிப்புநிலையை அடைந்து விட்டது. அந்நிலையில் அது முழுமையான, காலம்சாராத பேருண்மையை அறிந்தும்விட்டது. அது முன்வைக்கப்பட்ட படிமங்கள், மொழி ஆகியவை பிறரால் தங்கள் அதிகார நோக்கத்துக்காக நிறுவனமாக்கப் பட்டபோது மதங்கள் உருவாயின. நமது நூற்றாண்டின் துவக்கத்தில் நிறுவன அதிகாரத்தின் மூலமாக சீரழிந்து, தனது சாராம்சமான பேருண்மைகளை மறைத்துக்கொண்டு இயங்கும் மதங்களையே நாம் கண்டோம். ஆய்வறிவு அதற்கு எதிராக முளைத்து வளர்ந்தது. அது தனித்த அறிவுத்துறைகளாக பிரிந்து இயங்கி தன் வளர்ச்சிநிலையில் இப்போது மதங்கள் சொன்ன அதே பேருண்மையின் வாசலை சென்று தட்டிக் கொண்டிருக்கின்றது. ஆகவே இதுகாறும் இருந்துவந்த

ஆய்வறிவு, உள்ளுணர்வு போன்ற இருமைகள் இனி இல்லாமலாகும். எல்லா அறிதல்முறைகளும் மையமான மெய்யறிவின் அடிப்படையில் தொகுக்கப்படும். விளைவாக அறிவியலின் யுகம் மெய்யியலின் யுகமாக வளர்ச்சி பெறும். அந்நிலையில் எல்லா மனங்களும் பேருண்மையை சாதாரணமாக ஏற்கும் காலம் வரும். அதுவரை சமயம் சார்ந்த பேருண்மைகள் உறைந்தே கிடக்கும் என்கிறார் தளையசிங்கம்.

மார்க்ஸியமும் மெய்யியலும்

இங்கு தளைய சிங்கம் மார்க்ஸியம் குறித்து சொல்லும் ஒரு கருத்து முக்கியமாக சிந்திக்கத்தக்கது. மார்க்ஸியம் சென்ற காலகட்டத்தின் அழிவை நிகழ்த்தும் ஒரு சித்தாந்தமே ஒழிய புதிய காலகட்டத்தை ஆக்கும் சித்தாந்தமல்ல என்கிறார் அவர். சென்ற காலகட்டத்தின் சிந்தனை முறையிலேயே முளைத்தெழுந்து அதற்குள்ளேயே செயல் படுவது அது. கடந்த யுகங்கள் ஜடசக்தியை நம்புபவை, மார்க்ஸியமும் அந்நம்பிக்கையை கொண்டது. சென்ற காலகட்டம் மனதை மையமாகக் கொண்டது, மார்க்ஸியமும் அப்படித்தான். ஆழ்மனத்தளங்களை அது கருத்தில் கொள்ளவில்லை என்கிறார். சென்ற காலகட்டத்தின் முரண்பாடுகளை வெளிப்படுத்தி அதை செயலற்றதாக ஆக்குவது மட்டுமே மார்க்ஸியத்தின் வரலாற்றுக் கடமை என்கிறார் தளையசிங்கம்.

தமிழ்ச்சூழலில் தளையசிங்கத்தைப் புரிந்துகொள்ளத் தடையாக இருப்பது அவர் அடிக்கடி சொல்லும் சமயஞானம் என்ற சொல்லாகும். ஏற்கெனவே சொல்லப்பட்டதுபோல மரபார்ந்த எல்லாமே பிற்போக்கானவை என்று கற்பிக்கப்பட்டு வளர்ந்த எளிய தமிழ் வாசகனுக்கு இது அளிக்கும் அவநம்பிக்கை சாதாரணமல்ல. (நான் இதன் பொருட்டே ஆன்மிகம் என்ற சொல்லை பயன்படுத்துகிறேன். அதை ஒவ்வொரு முறையும் மதம் சார்ந்த பொருளில் அல்ல என்று குறிப்பிடவும் செய்வேன். எனினும் எளிய வாசகர்கள் மட்டுமல்ல எழுத்தாளர்களுள் உள்ள சில பாமர மனங்கள் கூட அதை சாமி கும்பிடுதல் என்றே புரிந்துகொள்கின்றன.) தளையசிங்கம் சமயஞானத்தின் சாரமாக உள்ள பிரபஞ்ச அனுபவத்தையே இங்கு குறிப்பிடுகிறார், அதை விளக்கியும் சொல்கிறார். ஏற்கெனவே சொல்லப்பட்டதுபோல இந்திய மரபுசார்ந்த கருதுகோள்களை நவீனச்சூழலில் பயன்படுத்துவதில் உள்ள சிக்கல் இது.

பேருண்மையை நோக்கி எல்லா மனிதர்களும் செல்லும் நிலையை அறிவியல் உருவாக்கிவிடும் என தளைய சிங்கம் கூறுவதை புரிந்து கொள்ள இன்றுள்ள பல அறிவியல் புனைவுக் கதைகளை படிப்பது உதவியானதாக இருக்கக்கூடும். காலம், வெளி, நான்கு பரிமாணப் பிரபஞ்சம் போன்ற கருத்துகள் எத்தனை எளிதாக சமூகப்புழக்கத்துக்கு

வந்துவிட்டன என்ற வியப்பு அப்போது நமக்கு ஏற்படும். மிகப்பிரபலமான பரபரப்பு நாவலான இழக்கப்பட்ட உலகம் (The Lost World. Michael Crychton) போன்ற நாவல்கூட பெருஞ்சிக்கல் சித்தாந்தத்தை, கருத்துருவமாக நாம் உருவாக்கும் தோற்றத்தில் வெளிப்பிரபஞ்சம் வந்து பொருந்திக் கொள்ளும் விந்தையை, அறிவியல் ஊகங்கள் மனிதனின் கற்பனையை எல்லையாகக் கொண்டிருப்பதை எளிதாகக் காட்டிவிடுவதைக்காணலாம். உயர்கல்வி சமூகத்தில் அனைவருக்கும் கிடைக்கும் நிலை ஏற்படும்போது தளையசிங்கம் சொல்லும் நிலை ஏற்படக்கூடும். இன்றைய அறிவியல் புனைகதைகளில் சாதாரணமாகவே அப்படிப்பட்ட ஒரு சமூகம் கற்பனை செய்யப்பட்டுவிட்டது.

இலக்கியமும் மெய்யியலும்

மூன்றாவதாக தளையசிங்கம் இலக்கிய வடிவங்களில் மாற்றம் தேவை என சொல்லும் இடத்தை கவனிக்க வேண்டும். இரண்டின்மை என்ற அவரது கருத்துநிலையின் நீட்சியே இது. அறிவுத்தளம், உணர்வுத்தளம், உள்ளுணர்வு (அல்லது தர்க்கம், கற்பனை, தியானம்) என மூன்றாகப் பிரித்து மன இயக்கத்தை அறிவதை அவர் நிராகரிக்கிறார். அப்பிரிவினை இல்லாமலாகும்போது உருவாகும் ஓர் இலக்கியப் படைப்பு வடிவத்தை அவர் கற்பிதம் செய்கிறார். அவ்வடிவம் இன்றுள்ள எல்லா வடிவங்களையும் ரத்து செய்துவிடும் என நம்புகிறார். அவர் தன் கருத்துகளை முன்வைத்த காலகட்டத்தில் அது அர்த்தமற்ற வெறும் பேச்சாகவே இருந்தது என்பது புரிந்துகொள்ளக் கூடிய ஒன்றே. மேலும் தளையசிங்கம் எழுதிக்காட்டிய வடிவமான கலைஞனின் தாகம் படைப்பெழுச்சியுடன் வரவுமில்லை. ஆனால் கடந்த முப்பதாண்டுகளில் இலக்கிய வடிவம் குறித்து எழுந்த பேச்சுகள் பலவகையிலும் தளைய சிங்கத்தின் குரலுடன் ஒத்துப் போவதைக் காணலாம்.

ஒன்று இலக்கியப்படைப்பு மற்ற அறிவுத்துறைகளின் செயல்பாடு களையும் மொழியையும் உள்ளடக்கியதாக இருக்கவேண்டுமென்பது இப்போது மிக விரிவாகவே பேசப்படுகிறது. இலக்கியவடிவம் தூய கற்பனையைச் சார்ந்து இயங்கவேண்டுமென்ற எண்ணம் இப்போது ரத்துசெய்யப்பட்டுவிட்டது என்றே சொல்லவேண்டும். அறிவியல் தேற்றங்கள், வரலாற்றுத் தரவுகளின் ஒழுங்கமைப்புமுறை, கணிதமொழி எல்லாவற்றையும் உள்ளடக்கிய ஒன்றாக இன்றைய இலக்கிய வடிவங்கள் உள்ளன. தீவிரமான அறிவார்ந்த உழைப்பு இல்லாமல் இன்றைய படைப்புகளை வாசிப்பதுகூட சாத்தியமில்லாமல் உள்ளது. அதேபோல இலக்கியம் மெய்யியலின் எல்லைக்குள் புகுந்து சுயமான கட்டமைப்புகளை உருவாக்குவதும் இன்றைய போக்காக உள்ளது.

தளையசிங்கம் இதன் பொருட்டே அவரது இலக்கிய வடிவத்தை உள்ளுணர்வின் கவித்துவ வெளிப்பாடு, அறிவார்ந்த விவாதம், மற்றும் கற்பனையின் வீச்சு ஆகியவை சம அளவில் கலந்து வருவதாக அமைத்துள்ளார். அதேசமயம் யதார்த்தப் பிரதிபலிப்பு, சித்தரிப்பு போன்றவற்றை அவர் முற்றாக நிராகரித்துவிட்டிருக்கிறார்.

தன் இலக்கிய வடிவில் தளையசிங்கம் விவாத அம்சத்தை பெரிதும் வலியுறுத்துகிறார் என்பதைக் காணலாம். அது எழுத்தாளனை மையம் கொண்ட படைப்பாக இல்லை. எழுத்தாளன் உருவாக்கும் யதார்த்தத்தை முன்வைப்பதாகவும் இல்லை. எழுத்தாளனின் யதார்த்தத்திலிருந்து திமிறி மீறி வேறு ஒரு யதார்த்தம் புறப்பட்டு தன்னை நிறுவும் களமாக அது உள்ளது. இந்த பன்மைப்பார்வையே அதன் சிறப்பியல்பாகும். அது புனைவையும் சேர்த்தே புனைந்து காட்டும் பிரதியாக உள்ளது. இந்த அடிப்படையில் பார்த்தால் தளைய சிங்கம் காட்டும் வடிவம் ஒரு பின்நவீனத்துவ நாவலுக்கு மிக அருகே உள்ளது என்பது வியப்பூட்டுகிறது. கலைஞனின் தாகத்தின் குறுக்கு வெட்டுகள் மூலம் சிதறுண்ட கூறுமுறை இன்று பிரேம் ரமேஷ், எம்.ஜி. சுரேஷ், தமிழவன் எழுதும் நாவல்களின் வடிவங்களுடன் கணிசமாக ஒத்துப் போகிறது. இவற்றின் முன்னோடி வடிவங்களான உம்பர்ட்டோ எக்கோ, ஜான் பார்த், பிரைமோலெவி ஆகியோரின் நாவல்களையும் இதனுடன் நாம் ஒத்துப்பார்க்க முடிகிறது. அதே சமயம் இவ்வடிவத்தில் நமது காவிய, புராண, நாட்டார் கதைமரபுகளின் சாயல் சிறிதும் இல்லாமலிருப்பது என் பார்வையில் குறையாகவும் படுகிறது. அவை இணையும்போது மெய்யுளின் வடிவம் இப்போதிருப்பது போல அந்தரத்தில் நிற்பதாக இருந்திருக்காது, மேலும் ஆழமாக நம்மை பாதிப்பதாக இருந்திருக்கும் என்று படுகிறது.

தளையசிங்கத்தின் முக்கியத்துவம் இவ்வாறு அவர் காலத்தில் வெகுவாக முன்னால் நடந்தமையில்தான் உள்ளது. அவரது ஊகங்களின் உடனடிப் பயன்பாடு நாம் கொண்டுள்ள கருத்துகள் மற்றும் நம்பிக்கைகளின் சாரமென்ன, நீண்டகால விளைவென்ன, அவற்றை வரலாற்று ஓட்டத்தில் எங்கு எப்படி பொருத்திக் கொள்வது என்று நம்மை அவை யோசிக்கச் செய்கின்றன என்பதே. உடனடி விளைவுகள் மற்றும் எதிர்வினைகளை தவிர்த்துதான் நாம் இந்தக் கோணத்தில் யோசிக்கமுடியும். அதற்கான உந்துதலை எப்போதுமே விளிம்புநிலையில் சஞ்சரிக்கும் படைப்பாளிகளே அளிக்கின்றனர். அத்தகைய படைப்பாளிகள் காலம்தோறும் மீண்டும் மீண்டும் கண்டடையப்படுகின்றனர். தமிழில் அவ்வகையில் சொல்லப்பட வேண்டிய ஒரே சிந்தனையாளர் மு. தளையசிங்கம் மட்டுமே.

கோட்பாட்டின் வலிமையும் வழிச்சுமையும் – கா. சிவத்தம்பியின் இலக்கிய நோக்கு

1

கு. அழகிரிசாமி 'நான் கண்ட இலக்கியவாதிகள்' என்ற சிறுநூல் ஒன்றை எழுதியிருக்கிறார். அதில் எஸ். வையாபுரிப்பிள்ளை பற்றிய ஒரு நடைச்சித்திரம் உள்ளது. அதில் கு. அழகிரிசாமி வையாபுரிப் பிள்ளை யிடம் சித்தர் பாடல்கள் நூலைப்பற்றி அவரது கருத்தைக் கேட்கிறார். வையாபுரிப்பிள்ளை சொல்கிறார். ''அந்த நூலை என்னால் ஏற்க முடியாது. முதலில் அதன் பதிப்பாசிரியர் யார்? எந்த மூலத்திலிருந்து அவற்றைப் பதிப்பித்தார்? வேறு யாராவது அந்த மூலங்களைப் பார்த்திருக்கிறார்களா? மூலமும் பதிப்பும் ஒப்பிடப் பட்டுள்ளனவா? எதுவுமே இல்லை. அது ஒரு போலியான நூல்.''

உண்மைதான். நமக்கு இன்று கிடைக்கும் சித்தர் பாடல்கள் 'பெரிய ஞானக் கோவை' என்ற பெயரில் இரத்தினநாயகர் அண்ட் சன்ஸ் என்ற 'முச்சந்தி இலக்கியப்' பதிப்பாளர்களால் ஒரு நூற்றாண்டுக்குமுன் பதிப்பிக்கப்பட்டவை. ஒவ்வொரு பதிப்பிலும் ஒரு சில சித்தர்கள் கூடியிருப்பார்கள் அல்லது குறைந்திருப்பார்கள். இதே பாணியில் அமைந்த சித்தர்பாடல்களை இன்னும் பல்லாயிரக்கணக்கில் தமிழில் காணலாம். இவற்றில் கணிசமானவை வெறும் சொற்குப்பைகள். ஏராளமானவை பிற்காலத்திய இடைச்செருகல்கள்.

வையாபுரிப்பிள்ளையின் மரபைச் சேர்ந்த இருவரிடம் இதுபற்றி பிறகு உரையாட நேர்ந்தது. அ.கா. பெருமாள் கூறுகிறார், ''வையாபுரிப் பிள்ளை சித்தர் பாடல்களை அங்கீகரிக்க மறுத்தது நியாயமானதே. ஓர் ஆய்வாளனுக்குத் தேவையான அடிப்படைகள் எதுவும் அளிக் கப்படாமல் தொகுக்கப்பட்ட அந்நூல் ஒரு நம்பகமான பிரதி அல்ல. அதேசமயம் அதில் உள்ள சிவவாக்கியர் பாடல்கள், பாம்பாட்டிச் சித்தர் பாடல்கள் போன்ற சில முன்னரே முச்சந்திப் பிரசுரங்களாக வந்துள்ளன. ஆங்காங்கே சுவடிகளாகவும் கிடைக்கின்றன. ஆகவே அவற்றை முற்றாக நிராகரிக்கவும் முடியாது.''

அதே கருத்தை வேறு கோணத்தில் கூறுகிறார் எம்.வேதசகாய குமார். ''சித்தர் பாடல்கள் என்பவை பதினெட்டாம் நூற்றாண்டு வாக்கில் உருவாக்கப்பட்ட ஒரு வகை போலி இலக்கியங்கள். மொத்தமாகத் தொகுத்தால் இவை பல ஆயிரம் பக்கங்களுக்கு வரும். சைவ சித்தாந்தத்துக்கு யோகமரபு சார்ந்த ஒரு கற்பனையான பின்புலத்தை கொடுக்கவும் அன்று வழக்கொழியும் நிலையில் இருந்த தாந்த்ரீக முறைகளை மிகைப்படுத்தி மக்கள் முன் வைக்கவும் மருத்துவர் சாதியிடம் (நாவிதர்) இருந்து சித்த வைத்திய முறைகளை கைப்பற்றிக் கொள்ளவும் உருவாக்கப்பட்ட போலி நூல்களே இவற்றில் அதிகம். பல நூல்கள் வழக்கொழிந்தும் விட்டன. என் சிறு வயதில் யாக்கோ புத்தர் என்பவரின் ஐநூறு பக்க நூலை என் தந்தை வைத்திருப்பதைக் கண்டிருக்கிறேன். இப்போதுகூட பல புதிய சித்தர்கள் தோன்றி இவ்வாறு பூடகமாக எழுதிக்குவிக்கிறார்கள். ஆனால் ரசனையின் அளவுகோலை வைத்துப்பார்க்கும்போது சிவவாக்கியர், பாம்பாட்டி சித்தர், பட்டினத்தார் முதலியோர் அசலான கவிஞர்கள் என்றும் தெரியவருகிறது.''

இப்பின்னணியில் ஒரு நினைவு. கோமல் சுவாமிநாதன் அவரது 'பறந்துபோன பக்கங்கள்' என்ற சுயசரிதையில் அவருக்கும் மறைந்த ச.து.சு. யோகியார் என்ற கவிஞருக்குமான உறவினைப்பற்றிக் கூறுகிறார். ச.து.சு. யோகியாரை 'அது ஒரு நிரந்தர வாந்திபேதி' என்று புதுமைப் பித்தன் கூறினார் என்பது நினைவிற் கொள்ளத்தக்கது. கவிதையும் உரைநடையும் மொழிபெயர்ப்புமாக எழுதித் தள்ளியவர் இவர். மந்திர தந்திர ஆன்மிகத்திலும் கூடவே மார்க்ஸியக் கருத்துகளிலும் ஆர்வம் உடையவர். காகபுசுண்ட ரிஷி தன் வீட்டுக்கு காக்கைவடிவில் ககன மார்க்கமாக வருவார் என்று நம்பி கூறிவந்தவர். இவர் கோமலிடம் கூறுகிறார், ''உலகாயதச் சித்தர் என்ற பெயரில் நான் சில பாடல்களை எழுதி சித்தர் பாடல்கள் தொகுப்பில் சேர்த்திருக்கிறேன். அவை மக்களிடம் பரவும்போது பொதுவுடைமை வேர்விடும்.'' அப்போது ச.து.சு.யோகியார் ஒரு பதிப்பகத்திற்காக சித்தர்பாடல் களை தொகுத்து பிழைதிருத்தி அளித்துக்கொண்டிருந்தார். புற்றீசல் போல சித்தர் பாடல்கள் வந்த காலம் அது. அப்படிச் செய்யக் கூடாது என்று வாதாடும் கோமல் அப்படி எழுதினால் அதை நம்ப மக்கள் ஒன்றும் முட்டாள்கள் அல்ல என்கிறார். (மக்கள் நம்பவும் இல்லை.) ஆனால் பல வருடங்கள் கழித்து ஒரு மேடையில் கெ. முத்தையா உலகாயதச் சித்தர் பாடல்களை சரமாரியாக மேற்கோள் காட்டுவதைக் கண்டு அதிர்ந்து போகிறார்.

அதே அதிர்ச்சியை 1984ல் பேராசிரியர் கா. சிவத்தம்பி எழுதி மூன்று பதிப்பு வந்துள்ள 'தமிழ் இலக்கியத்தில் மதமும் மானுடமும்' என்ற

நூலின் இறுதிக்கட்டுரையை வாசித்தபோது அடைந்தேன். மதம் தமிழ் இலக்கியத்தில் ஆற்றிய பங்களிப்பு குறித்து மார்க்ஸிய நோக்கில் விரித்து எழுதிச் செல்லும் சிவத்தம்பி, இறுதியில் 'தமிழிலக்கியத்தில் மானுடம்' என்ற முடிவுரையின் மகுடமாக சித்தர் பாடல் தொகுதியில் இருந்து உலகாயதச் சித்தர் பாடிய 7வது பாடலை எடுத்து அளித்திருக்கிறார்! இந்நூல் இருபதிப்புகள் வந்து பல்கலைப் பாடநூலாக இருந்து இப்போது மே.து. ராசுக் குமாரின் முன்னுரையுடனும் சிவத் தம்பியின் விரிவான புது முன்னுரையுடனும் வெளி வந்துள்ளது!

மனிதனுக்கு மேல் ஒரு தெய்வமும் இல்லை – இந்த
மானுடம் போலொரு மெய்மையும் இல்லை
மனிதன் இயற்கையின் எதிரொலிச் சின்னம் – உழைப்பு
மனம் இல்லையேல் அவன் விலங் காண்டி இன்னும்

(உலகாயதச் சித்தர் பாடல் 7, சித்தர் பாடல்கள்)

சித்தர் பாடல்களின் நம்பகத் தன்மையைப் பற்றிய அறிஞர்களின் ஐயத்தையோ, அல்லது இந்த 'உலகாயதச் சித்தர்' என்பவர் ச.து.சு யோகியாரால் சேர்க்கப்பட்ட ஒரு பொய் என்ற தகவலையோ அறியாத ஒரு வாசகர் கூட ஓரளவு தமிழிலக்கிய வாசிப்பு உடையவராக இருந்தால் மேற்கூறிய நாலேநாலு வரிகளை வைத்து இது மிகப்பிற் காலத்திய செய்யுள் என்று ஊகித்துக் கொண்டிருப்பார். அந்த ஐயத்துடன் வேறு சித்தர் பாடல் தொகைகளை எடுத்துப் பார்த்திருந்தால் பிரபலமான பல பிரசுரங்களில் இந்தச் சித்தரின் பெயர் இல்லை என்பதையும் கவனித்திருப்பார்.

துரதிர்ஷ்டவசமாக சிவத்தம்பி தன் தேடலை தமிழிலக்கியத்தில் ஒலித்த மானுடம் என்ற கருப்பொருளின் உச்சத்தை நோக்கிய பயணமாக அமைத்துக்கொண்டு மேலே கூறிய வரிகளில் கொண்டு வந்து நிறுத்துகிறார். மானுடம், மெய்மை போன்ற சொற்கள் இவ் வரிகளில் உள்ள பொருளில் இருபதாம் நூற்றாண்டு மார்க்ஸிய விவா தங்களில் மட்டுமே உருவாக்கப்பட்டு கையாளப்பட்டன என்பதும் சரி, இந்தக் கருத்துகள் எளிய மார்க்ஸியக் கருத்துகள் என்பதும் சரி அவரது உற்சாகத்தை அதிகரிக்கவே உதவுகின்றன.

2

ஈழத்து இலக்கியத்திறனாய்வாளர்களில் கைலாசபதி, சிவத்தம்பி இரு வருக்கும் உள்ள இடம் மிக முக்கியமான ஒன்று. தமிழ்நாட்டில் எப்போதும் எந்த இலக்கிய விமரிசகர்களுக்கும் இவர்களுக்கு

ஈழச்சூழலில் கிடைத்த முக்கியத்துவம் கிடைத்தது இல்லை. ஒரு சூழலில் இலக்கிய அறிஞர் ஒருவருக்கு முக்கியத்துவம் கிடைப்பதற்கு என்னென்ன புறக்காரணங்கள் இருக்க முடியுமோ அனைத்துமே இவர்களுக்கு அமைந்தன. இவர்கள் ஈழத்தில் பெரும் செல்வாக்கு பெற்றிருந்த கல்விப் புலத்தைச் சேர்ந்தவர்கள். மேலை நாட்டுக் கல்வி, கோட்பாட்டுப் பயிற்சி, ஆங்கில அறிவு முதலிய கூறுகள் நிறைந்தவர்கள். இரண்டாவதாக ஈழத்தில் அன்று பெரும் செல்வாக்கு பெற்றிருந்த கம்யூனிஸ்டு கட்சிகளின் அதிகாரபூர்வக் குரலாகவே ஒலித்தவர்கள். மூன்றாவதாக ஈழத்தில் மிகப் பெருமளவில் வாசிக்கப் பட்ட பிரசுரங்களில் செல்வாக்கு பெற்றிருந்தார்கள். கடைசியாக இவர்கள் தொடர்ச்சியாக பல வருடங்கள் ஓயாது எழுதினார்கள்.

ஈழ இலக்கியவாதிகள் நடுவே இவர்கள் இருவருக்குமான இடம் வழிகாட்டிகள், தத்துவ ஆசான்கள் என்ற நிலையைச் சேர்ந்தது என்பதை பல எழுத்தாளர்களின் படைப்புகளின் முகப்புக் குறிப்புகள் மற்றும் உரையாடல் பதிவுகளில் இருந்து உணர முடிகிறது. இவர்களுக்கு ஈழத்தில் இலக்கியக் கோட்பாட்டாளர்கள் மற்றும் இலக்கியத் திறனாய்வாளர்கள் என்ற அங்கீகாரம் இன்றும் உள்ளது.

தமிழ்நாட்டில் இவர்கள் இருவரும் கட்சி மார்க்ஸிய வட்டாரத்துக்கு வெளியே பொருட்படுத்தப்பட்டதே இல்லை. தமிழில் நான் மதிக்கும் இலக்கியப் படைப்பாளிகளில் மார்க்ஸியக் கட்சி சார்ந்தவர்கள்கூட இவர்களைப்பற்றி போதுமான அளவு அறிந்தவர்களோ வாசித்தவர்களோ அல்லர். பிற்காலத்தில் கட்சி மார்க்ஸியர் கல்லூரிகளில் பரவியபோது இவர்களின் நூல்கள் கல்வி வட்டாரத்தில் பாடநூல்களாகப் பரிந்துரைக்கப்பட்டன. ஆனால் தமிழகத் தமி ழிலக்கியப் பரப்பில் இவர்களுடைய பாதிப்பு என்பதே அநேகமாக எதுவுமில்லை என்பதே என் எண்ணமாகும். இங்குள்ள மார்க்ஸி யர்களுக்குக்கூட எஸ்.என். நாகராஜன், கோவை ஞானி, நா. வான மாமலை போன்றவர்களின் பாதிப்புகளே காணப்படுகின்றன. மார்க்ஸியச் சார்பு இல்லாத எழுத்தாளர்கள் மத்தியில் இப்போது இவர்களைப் பற்றிய கேலிகலந்த புறக்கணிப்பே உள்ளது – இவர்களின் ஆக்கபூர்வமான பங்களிப்புகூட இன்று அங்கீகரிக்கப்படுவதில்லை. ஆகவே க.நா.சுவின் அழகியல் நோக்கின் வழிவந்தவர்கள்கூட இன்று இவர்களைப் பற்றிப் பேசும் போது இவர்கள் அழகியல் நோக்குக்கு எதிரானவர்கள் என்றாலும் ஆய்வு முறைமை என்ற ஒன்றை உருவாக்கிய முன்னோடிகள் என்று எடுத்துக்கூற வேண்டிய நிலை உருவாகியுள்ளது. இன்றைய சூழலில் இவ்விருவர் குறித்தும் பேசும்போது வலுவான இலக்கியத்தரப்புகள் என்று எடுத்துக்கொள்ளாமல் சென்ற காலத்தின் வரலாற்றுத் தடயங்கள் என்ற அளவில் எடுத்துக்கொண்டுதான் மதிப்பிட வேண்டியுள்ளது.

3

இலக்கியம் குறித்து கருத்துகளை முன்வைக்கும் ஒருவரை ஒரு வசதிக்காக மூன்று வகைமைகளில் ஒன்றுக்குள் அடக்க முனைவது நலம். இலக்கிய மதிப்புரையாளர், இலக்கியத் திறனாய்வாளர், இலக்கியக் கோட்பாட்டாளர். வல்லிக்கண்ணன், தி.க.சிவசங்கரன் போன்றவர்களை இலக்கிய மதிப்புரையாளர்கள் என்றே கூறவேண்டும். அடுத்த தலைமுறையில் சி. மோகன், ந. முருகேசபாண்டியன் போன்றவர்களை இவ்வாறு வகைப்படுத்தலாம். மதிப்புரை என்பது இலக்கிய இதழியல் சார்ந்த ஒரு செயல்பாடு. இலக்கியப் படைப்பு களைப் பற்றி இதழ்களில் கருத்துக் கூறுவதும் விவாதிப்பதும் இதன் பாற்படும். இலக்கியத் திறனாய்வாளர் என்பவர் இலக்கியப் படைப்பு களை விரிவாக ஆராய்ந்து மதிப்பிட்டு எழுதக்கூடியவர். படைப்புகள் மீது தனக்கே உரிய அழகியல் மற்றும் கருத்தியல் நோக்கு ஒன்றைத் தொடர்ந்து முன்வைப்பவர். அவ்வாறு ஓர் இலக்கியச் சூழலின் ஒரு வலுவான தரப்பாகவும் ஒரு மதிப் பீடாகவும் நிலை கொள்பவர். ஏ.வி. சுப்ரமணிய அய்யர், க.நா. சுப் ரமணியம், சி.சு. செல்லப்பா, வெங்கட்சாமிநாதன் ஆகியோரை உதாரணமாகக் கூறலாம். மார்க்ஸிய இலக்கிய விமரிசகர்களில் தோதாத்ரி, கோ. கேசவன், கோவை ஞானி முதலியோரை குறிப்பிடலாம். அடுத்த தலைமுறையில் எம். வேதசகாய குமார், ராஜமார்த்தாண்டன் போன்றவர்களும் மார்க்ஸிய விமரிசகர்களில் அருணனும் குறிப்பிடத்தக்கவர்கள்.

மூன்றாம் வகையினர் கோட்பாட்டாளர்கள். இவர்கள் அதிகமும் இலக்கியத்தின் செல்நெறி சார்ந்த தெளிவான சித்தாந்த நிலைப்பாடு களை முன்வைப்பவர்களாகவும் இலக்கியப் போக்குகளை அவற்றின் அடிப்படையில் பகுப்பாய்வு செய்து மதிப்பிடுபவர்களாகவும் இருப்பார்கள். இலக்கியத்தின் கருத்தியல் மற்றும் வடிவம் சார்ந்து இவர்கள் கோட்பாடுகளை வகுத்தாலும்கூட அடிப்படையில் இலக்கியத்தின் பேசுபொருளைச் சார்ந்தே இவர்கள் சிந்திக்கிறார்கள். கோட்பாட்டாளர்கள் பெரும்பாலும் இலக்கியத்தைப் பாதிக்கும் பிற ஆதாரமான சிந்தனைத்துறைகளில் ஆழமாக வேரூன்றி அந்தத் தளங்கள் சார்ந்தே தாங்கள் கருத்தியல் நிலைப்பாடுகளையும் கோட்பாடுகளையும் உருவாக்கிக் கொள்கிறார்கள். தத்துவம், மதம், அரசியல், சமூகவியல், மானுடவியல், மொழியியல் போன்ற தளங்களில் இருந்துதான் கோட்பாட்டாளர்கள் உருவாகி வருகிறார்கள். மரபிலக்கியத்தின் கோட்பாட்டாளர்களில் மதம் மற்றும் அறிவியல் தளங்களில் வேரூன்றியவர்கள் அதிகம். தமிழின் மாபெரும் இலக்கியக் கோட்பாட்டாளர் என்று தொல்காப்பியரைக் குறிப்பிடுகிறோம்.

நவீனத் தமிழிலக்கியத்தின் முதல் கோட்பாட்டாளர் என்று நான் கைலாசபதியை கருதுகிறேன். இலக்கியத்தை மிகவிரிவான சமூகப் பொருளியல் பின்னணியில் பொருத்திப்பார்த்து, இலக்கியப் போக்குகளில் இயல்புகளையும் உள்ளோட்டங்களையும் வகுத்துரைக்க முயன்றவர் அவர். இலக்கியப் படைப்புகளை அவற்றில் கருத்தியல் சாராம்சம் சார்ந்து வகைப்படுத்தி பொதுமைகளைக் கண்டடைந்து அவற்றில் இருந்து இயங்குவிதிகளை உருவாக்க முனைந்தார். இலக்கியத்தில் ஓர் எல்லை வரை புறவயமான அறிவியல் ஆய்வு அணுகுமுறைக்கு இடம் உண்டு என்று நான் எண்ணுகிறேன். இலக்கிய இயக்கத்தின் பொதுப்போக்குகளை புறவயமாக வகுத்துக் கொள்ள அது உதவுகிறது. நவீனத் தமிழிலக்கியத்தில் செயல்பட்ட முதல் அறிவியல்பூர்வமான அணுகுமுறை கைலாசபதியுடையது. அவரது பங்களிப்பு அதுவே.

கைலாசபதியுடன் இணைத்தும், அவருக்கு அடுத்தபடியாகவும் கூறத்தக்கவர் சிவத்தம்பி. தரவுகளை முறைப்படுத்தி அவற்றில் இருந்து பொதுமைப்பாடுகளைப் பெற்று கருத்துகளை உருவாக்கு வதில் கைலாசபதியை விடவும் அறிவியல் பூர்வமான அணுகுமுறை சிவத்தம்பியிடம் காணப்படுகிறது. அதாவது கைலாசபதியிடம் ஓங்கியிருந்த இதழியல் சார்ந்த உரையாடல் தன்மைக்கு மாற்றாக சிவத்தம்பியிடம் கல்விப்புலம் சார்ந்த புறவயமான முறைமை (மெதடாலஜி) ஓங்கிக் காணப்படுகிறது. அவ்வகையில் பார்த்தால் தமிழின் நவீன இலக்கியத்தில் செயல்பட்ட முதல் பெரும் கோட் பாட்டாளர் சிவத்தம்பியே. வர லாற்று முன்னோடி என்ற இந்த இடமே அவரை அடையாளம் காட்ட உரியதாகும். அவரது வலிமையும் அவரது எல்லைகளும் இந்த அடையாளத்தை வைத்தே விளக்கப்படத் தக்கவை என்று கூறலாம்.

4

ஒரு இலக்கியக் கோட்பாட்டாளராக சிவத்தம்பியின் அடிப்படை நோக்கு மார்க்ஸிய இயந்திரவாதமேயாகும். சமூகத்தை துல்லியமாக சுரண்டல் வர்க்கம், பாட்டாளி வர்க்கம் என்று பிரித்து, முரணியக்க பொருள் முதல்வாத அடிப்படையில் அவற்றின் மோதல் மூலம் வரலாறு முன்னகர்வதை உருவகித்துக்கொண்டு, அந்த விரிந்த வர லாற்று வாத அடிப்படையில் தன் கோட்பாடுகளை உருவாக்கிக் கொள்கிறார் சிவத்தம்பி. முன்னுரையிலும் சரி ஆய்வின் முடிவுகளை நெருங்கும் போதும் சரி மார்க்ஸ், எங்கல்ஸ், லெனின் மேற்கோள்களை

எடுத்துத் தருகிறார். இது மரபான மார்க்ஸியர்கள் தவறாமல் கடைப்பிடிக்கும் பாணியாகும்.

எல்லா மார்க்ஸியக் கோட்பாட்டாளர்களையும்போலவே வரலாற்று வாதத்தைக் கட்டமைப்பதே சிவத்தம்பியின் முதன்மையான பணியாக இருக்கிறது. ஒரு குறிப்பிட்ட கருப்பொருளை ஆய்வுக்கு எடுத்துக் கொள்ளும்போது விரிவான தகவல்களுடன் ஒரு விரிந்த வரலாற்றுக் காட்சி ஒன்றை சித்தரித்துக் காட்டுகிறார். இந்த வரலாற்றுச் சித்தரிப்பு மூலம் வரலாறு காரணகாரிய உறவுடன் படிப்படியாக பரிணாமம் அடையும் தோற்றம் ஒன்று அவரால் உருவாக்கப்படுகிறது. இந்தப் பரிணாமம் முரண்படும் இரு கருத்து நிலைகள், அல்லது இரு வரலாற்றுச் சக்திகள், ஒன்றோடொன்று மோதி முயங்கி முன்னகர்வதன் விளைவாக நிகழ்வதை நாம் காண்கிறோம். இந்தச் சித்திரம் இலக்கண சுத்தமாக மார்க்ஸிய முரணியக்க பொருள் முதல்வாத நோக்கிலேயே ஒவ்வொரு முறையும் அமைந்துள்ளது. இதன் பிறகு ஒவ்வொரு இலக்கியப் படைப்பு குறித்து சிவத்தம்பி கூறும் மதிப்பீடு இந்த ஒட்டுமொத்தச் சித்திரத்தின் ஒரு பகுதியாக உள்ளது. அவரது ஒவ்வொரு கருத்தும் அந்த ஒட்டுமொத்த நோக்கின் கூறாக உள்ளது.

முன்பு குறிப்பிட்ட தமிழ் இலக்கியத்தில் மதமும் மானுடமும் என்ற நூலையே இங்கு உதாரணமாக எடுத்துக்கொள்கிறேன். இந்நூலின் தலைப்பே ஆசிரியரின் முரணியக்கம் சார்ந்த நோக்கினைக் காட்டுகிறது. மதம், மானுடம் இரண்டையும் ஒன்றுடன் ஒன்று முரண்படக்கூடிய இரு கருத்து நிலைகளாக, முரணியக்கத்தின் இரு சக்திகளாக கா. சிவத்தம்பி அவர்கள் காண்பது தெரிகிறது. மதமும் மானுடமும் ஒன்றை ஒன்று எதிர்த்து முயங்கி முன்னகர்ந்து செல்லும் சித்திரத்தை அளிக்கும் இந்த நூல் இறுதியில் மானுடம் மேலெழுந்து தன்னை நிலைநாட்டும் சித்திரத்தை அளித்து அதில் ஆசிரியரின் சார்பு நிலையையும் காட்டி முடிகிறது.

மதம், மானுடம் இரண்டையும் புறவயமாக வகுத்துக் கொள்கிறார் சிவத்தம்பி. 'மனிதன் சூழலுடன் ஒட்டுமொத்தமாக இயைந்து கொள்வதற்கான வழிமுறையைத் தரும் பண்பாட்டுக் கருவி' (பக் 15). இதில் தன் சகமனிதர்கள், இயற்கை ஆகியவற்றுடன் அவற்றுக்கும் 'அப்பால்' உள்ளவையும் அடங்கும். இந்த அப்பால் உள்ளவை பற்றிய கவனக்குவிப்பு மூலம் மதம் புனிதங்களை உருவாக்குகிறது. இதுவே மதத்தின் மையம் என்று எலிசபெத் நாட்டிங்ஹாம் கூறும் கூற்றை மேற்கோள் காட்டுகிறார் சிவத்தம்பி. அந்த புனிதமான அப்பால் உள்ளவற்றை தன் வயப்படுத்தும் பொருட்டு வழிபாடு உருவாகிறது. இது அறிவார்ந்தது அல்ல, உணர்ச்சி சம்பந்தப்பட்டது.

இதுவரை கண்டடையப்பட்ட எந்தச் சமூகமும் மதம் இல்லாததாக இல்லை என்பதைக் கூறி மதத்தின் மூன்று அடிப்படைக் கட்டு மானங்களை வரையறை செய்கிறார். 1. மத நம்பிக்கை அல்லது விசுவாசம். 2. சடங்குகள். 3. ஐதீகங்கள் (பக். 17). நம்பிக்கையானது இயற்கையுடன் ஓர் ஒட்டுமொத்த உறவை உருவாக்கும் பொருட்டும் இயற்கைக்கு அப்பால் உள்ளவற்றை ஏதேனும் ஒருவகையில் புரிந்து கொள்ளும் பொருட்டும் இயல்பாக உருவாகி வந்த ஒன்றுதான் நம்பிக்கை. அது ஒரு பண்பாட்டுக் கருவி. நம்பிக்கையை வாழ்வுமுறையாக ஆக்கும் பொருட்டு சடங்குகள். சடங்குகளை விளக்கும் பொருட்டு ஐதீகங்கள்.

இதைத் தொடர்ந்து மார்க்ஸின் புகழ்பெற்ற மேற்கோளை எடுத்துத் தருகிறார் சிவத்தம்பி. 'நம்மில் பலர் எண்ணுவது போல மார்க் ஸியம் மதத்தை முழுமையாக நிராகரிப்பதில்லை' என்று கூறி ''தன் ஆற்றலை முழுதாகக் கண்டுகொள் ளாத அல்லது இழந்துவிட்ட மனிதனது சுய உணர்வும் சுயப் பிரக்ஞையுமே மதம்...'' என்று மார்க்ஸின் மேற் கோளைத் தொடங்குகிறார். மார்க்ஸின் நோக்கம் மதத்தை நிராகரிப்ப தல்ல. அதன் வரலாற்றுப் பாத்திரத்தை புரிந்துகொள்வதும் வகுப் பதுமேயாகும் என்பதை விளக்குகிறார். 'அது மனிதசாரத்தின் எல்லையில்லா கற்பனை சார்ந்த வெளிப்பாட்டு நிலை. மதம் சார்ந்த துயரம் உண்மையான துயரத்தின் வெளிப்பாடு, உண்மையான துயரத்திற்கு எதிரான எதிர்ப்பும்கூட. மதம் ஒடுக்கப்பட்ட உயிரின் பெருமூச்சு. அது எவ்வாறு ஆன்மாவற்ற ஒன்றின் ஆன்மாவாக அமை கிறதோ அவ்வண்ணம் இதயமற்ற உலகின் இதயமாக அமைகிறது'' என்ற மேற்கோளின் முடிவில்தான் புகழ்பெற்ற ஒற்றை வாக்கியமான 'மதம் மக்களுக்கு அபின்' என்ற வரி வருகிறது. இந்த வரியை மட்டும் பிரித்தெடுத்து மார்க்ஸை புரிந்துகொள்வது அபாயமானது என்று எச்சரிக்கும் சிவத்தம்பி, மூலத்தில் மார்க்ஸ் Opiate (போதைத் தன்மையுடையது) என்றுதான் கூறியிருக்கிறாரேயொழிய இன்று வழங்கும் கொச்சைத்தனமான பொருளில் அல்ல என்று வலியுறுத்துகிறார்.

இங்குதான் நாம், தமிழ்நாட்டுச் சூழலில் நின்றபடி, கைலாசபதியின் முக்கியத்துவத்தையும் சிவத்தம்பியின் இடத்தையும் புரிந்துகொண்டு மதிப்பிட வேண்டியுள்ளது. தமிழ்நாட்டுக் கருத்தியல் விவாதங்கள் தன் தரப்பை எளிமைப்படுத்துவதில் தொடங்கி மாற்றுத்தரப்பை அதற்கேற்ப மேலும் எளிமைப்படுத்துவதில் முடிகின்றன. இந்த மனநிலைக்கு 'மதம் மக்களுக்கு அபின்' என்ற வரியே போதுமானதும் வசதியானது மாகும். ஆகவே கடந்த அரை நூற்றாண்டாக இவ்வரி மேலும் மேலும் வலியுறுத்தப்பட்டு மார்க்ஸ் வந்தாலும் மறுக்க முடியாத ஒரு நிலையை அடைந்துவிட்டது இங்கு. இந்த ஒரு வரியின் கொச்சையான

விரிவாக்கமே பெரியாரியம் என்ற பெயரில் ஒரு தனிக்கோட்பாடாக இங்கு முன் வைக்கப்படுகிறது. மதம் என்று ஒரு சிலரால் உருவாக்கப் பட்ட ஒரு சாதி மட்டுமே என்ற அபத்தத்தின் வடிவ வேறுபாடு களாகவே இங்கு மதம் பற்றிய கூற்றுகள் உள்ளன. இந்நிலையில் நின்று கைலாசபதி, சிவத்தம்பி போன்ற சமநிலையும் கோட்பாட்டுத் தெளிவும் உடைய சிந்தனையாளர்களின் உண்மையான பங்களிப்பு என்ன என்று நாம் ஊகிக்க இயலும்.

மார்க்ஸின் மேற்கோள் ஒரு தீர்ப்போ, முடிவோ அல்ல, அது ஓர் ஆய்வுப்போக்கு அல்லது அணுகுமுறை. அதை தமிழ்ச் சூழல் சார்ந்து விரிவாகவே வகுத்துக்கொள்கிறார். சிவத்தம்பியின் அணுகுமுறையில் மதம் என்பது இயற்கையையும் இயற்கை இறந் தனவற்றையும் தன்வயப்படுத்திக் கொள்வதற்கான ஒரு கருவியாகத் தொடங்கிய ஒன்று நாளடைவில் இயற்கையின் முன்பும் இயற்கை இறந்தனவற்றின் முன்பும் மனிதன் தன்னைச் சரணடைய வைத்ததில் சென்று முடிந்தது. மனிதன் தன் முக்கியத்துவத்தை இழந்து அடிமை யாகிறான். மதம் தன் முதல் இலக் கான மானுட நலன் என்பதை இழந்து நிறுவனமாகவும் நம்பிக்கையாகவும் இறுகியது.

இதன் தொடர்ச்சியாக மானுடம் என்பதை வகுத்துக்கொள்கிறார் சிவத்தம்பி. மானுடம் என்பதை ஐரோப்பிய சிந்தனையில் உள்ள மனிதனை மையமாக்கி பிரபஞ்சத்தைக் கற்பனை செய்யும் போக்கில் தொடங்கி மனித நல னையும் மனித மேம்பாட்டையும் இலக்காகக் கொள்வது. ஐரோப்பிய மறுமலர்ச்சிக் காலத்தில் தொடங்கி மார்க்ஸியத்தில் முழுமைபெற்ற ஒரு கண்ணோட்டமாக இதைக் காணும் சிவத்தம்பி '' 'தெய்வம்' என்னும் கோட்பாட்டின் சிதைவின் பின்னர் மனிதரின் 'மானுடத்துவம்' பற்றிய சிந்தனை முனைப்பு பெற்றது எனலாம்'' என்று கூறி இந்த இருமையை திட்டவட்டமாக நிறுவுகிறார். அடுத்த படியாக மார்க்ஸிய மானுடவாதத்தின் முழுமை குறித்த தன் நம்பிக்கையை உறுதி செய்கிறார்.

இங்கிருந்து தொடங்கும் சிவத்தம்பியின் ஆய்வு அம்புபோல தமிழிலக்கியப்பரப்பை ஊடுருவி இலக்கில் தைக்கிறது. ஆனால் கூர்ந்து நோக்கினால் இலக்கிலிருந்தே அது தொடங்கி பின்னால் சென்றிருப்பதைக் காணமுடியும். இதுவே சிவத்தம்பியின் பலமும் பலவீனமும் ஆகும். தொல் தமிழ்ப் பண்பாட்டில் மதம் எவ்விதம் பொருள் கொள்ளப்பட்டது என்று அவரது ஆய்வு தொடங்குகிறது. மெல்ல முழு முதல் தெய்வங்கள் என்னும் கருத்து நிலைகள் உரு வாயின. தொடர்ந்து பெருமதங்கள் பிறந்தன. பெருமதங்களுக்கும் பேரரசுகளுக்கும் இடையே நேரடி உறவு உள்ளது. ஒன்று இன்

னொன்றை வளர்த்தது. பின்னர் பெருமதங்கள் நடுவே பூசலும் மோதலும் உரையாடலும் நிகழவே பெருமதங்கள் ஒவ்வொன்றும் தத்துவார்த்தமாகவும் குறியீட்டு ரீதியாகவும் தங்களை வளர்த்துக் கொண்டன. இங்கும் சிவத்தம்பி முரணியக்கத்தையே காண்கிறார். மதத்திற்குள் இருந்து மானுடத்தின் குரல் ஒலித்தது. அதற்கும் மத நிறு வனங்களுக்கும் இடையே மோதல் எப்போதும் நீடித்தது. இந்த முரணி யக்கமே மதங்களை வளரச் செய்தது. நிறுவன மதங்களுக்குள் பக்தி இயக்கம் உருவானது இப்படித்தான். மானுடம் மையப்படுத்தப்பட்ட மதமே பக்தி இயக்கம். அது மீண்டும் உறைந்தபோது நவீன ஜனநாயகக் கருத்துகள் உருவாகி வந்து மதத்துடன் மோதின. மானுடமைய கோட்பாடுகள் அடுத்தபடியாக வந்தன.

இந்த முரணியக்கத்தில் மதம் எப்படி மெல்ல மெல்ல மாறுதல் அடைகிறது என்ற சித்திரமே சிவத்தம்பி கூறும் முக்கியமான கருத் தாகும். ''மதமே சிந்தனைக்குரிய படிமங்களை வழங்குகிறது. இதனால் மதம் என்பது மனித நிலைப்படுத்தப்பட்டு மனித உணர்வுகளுடன் ஒன்றிணைந்து விடுகிறது. (அதனை எதிர்ப்பதற்குக்கூட அதுவே படிமங்களை வழங்குகிறது.)'' (பக்கம் 22) என்று கூறும் சிவத்தம்பி, ''இத்தகைய வகையில் மதம் ஆளுமையுடன் இயையுறுகிறபோது மதம் அல்லது மதம் எடுத்துக்கூறுபவை 'பெறுமானங்கள்' (மதிப்பீடுகள்) ஆகிவிடுகின்றன... பெறுமானங்கள் உண்மையில் வாழ்க்கையின் நியமங்களே... அழகியல் நியமங்கள்கூட மத இணைப்பு உடையவை யாக அமைந்து விடுவதுண்டு'' என்கிறார். ஆகவே சிவத்தம்பியைப் பொறுத்தவரை மதம், மதத்துக்கு எதிரான மானுடப் போர் இரண்டுமே மதிப்பீடுகளின் மோதல்கள். பண்பாட்டு முன்னகர்வின் வெளிப்பாடு கள் அல்லது இயங்கு முறைகள். நாமறிந்த கொச்சையான மத எதிர்ப்புக் கூக்குரல்களிலிருந்து வெகுவாகத் தள்ளி ஆழமான வரலாற்றுப் பார்வை கொண்ட ஆய்வு முறையாக நிற்கிறது இது.

தமிழிலக்கியத்தில் நெடுங்காலமாக விழுமியங்களாகவும் படிமங் களாகவும் கருத்து நிலைகளாகவும் மதம் ஆற்றிய பங்கை ஆராயும் சிவத்தம்பி இஸ்லாமிய கிறிஸ்தவ மதங்கள் இந்த வளர்ச்சிப் போக்கில் ஆற்றிய பங்கை மிகவிரிவான தரவுகளுடன் ஆராய்ந்து மதிப்பிடுகிறார். இவ்விரண்டுக்கும் பிறகு தமிழகத்தில் உயிரும் வடிவும் கொண்டு எழுந்த சைவ சித்தாந்தத்தை ஆராய்ந்து இறுதியாக வந்த மானுட மைய நோக்கினை மதிப்பிட்டு நிறுவி இந்நூலை முடிக்கிறார். ஒட்டுமொத்த தமிழ் பண்பாட்டு வளர்ச்சிப்போக்கையும் ஒவ்வொரு கணமும் கருத்தில் கொண்டு நடத்தப்பட்டுள்ளது இந்த ஆய்வு. முதற்கட்டுரை யில் தமிழகத்தில் பேரரசுகள் உருவானபோது பெருமதங்களும்

அவற்றின் சிதைவுக்காலத்தில் உதிரி மறை ஞான (மிஸ்டிசிசம்) வழிகளும் உருவாகி வலுப்பெற்றதைக் காட்டி 'மதச் சார்பின்மையே நவீனத் தமிழிலக்கியத்தின் பண்பாகும்' என்று முடிக்கிறார். தமிழில் கிறிஸ்தவ இலக்கியப் பாரம்பரியம் என்ற விரிவான கட்டுரை வெறுமே நம்பிக்கைகளும் சடங்குகளுமாகச் சுருங்கிப் போயிருந்த இந்து மதம் மீது கிறிஸ்துவத்தின் மனித மைய நோக்கு விடுத்த தத்துவார்த்தமான தாக்குதலை விரிவாக ஆராய்கிறது. அதேபோல் சைவசித்தாந்தத்தின் வருகை. தமிழ் மக்களின் தனித்துவ மான மெய்யியற் கொள்கையான சைவசித்தாந்தம் தமிழ் பண்பாட்டின் மீதான அயல் தாக்குதல்கள் உச்சத்துக்குச் சென்ற ஒரு காலகட்டத்தில் வீறோடு உருவாகி வந்த சித்திரத்தை சிவத்தம்பி காட்டுகிறார். ஒரு நூறுவருட கால எல்லைக்குள்தான் சைவசித்தாந்தம் ஒரு கோட்பாடாக வரையறை பெற்றது என்றும் ஆனால் அதன் வேர்கள் எட்டாம் நூற்றாண்டு பக்தி காலகட்டம் முதல் உருவாகி வந்துள்ளன என்றும் கூறுகிறார். ஒரு சீர்திருத்த இயக்கமாக உருவான சைவசித்தாந்தம் மானுட மையம் நோக்கிய நகர்வையே தன் வளர்ச்சியாகக் கொண்டது. அதன் மூலம் பெருங்கோயில்களின் அதி காரத்திலிருந்தும் பிராமணய முறையில் இருந்தும் விடுபடும் வழி ஒன்று உருவானது (பக் 21) சங்கர ரின் ஏகான்ம வாதத்தையும் வருணாசிரம தர்மத்தின் ஸ்மார்த்த நிலைப்பாடு களையும் எதிர்க்கக்கூடிய சமூக வலிமை பதிமூன்றாம் நூற்றாண்டுக்குமேலேயே ஏற்படுகிறது. இந்த செல் நெறியின் கருத்து நிலை எடுத்துக்காட்டாக சைவ சித்தாந்தத்தைக் கொள்ள வேண்டும் (பக். 121) என்கிறார் சிவத்தம்பி. இந்தப் போக்குதான் தனித் தமிழ் இயக்கமாக மாறி பிற்பாடு இன்றைய திராவிட இயக்கங்களாக பரிணாமம் கொண்டது என்பது சிவத்தம்பியின் நிலைப்பாடாகும். (பக். 108)

இவ்வாறு பழந்தமிழ் மதம், பெருமதங்கள் வழியாக கிறிஸ்தவ இஸ்லாமிய மதங்களின் ஊடாக வந்து சைவ சித்தாந்தத்தில் நிற்கும் சிவத்தம்பி அதற்கு அடுத்த நிலையாகவே மார்க்ஸிய மானுட மைய வாதத்தை அணுகுகிறார். அவரது நோக்கில் மானுட நலன் நோக்கிய தேடல் என்பது எப்போதும் பண்பாட்டின் சாரமாக இருப்பதாகும். ஏற்றத்தாழ்வும் இறுக்கமான கட்டமைப்பும் கொண்ட சங்க காலம் கூட அவ்வகையில் மானுட நோக்கு உடையதே. ஆனால் சிவத்தம்பி முதல் பெரும் மானுடக் குரலாக திருக்குறளையே காண்கிறார். அதன்பிறகு பக்தி இலக்கியத்தின் மானுட அந்தரங்க உறவு நிலையை கருத்தில் கொள்கிறார் (பக். 131). பிறகு கம்பராமாயணத்தின் 'மானுடம் வென்றதம்மா' என்ற அறத்தின் குரல் (பக். 133). பிறகு சித்தர் பாடல்கள் ''சித்தர் பாடல்களினூடாக சில மனிதாயப் பண்புகள் (அதுவும் உயர் இலக்கியத்தில் அத்தகைய குரல்கள் கேட்காத வேளையில்)

இடம்பெறலாயின'' (பக். 134). அதன் பிறகு சுப்ரமணிய பாரதி. பிறகு திரு.வி. கல்யாண சுந்தர முதலியார், ஜீவானந்தம் என்று சொல்லி வரும் சிவத்தம்பி வானம்பாடி இயக்கத்தின் 'மானுடம் பாட வந்த' குரலை எதிரொலித்து நூலை முடிக்கிறார்.

இக்கட்டுரை மதம் குறித்து அல்ல. சிவத்தம்பியின் மானுட வாதம் குறித்ததும் அல்ல. நம் காலகட்டத்து மாபெரும் மார்க்ஸிய அறிஞன் ஒருவனின் ஆய்வு முறையை விளக்கிய அவருடைய நூல்களில் சிறியதான ஒன்றை உதாரணமாக எடுத்துக்கொண்டேன். சிவத்தம்பியின் ஆய்வு முறையின் சிறப்புகளை இதற்குள் வாசகன் உணர்ந்து கொண்டிருக்கலாம். ஒன்று, அவர் கருத்து களையோ சமூக இயக்கத்தையோ எளிமைப்படுத்துவதில்லை. அவற்றின் சிக்கலான ஊடுபாவுகளுடன் முழுமையுடன் விவாதத்திற்கு எடுத்துக்கொள்கிறார். இரண்டு, சிவத்தம்பியின் ஆய்வுமுறையில் அறிவார்ந்த முன்முடிவு இருக்கலாம். மார்க்ஸியருக்கு அது இயல்பு. ஆனால் ஒரு போதும் காழ்ப்பும் கசப்பும் இல்லை. மூன்று, ஒவ்வொரு கருத்துக்கும் புறவயமான தரவுகளை ஆதாரமாகக் காணும் போக்கு. அதில் தொடர்ந்த உழைப்பு, நான்கு, அனைத்து தனிக் கருத்துகளையும் இணைத்து ஒரு விரிவான வரலாற்றுச் சித்திரத்தை உருவாக்கும் முயற்சி.

ஓர் எழுத்தாளனாகவும் இலக்கிய மாணவராகவும் நான் சிவத்தம்பியிடம் உடன்படும் இடங்கள் எவை? ஒன்று, நான் என் னுடைய வரலாற்றுச் சித்திரத்தை மார்க்ஸிடம் சார்ந்து உருவாக்கிக் கொண்டுள்ளவன். ஆகவே சிவத்தம்பி ஆய்வுமுறை மட்டுமல்ல முடிவுகள் கூட பெரும்பாலும் எனக்கு ஏற்புடைய னவாகவே உள்ளன. அதே சமயம் இந்த வரலாற்று வாதத்தை நிறுவப்பட்ட இறுதி உண்மையாக, அல்லது ஒரு தகவல் உண்மையாக நான் ஏற்றுக் கொள்ளவில்லை. என்னைப் பொறுத்தவரை எல்லா வரலாற்று வாதங்களும் சமகாலத் தேவைக்கு ஏற்ப நாம் செய்து கொள்ளும் புனைவுகளே. மார்க்ஸியம் அளிக்கும் கருவிகளே மிகப் பொருத்த மானதும் உதவிகரமானதும் ஆன வரலாற்று வாதத்தை நாம் உருவாக்கிக்கொள்ள உதவுகின்றன என்பதனால் அவை இப் போதைக்கு ஏற்புடையவை, அவ்வளவுதான்.

இரண்டாவதாக சிவத்தம்பிமீது நான் முரண்படுவது முக்கியமான இன்னொரு தளத்திலாகும். அது இந்த முதல் முரண்பாட்டின் விரி வாக்கமும் நீட்சியும் ஆகும். மார்க்ஸிய வரலாற்றுவாதத்தை முழுமுற் றாக நம்பி 'இறுதி' சித்திரமாக அதை ஏற்கும் சிவத்தம்பி அதிலிருந்து தன் அனைத்து கருத்து நிலைகளையும் ஒற்றைப்படையாக உருவாக்கியபடியே செல்கிறார். அடிப்படையில் முரண்பாடுகளையும்

பன்மைகளையும் விலகல்களையும் சிக்கல்களையும் அதிக கவனம் கொடுத்துப் பார்க்கும் கருத்தியக்கமான இலக்கியத்தை அவரால் மதிப்பிடவோ புரிந்து கொள்ளவோ முடியாமல் போகிறது. அவரது இலக்கிய ரசனை மிக மிகத் தட்டையானதாக இலக்கியத்தை வெறும் அபிப்பிராயமாக மட்டும் குறுக்கிப் பார்ப்பதாக உள்ளது. இதனால் அவரும் தன் அனைத்து மகத்துவங்களுடனும் இங்குள்ள இயந்திரவாத மார்க்ஸியர்களின் அதே நிலைப்பாடுகளையே எதிரொலி செய்கிறார். இவர்கள் அவரை தங்களவராக எடுத்துப் போற்றுவதற்கும் இதுவே காரணம். இந்த சிவத்தம்பி என் மறுப்புக்கும் நிரா கரிப்புக்கும் உரியவர். ஏனெனில் இலக்கிய இயக்கம் என நான் அறிந்த ஒன்றுக்கு நேர் எதிரானவர். இங்கே ஸ்டாலின் ஆட்சியோ மாவோ ஆட்சியோ இருந்து கைலாசபதியும் சிவத்தம்பியும் கமிசார்களாக இருந்திருந்தால் இங்குள்ள அத்தனை முக்கியமான படைப்பாளிகளும் ராஜஸ்தான் கட்டாய உழைப்பு முகாம்களில் மணல் சுமந்திருப்பார்கள். அக்கினி புத்திரன் போன்றவர்களுக்கு உயரிய இலக்கிய கௌரவமும் கிடைத்திருக்கும்.

வேடிக்கையாகக் கூறவில்லை. இலக்கியப் படைப்பின் இயங்கு முறையில் உள்ள நுட்பங்களை விட்டுவிடுவோம். அதை ஒரு கருத்து இயக்கமாக மட்டுமே எடுத்துக்கொண்டு சிவத்தம்பியின் தரப்பை ஆராய்வோம். வரலாற்றின் இயக்கத்தை அதன் பல்வேறு முரண்பட்ட நிலைகளை, ஊடுபாவுகளை, உட்சிக்கல்களை கணக்கில் கொண்டு ஆராயும் சிவத்தம்பி மானுடம் என்னும் கருத்து நிலையையும் அது இலக்கியத்தில் வெளிப்பாடு கொள்வதையும் மட்டும் எப்படி ஒற்றைப்படையான ஒரு 'கூற்றாக' மட்டுமே காண்கிறார்? மானுடம் என்னும் தரப்பிலேயே எத்தனை உள்ளோட்டங்கள் இருக்க இயலும் என்று ஏன் அவர் யோசிக்கவில்லை? மனிதனை மையமாகக் கொண்ட ஒரு மனிதாபிமான நிலைப்பாடு இருப்பதைப் போலவே இயற்கையை மையமாகக் கொண்ட ஒரு மனிதாபிமான நிலைப்பாடு ஏன் இருக்கக் கூடாது? (உதாரணம் இன்றைய சூழலியல் இடதுசாரிகள்) ஒரு மனம் ஒரு நிலைப்பாட்டை அடையும்விதமே நுட்பமான சிக்கல்கள் மிக்க முர ணியக்கத்தின் விளைவாக நிகழும் ஒன்று என்றுதான் நான் நினைக் கிறேன். ஆகவே மனிதாபிமானத்துடன் ஒருவகை மனித வெறுப்பும் கலந்துள்ளது. மாபெரும் மனிதாபிமானிகளின் தனிவாழ்வில் மானுட வெறுப்பு வெளிப்படும் தருணங்களைப் பார்க்கலாம். ஒரு கருத்து நிலையாக மனிதாபிமானம் முன் வைக்கப்பட்ட அமைப்புகளுக்குள் தான் மாபெரும் மானுட ஒடுக்குமுறைகள் அரங்கேறின என்பதை சிவத்தம்பி அறியமாட்டாரா என்ன? இது தர்க்க பூர்வமாக விவாதித்து நிலைநாட்ட வேண்டிய விஷயமே அல்ல. எளிய அனுபவ உண்மை.

இலக்கியம் இந்தச் சிக்கலான ஊடுபாவுகளை முடிந்தவரை முழுமையாகச் சித்தரித்துவிட முயலும் ஓர் மொழி இயக்கம். ஆகவேதான் எந்தக் கோணத்திலாயினும் ஒற்றைப்படைக் கூற்றுக்கள் இலக்கியத்தில் மதிப்பில்லாதவையாக உள்ளன. கடவுள் வாழ்க என்பதற்கும் மானுடம் வாழ்க என்பதற்கும் இங்கு ஒரே பொருள்தான், ஒரே மதிப்புதான். ‘மனிதன் எத்தனை மகத்தான ஒரு சொல்’ என்ற வியப்புக்கு ‘கடவுள் எத்தனை மகத்தான ஒரு சொல்’ என்ற வியப்பின் அதே மதிப்புதான் – அதாவது வெறும் உணர்ச்சி வெளிப்பாட்டின் மதிப்பு இந்த விஷயம்தான். சிவத்தம்பியின் பிரக்ஞைக்கும் சிக்குவதில்லை. கடவுளில் இருந்து மானுடத்திற்கு வந்துவிட்டால் இலக்கியத்தில் ஒரு தலைகீழ் மாற்றம் நிகழ்ந்து விட்டதாக அவர் நம்புவது இதனாலேயே.

இலக்கியத்தில் மொழி கொள்ளும் அனைத்து நுட்பங்களும் கருத்தியலிலும் உளச் செயல்பாடுகளிலும் ஒவ்வொரு தருணத்திலும் நிகழக்கூடிய சிக்கலான முரணியக்கங்களை தொட்டுக் காட்டிவிடுவதற்கான முயற்சிகளே. அதில் அடையும் வெற்றிகளே இலக்கிய நுட்பங்கள் என்று கூறப்படுகின்றன. அதன் அடிப்படையில்தான் தல்ஸ்தோயும் தஸ்தயேவ்ஸ்கியும் இலக் கிய மேதைகள் என்றும் கார்க்கி எழுத்தாளர் மட்டும் என்றும் தரம்பிரித்து மதிப்பிடப்படுகிறார்கள். நீண்ட இலக்கிய இயக்கத்தில் சிவத்தம்பி இவ்விஷயத்தை கணக்கில் கொண் டமைக்கான தடயமே இல்லை. அவரது வரலாற்று நோக்கு, ஆய்வு நெறி முக்கியமானது, அவரது இலக்கிய முடிவுகள் அபத்தமானவை. தன் நீண்ட ஆய்வின் முடிவாக அவர் அக்னிபுத்திரனின் நுட்பமோ அழகோ இல்லாத வரட்டுக் கூச்சலில் நிறைவு காண்பது இதனா லேயே. இந்த இலக்கிய மொண்ணைத்தனமே ஒரு போலி எழுத்தை அது மிக அப்பட்டமாகவே இருந்தும்கூட சித்தர் பாடலாக அவரை ஏற்றுக்கொள்ளச் செய்கிறது.

5

சிவத்தம்பியின் இலக்கிய அணுகுமுறை என்பது ‘ஒரு படைப்பு என்ன நிலைப்பாடு எடுத்துள்ளது?’ என்ற வினாவிலிருந்தே எழுகிறது. அப்படைப்பின் மீதான அவரது திறனாய்வின் முடிவு அந்த நிலைப்பாடு ஏற்புடையதாக இல்லையா என்ற கூற்றில்தான் நிறைவு கொள்கிறது. மார்க்ஸிய இயந்திரவாதப் பார்வையின் தெளிவான உதாரணம் என்று இந்த அணுகுமுறையைக் கூறலாம். ஆனால் இந்த அணுகுமுறையில் உள்ள சிறப்பியல்புகளில் சில மதிப்பிற்குரியவை. ஒன்று, முழுக்க முழுக்க படைப்பு சார்ந்தே சிவத்தம்பி தன் ஆய்வையும் முடிவுகளையும்

உருவாக்கிக்கொள்கிறார், படைப்பாளி சார்ந்து அல்ல. இலக்கிய வம்புகளின் அரசியலுக்கும் சிவத்தம்பிக்கும் நீண்ட தொலைவு என்றுதான் அவரது நூல்கள் காட்டுகின்றன. இரண்டு, படைப்புகளை ஒரு விரிவான கருத்து விவாதத்தின் ஒரு பகுதியாக நிறுத்தியே அவர் வாசிக்கிறார். மூன்று, படைப்பின் புனைவை ஒரு விரிந்த வரலாற்று வாதப் புனைவின் ஒரு பகுதியாக நிறுத்த முயல்கிறார். இந்தத் தெளிவான முறைமை கொண்ட ஒரு திறனாய்வாளன் தமிழ்நாட்டில் இல்லை என்றே நான் எண்ணுகிறேன். நா. வானமாமலை, ஞானி முதல் அருணன், நா. முத்து மோகன் வரை தமிழில் மார்க்ஸியத் திறனாய்வை எழுதிய எவரிலும் இத்தகைய சீரான புறவய அணுகுமுறை இல்லை. தமிழ் கோட்பாட்டுத்திறனாய்வு முன்னுதாரணமாகக் கொள்ளவேண்டிய ஒரு நோக்கு இது.

'இலக்கியமும் கருத்து நிலையும்' என்ற தன் நூலின் முன்னுரையில் சிவத்தம்பி தமிழில் இலக்கியத் திறனாய்வு வலுப்பெறாது போனமைக்கான இரு காரணங்களைக் குறிப்பிட்டுச் சொல்கிறார். ஒன்று கலைச் சொல்லாக்கம், முறைமை போன்றவற்றில் சீரான பொதுமை நோக்கு இல்லாமை. இரண்டு இலக்கியப்புலமை இல்லாமல் மேலைநாட்டுக் கோட்பாடுகளை பிரதியாக்கம் செய்யும் போக்கு (பக்.17). இரண்டுக்கும் தன்னளவில் தீர்வுகாண சிவத்தம்பி முயல்வதைக் காணலாம். புதிய கலைச் சொல்லாக்கம் அவரது திறனாய்வின் முக்கியமான முயற்சியாக உள்ளது. மார்க்ஸிஸ கோட்பாட்டுச் சட்டத்தின் உள்ளே நின்றபடி சுயமான முடிவுகளை உருவாக்கவே அவர் முயல்கிறார்.

இலக்கியத்தினை இயந்திரத் தன்மையுள்ளதான ஒரு 'பிரதிபலிப்பு' கொள்கைக்கு உட்படுத்தாது அதனை ஒரு பண்பாட்டு உற்பத்திப் பொருளாகக் கொண்டு அதற்கு அவசியமான கருத்து நிலை கருப்பொருட்களும் எவ்வாறு இலக்கியத்தினுள்ளே 'ஓடியாடித்' திரிகின்றன என்று பார்க்க வேண்டும். என்று (பக்கம் 19) கூறியபடி தமிழிலக்கியத்தில் மனிதன் என்னும் தன் ஆய்வைத் தொடங்குகிறார் சிவத்தம்பி. இதன் நீட்சியாக கருத்து நிலை (ஐடியாலஜி) என்றால் என்ன என்பதை நிர்ணயித்துக்கொள்கிறார். 'கருத்துநிலை என்பது ஒருவர் தமது சமூக நிலை காரணமாக உருவாக்கிக்கொள்ளும் கருத்து நிலைப்பாடு' (பக். 20) என்று வரையறுத்துவிட்டு 'இலக்கியமே கருத்து நிலையாக்கத்திற்கான பொருள்தான்' என்று கூறுகிறார் சிவத்தம்பி. அவரது உதாரணத்தின்படி இலக்கியம் இடி யாப்பம். கருத்தியல் இடியாப்ப அச்சு. அச்சுதான் இடியாப்பத்தைத் தீர்மானிக்கிறது. அதை அறியாதவர்கள் இடியாப்பத்தின் வடிவத்தை அதன் சிறப்பியல்பாக நினைப்பார்கள். இவ்வாறு ஒருவன் கொள்ளும் நிலைப்பாடு தான்

கொள்கை. அதை சிந்தனை நெறிக்கமைய வகுத்தமைத்துக் கொள்ளும் முறைமையே 'கோட்பாடு' என்பது (பக். 25). 'இலக்கிய ஆக்கத்தில் ஈடுபடும் ஒருவன் தனக்குள்ள அறிவுத் தெளிவு மட்டத்திற்கேற்ப வாழ்க்கையை நோக்கும் முறைமை இது தான்' என்று வரையறுத்துக் கூறும் சிவத்தம்பி இதன் அடிப்படை யிலேயே படைப்புகளை வகுத்துக் கொள்கிறார்.

சிவத்தம்பி ஓர் இலக்கியவாதியின் இலக்கிய ஆக்கமுறை பற்றி கொண்டுள்ள புரிதல் என்ன என்பதை இந்நூலில் ஓர் இடத்தில் தெளிவாகவே காணலாம். 'இலக்கியம் என்பது ஒரு சமூக அழகியல் நிகழ்வு' என்று முதலில் அவர் வரையறை செய்து கொள்கிறார் (பக்கம் 28). அதன் பின் அந்த இரு கூறுகளையும் தனித்தனியாக பிரித்துக் கொள்கிறார். 'மற்றையோரைப் பார்க்கிலும் எழுத்தாளனுக்கு சமூகப் பிரச்சினை பற்றி இரு நிலைப்பட்ட தெளிவு இருக்க வேண்டும். முதலில் இதுதான் பிரச்சினை என்ற கல்வி நிலை, நின்ற உலக நிலை நின்ற தெளிவு வேண்டும். சமூகப் பிரச்சினைகளை அவற்றின் பரிணமிப்பு முறைகள் காரணமாக தவறாக விளங்கிக்கொள்ளாமல் அவற்றின் மூலத் தன்மை அறிந்து பிரச்சினையை விளங்கிக்கொள்வது முக்கியமாகும். இரண்டாவதாக அப்பிரச்சினை மனித வாழ்க்கையில் 'உயிரும் சதையும் உள்ளதாகவும்' எப்படி ஆகிறது என்று தெளிவு வேண்டும். முன்னது படைப்பின் கருத்தியலையும் பின்னது படைப் பின் அழகியலையும் தீர்மானிக்கின்றன என்பது அவரது எண்ணம். (பக்கம் 29).

சில படைப்புகளை எழுதியவன் என்ற முறையில் இதைப்பற்றி முற்றிலும் மாறான கருத்தையே என்னால் கூறமுடியும். முதலில் இங்கு சிவத்தம்பி மனித மனம் என்ற சிக்கலான, தனிப்போக்கு கொண்ட அமைப்பை கருத்திலேயே கொள்ளவில்லை. இதுதான் இயந்திரவாதம் என்பது. ஒரே வகையான கோட்பாட்டுக் கல்வியும் ஒரே வகையான அனுபவச் சூழலும் கொண்ட இருபடைப்பாளிகள் முற்றிலும் மாறுபட்ட இரு ஆக்கங்களையே உருவாக்குவார்கள் என்ற உண்மையில் இருந்து புரிந்துகொள்ள வேண்டிய விஷயம் இது. இலக்கியத்தில் படைப்பாளி கொள்ளும் கோட்பாட்டுத் தெளிவோ, பிரச்சினை மீதான உணர்ச்சிகர ஈடுபாடோ எல்லாம் அதன் உருவாக்கத்தில் மிகச்சிறிய பங்கையே வகிக்கின்றன. படைப்பு என்பது அப்படைப்பாளியின் மனதிற்கும் அவனுடைய மொழி பிரக்ஞைக்கும் இடையே அவனை மீறி நடக்கும் ஒரு விளையாட்டு மட்டுமே. கூறுவதற்கு மட்டுமல்ல, கூறாமல் மறைப்பதற்கும் சிறந்த படைப்புகள் எழுதப்படலாம். தான் நம்புபவற்றைத்தான் எழுத்தாளன் எழுதுவான் என்று இல்லை,

முற்றிலும் நம்பாதனவற்றையும் எழுதலாம். அது ஒரு விளையாட்டு என்று கூறும்போதுதான் அதைச் சரியாகப் புரிந்துகொள்ளமுடியும். விளையாட்டின் பயன் என்பது விளையாட்டில் உள்ள இன்பமே. விளையாட்டை ஒரு தொழிலாக, ஒரு பயணமாக எடுத்துக்கொண்டு அதன் இயக்கத்தை அர்த்தப்படுத்த முயல்பவனுக்கு ஆயாசமே விளையும். படைப்பாளி தன் படைப்பில் தன் நம்பிக்கைகளை குழந்தையைக் கொஞ்சும் தாய் போலவும் கையாளலாம், எலியைக் கொஞ்சும் பூனைபோலவும் கையாளலாம்.

இந்த 'எதிர்பாராத' தன்மை 'விளக்க முடியாத' தன்மையில் இருந்தே இலக்கியத்தின் சாத்தியப்பாடுகள் பிறக்கின்றன. இலக்கியம் என்பது நிலைப்பாடு அல்ல. நிலைப்பாடுகளின் விளையாட்டு அது என்று கொள்வதே பொருத்தம். இக்காரணத்தால்தான் சிவத்தம்பியைப் போன்ற இயந்திரவார மார்க் ஸியர்களால் பாரதியையோ புதுமைப் பித்தனையோ வகுக்க முடியவில்லை. ஒவ்வொருமுறையும் பிடிக்குச் சிக்கி தவறிச் செல்கிறார்கள். முற்போக்கு முத்திரையும் பிற்போக்கு முத்திரையும் அவர்களுக்கு கனகச்சிதமாகப் பொருந்துகிறது. ஓயாத சவாலாக இவர்கள் முன் நின்றுகொண்டும் இருக்கிறார்கள்.

இலக்கியப்படைப்பாக்கத்தின் இந்தத் தனித்தன்மையைப் பற்றி இங்கே விரிவாகப் பேச விரும்பவில்லை. நவீனத்துவத்திற்குப் பிறகு வந்த இலக்கிய ஆய்வுகளால் விரிவாக விவாதிக்கப்பட்டு விளக்கப்பட்ட விஷயம்தான் இது. இலக்கியப் படைப்பாளியின் கருத்தியலுக்கு எவ்விதமான தனி மதிப்பும் இல்லை. வரலாற்றைப் பற்றியும் பெண் விடுதலை பற்றியும் காமம் பற்றியும் தல்ஸ்தோய் கொண்டிருந்த கருத்து நிலைபாடுக்கும் அவரது படைப்புகளின் தீராத ஆழத்திற்கும் என்ன தொடர்பு?

'நவீன இலக்கியங்களின் வெற்றி தோல்வி என்பது அவை ஏற்படுத்தும் சமூகத் தாக்கம் கொண்டே தீர்மானிக்கப்படுகின்றன' (பக். 43) என்ற இறுதியான இயந்திரவாத முடிவுக்கு சிவத்தம்பி வந்து சேர்வது, படைப்பியக்கம் என்பது 'உணர்ச்சி சேர்க்கப்பட்ட கருத்தியல் இயக்கம்' என்ற தொடக்கப் புரிதலின் திசை வழியாகவே ஆகும். ஒரு படைப்பின் சமூகப் பாதிப்பை அளப்பது எப்படி? தீவிரமான ஒரு பிரசாரப் படைப்பு உச்சகட்ட வேகத்துடன் பிரசாரம் செய்யப் படும் போது ஒரு குறுகிய கால அளவில் தெளிவாக எடுத்துக் காட்டத்தக்க சமூகப் பாதிப்பை நிகழ்த்துகிறது. ஒரு பேரிலக்கியம் சீரிய வாசகர் சிலரிடம் ஏற்படுத்தும் ஆழமான உரையாடல் பாதிப்பு மூலம் நீண்டகால அளவில் ஒரு சமூகத்தின் பண்பாட்டில் பாதிப்பைச் செலுத்துகிறது. சிவத்தம்பியின் மார்க்ஸிய அளவுகோல் முந்தைய

ஆக்கத்தையே முன்னிறுத்தும், பிந்தையதை 'சைபீரியாவுக்கு' அனுப்பும். சரி, ஒரு சமூகத்தின் மீது எதிர்மறையாக பாதிப்பு செலுத்தும் படைப்புகளுக்கும் சிந்தனையின் முரணியக்கத்தில் பங்கு இல்லையா என்ன? ஒரு சமூகத்தை 'சீண்டும்' படைப்புகளை எப்படி எடுத்துக் கொள்வது? இன்னும் இப்படியே கேட்டுக் கொண்டு செல்லலாம். படைப்பினில் கருத்தியல் பாதிப்பு மட்டும்தான் பாதிப்பா? அழகியல் ரீதியாக ஒரு படைப்பு சமூகத்தைப் பாதிக்காதா? ஒரு படைப்பும் தனியாக நேரடியாக சமூகத்துடன் உரை யாடுவதில்லை. அப்படைப் பின் மீதான எதிர்வினைகள், மதிப்பீடுகள் அனைத்தும் சேர்ந்த ஒரு பெரிய உரையாடல்தளமே அதை சமூகத்தால் உள்வாங்கப்படச் செய்கிறது. பாரதி பாடல்களின் சமூகப் பங்களிப்பை ஜீவா முதல் ஜெயகாந்தன் வரை பாரதி பாடல்களை மேடையில் முழங்கியவர்கள், பாரதி ஆய்வாளர்கள், டி.கே. பட்டம்மாள் முதல் மகாராஜபுரம் சந்தானம் வரை அப்பாடல்களை மேடையில் பாடியவர்கள் அனைவரின் பங்களிப்பையும் கணக்கில் கொண்டல்லவா மதிப் பிடவேண்டும்? அதற்கான அளவுகோல் என்ன?

கடைசியில் சிவத்தம்பியின் இயந்திரவாதம் எளிய பயன்பாட்டு வாதத்தில் வந்து நிற்கிறது. ஒரு 'மறை சுழற்றியின் பயனே அது; ஒரு கவிதையின் பயனே அது' எத்தனை எளிய இலக்கிய வாய்ப்பாடு! இந்த எளிமைப்படுத்தலில் இருந்தே அடுத்தடுத்து பிழைகள் உருவாகின்றன. காந்தியம் தமிழகத்தில் உருவாக்கிய தாக்கத்தை கல்கி யின் தியாக பூமி காட்டுகிறது. தொழிற்சங்க இயக்கத்தின் ஆவணம் ரகுநாதனின் பஞ்சும் பசியும். கூட்டுக்குடும்ப அமைப்பு சிதைந்ததற்கு தி.ஜானகிராமன் நாவல்கள் ஆவணம் (அப்படியா?). 'எளிய பிரதிபலிப்புவாதத்தை கடந்து செல்ல வேண்டும். என்னும் அறைகூவலுடன் விவாதத்தை ஆரம்பித்த அதே சிவத்தம்பியின் இந்த 'ஆவண வாதத்தை' முன்வைக்கிறார். அதாவது பிரதிபலிக்கும் கண்ணாடியில் சற்று கருத்தியல் ரசம் பூசப்பட்டிருந்ததால் போதுமானது.

ஆகவேதான் மீண்டும் மீண்டும் படைப்பு நமக்குச் சாதகமாக இல்லையா என்ற வினாவில் சென்று நிற்கிறார் சிவத்தம்பி. தன் னுடைய கருத்தியலை சரியானதைச் சொல்வதே சிறந்த இலக்கியம் என்ற இடத்துக்கு நகர்ந்து தனக்கு உவப்பான கருத்தைக் கூறுவதே சிறந்த ஆக்கம் என்ற முடிவுக்கு வந்து சேர்கிறார். திறனாய்வாளராக சிவத்தம்பி கையில் பிரம்புடன் நிற்க படைப்புகள் அவரைச் சுற்றி ஓடிவிளையாடும் காட்சியையே நாம் காண்கிறோம். விளையாடும் திராணி இல்லாத 'சோகையான' மாணவர்களை மகிழ்ந்து 'நல்ல' மாணவர்கள் என்று பாராட்டுகிறார் அவர் ஒரு பறவையைப் புரிந்து கொள்ள மானசீகமாகவேனும் சற்றுப் பறந்தாக வேண்டும். குழந்தைகளை

அறிய விளையாடியாக வேண்டும். படைப்புகள் விளையாட்டுகள். சேர்ந்து விளையாடுபவனே அவற்றுடன் உரையாட இயலும்.

இவ்வடிப்படையிலேயே கோட்பாட்டாளருக்கு தெளிவான முறைமையுடன் செயல்படும் சிவத்தம்பியின் வெற்றியையும் திறனாய்வாளனாக படைப்புகளுக்குள் செல்ல முடியாது தொட்டுத் தொட்டு விலகும் சிவத்தம்பியின் தோல்வியையும் அடையாளப்படுத்த விரும்புகிறேன்.

யாழ்நிலத்துப் பாணன்
எஸ். பொன்னுத்துரை

1

ஹார்லிக்ஸ் விளம்பரத்தில் மேஜைக்கு அடியில் ஒளிந்துகொண்டு 'அப்படியே சாப்பிடுவேன்' என்று குரல்கொடுக்கும் குழந்தையைப் போன்றவர்கள் நம் கோட்பாட்டாளர்கள். முற்றிலும் லௌகீகவாதியான ஒரு வணிகரிடம் கூட எப்படியோ கலையைப்பற்றி விவாதித்து சில அடிப்படைப்புரிதல்களை அவர்களுடன் பகிர்ந்து கொள்ள முடியும், ஒருபோதும் நம் கோட்பாட்டாளர்களிடம் கலையின் ஆரம்ப அடிப்படைகளைக்கூட பேசிவிட முடியாது. உண்மை என்பது தானறிந்த ஒற்றைவடிவில் திட்டவட்டமாக கைக்குச் சிக்குவது என்றும் அதை நேரடியாகச் சொல்லும் எந்த முயற்சியும் கலையே என்றும் அவர்கள் திரும்பத்திரும்ப வாதிடுவார்கள். இலக்கியத்தில் 'அப்படியே சாப்பிட' தயாராக எப்போதும் மேஜைக்கு நிலைகொள்கிறார்கள் இவர்கள்.

சற்று யோசித்துப்பார்க்கலாம். நமது கோட்பாட்டாளர்களின் வரிசையை எடுத்துப் பார்த்தால் ஒரு சராசரி வாசகன் அளவுக்குக் கூட இலக்கியப்படைப்புகளுக்குள் சென்ற ஒருவரைக்கூட நம்மால் காணமுடிவதில்லை என்று உணர முடியும். கைலாசபதி, நா. வானமாமலை முதற்கொண்டு யமுனா ராஜேந்திரன் ஈறாக நாம் மார்க்ஸியக் கோட்பாட்டாளர்களை கண்டு வருகிறோம். பக்கம் பக்கமாக நூல்களை மேற்கோள் காட்டி தேற்றங்களை நிறுவி இவர்கள் பேசக்கேட்கிறோம். ஆனால் இலக்கியத்தைப்பற்றி எதுசொன்னாலும் அபத்தமாகவே சொல்வார்கள். இவர்கள் தெரிவுசெய்து முன்வைக்கும் படைப்பாளிகள் எப்போதுமே புடைத்துத்தெரியும் பிரசாரகர்கள். ஒருபோதும் ஒரு நல்ல படைப்பாளியை இவர்கள் அடையாளம் கண்டதில்லை. இவர்கள் அடையாளம் கண்ட படைப்பாளிகள் எவரும் காலத்தில் நின்றது இல்லை. ஏன், இன்று இவர்கள் தங்களவர்களாகக் கொண்டாடும் காலத்தை தாண்டிவந்த படைப்பாளிகள் பெரும்பாலும் அனைவருமே இவர்களால் முதலில் புறக்கணிக்கப்பட்டு அதை மீறி அவர்கள் இலக்கியதளத்தில் தங்களை நிறுவிக்கொண்ட பின்

இவர்களால் ஏற்கப்பட்டவர்களே. கைலாசபதியின் 'ரசனை'யின்படி தமிழின் மாபெரும் நாவலாசிரியர் செ. கணேசலிங்கன், நாவல் 'செவ்வானம்'. கஷ்டம்தான்.

இன்னொரு கோணத்திலும் நாம் சிந்திக்க வேண்டும். தமிழைப் பொறுத்தவரை நம் கோட்பாட்டாளர்கள் எப்போதும் நுண்ணிய கலைப்படைப்புகளுக்கு எதிரானவர்களாகவே செயல்பட்டு வந்திருக்கிறார்கள். இவர்கள் ஏற்கெனவே போட்டுக்கொடுத்துள்ள தடத்தில் நகரும் பழகிப்போன மாடுகளையே இவர்களால் அறிய முடியும். தனி வழியை தானே அறியும் இலக்கியப்படைப்பின் சுதந்திரம் இவர்களை அச்சுறுத்துகிறது. புதுமைப்பித்தன் முதல் கி. ராஜநாராயணன் வரை, வண்ணதாசன், நாஞ்சில்நாடன் வரை தமிழின் அத்தனை படைப்பாளிகளும் இந்தக் கோட்பாட்டாளர்களால் உதாசீனம் செய்யப்பட்டு, அவமதிக்கப்பட்டு, எதிர்க்கப்பட்டு மீறி உருவாகி தங்களை நிலை நிறுத்திக் கொண்டவர்களே. தமிழில் ஒரு மாற்று உதாரணம் கூட கிடையாது.

அரசியல் கோட்பாட்டாளர்கள் எப்போதுமே சீரிய படைப்புகளுக்கு எதிராக நிலைகொள்ளும் வழக்கம் கொண்டிருந்தார்கள் என்றால் பின்னர் உருவாகிவந்த மொழியியல், பின்நவீனத்துவ கோட் பாட்டாளர்களும் அந்தப் பாதையையே பின்தொடர்ந்தார்கள். தமிழவன், எம்.டி. முத்துக்குமாரசாமி, நாகார்ஜுனன், அ. மார்க்ஸ் வரையிலான இலக்கியக் கோட்பாட்டாளர்களின் ஒட்டுமொத்த எழுத்துக்களை எடுத்துப்பார்க்கும்போது இந்த அம்சம் மிக ஆச்சரியமளிக்கிறது. இவர்களின் பிரசுரமான எழுத்துக்களில் பெரும்பகுதி முக்கியமான படைப்பாளிகளை அவமதிப்பதற்கும், அவர்களின் ஆக்கங்களைச் சிறுமைப்படுத்துவதற்குமே செலவழிக்கப்பட்டுள்ளது. விரிவான வாசிப்பு, ஆவேசமான உழைப்பு என இவர்களின் தகுதிகள் எல்லாமே இதற்காகவே செலவிடப்பட்டுள்ளன. இதற்கு முற்போக்குப்பார்வை, விளிம்புநிலை ஆய்வு என பலப்பல காரணங்கள் அவ்வப்போது சொல்லப்பட்டாலும் ஒட்டுமொத்தமாகப் பார்த்தால் இலக்கிய நிராகரிப்பையே காணமுடிகிறது.

இவர்கள் முன்வைப்பது இலக்கிய விவாதம் அல்ல, இலக்கிய மறுப்பே. ஏனென்றால் ஒருவகை இலக்கியப் படைப்புகளை நிராகரித்து இவர்கள் வேறு எவ்வகை இலக்கியங்களை முன்வைத்தார்கள் என்ற கேள்விக்கு இவர்களிடம் பதில் இல்லை. சென்ற எழுபது வருடத்தில் தமிழ் இலக்கியக் கோட்பாட்டாளர்களால் முன்வைக்கப் பட்டு நிறுவப்பட்ட ஒரே ஒரு படைப்பாளியின் பெயரை நம்மால் சொல்ல முடியுமா? எந்த தளத்திலேனும்? உள்ளூர் படைப்பாளி தேவையில்லை என்றே வைப்போம். எப்போதும் தமிழ் படைப்பாளி களை மட்டம்தட்ட மேலைப்படைப்புகளை சுட்டிக்காட்டும் இவர்கள்

மேலைநாட்டுப் படைப்பாளி என்றாவது எவரையாவது ஆழமாகவும் அழுத்தமாகவும் பேசி நிறுவியிருக்கிறார்களா? நம் முற்போக்கு வட்டத்தில் இன்றுவரை கார்க்கி அல்லது செகாவ் அல்லது ஷோலக்கோவ் அல்லது லூஷீன் பற்றி ஒரு நல்ல கட்டுரையாவது எழுதப்பட்டிருக்கிறதா? நம் பின்நவீனத்துவக் கோட்பாட்டாளர்கள் ஒரு பின்நவீனத்துவப் படைப்பைப்பற்றியாவது ஆழமாக எழுதியிருக்கிறார்களா? போர்ஹெயையும் மார்க்யூஸையும் பற்றி இங்கே பேசியதெல்லாமே படைப்பாளிகள்.

இலக்கிய விமரிசனம் என்பது வாசகனுக்கு இலக்கியத்தை புதிய கோணங்களில் மீண்டும் மீண்டும் அறிமுகம் செய்வது. இலக்கியப் படைப்புகளில் புதிய வாசல்களை வாசகனுக்கு திறந்து காட்டுவது. இலக்கிய விமரிசனம் என்பது ஒரு சமூகம் கொள்ளும் வாசிப்புப் பயிற்சி. நம் கோட்பாட்டாளர்கள் யாராவது தமிழில் எழுதப்பட்ட எந்த ஒரு படைப்பைப்பற்றியாவது ஒரு எளிய வாசகன் அவனது வாசிப்பில் அறிய முடியாத ஒரு வரியையாவது சொல்லியிருக்கிறார்களா? மௌனி பற்றி, புதுமைப்பித்தன் பற்றி, சுந்தர ராமசாமி பற்றி எழுதப்பட்டுள்ளனவற்றை திரும்பிப்பார்க்கையில் பகீர் என்கிறது. கீழத்தரமான தனிப்பட்ட வசைகள், அவதூறுகள், முத்திரைகுத்தல்கள் அவ்வளவுதான். சற்றும் மிகையாகச் சொல்லவில்லை. ஆர்வமுள்ளவர்கள் இதுவரை எழுதப்பட்டவற்றை திரும்பிப் பார்க்கலாம். நெடுங்காலம் கோட்பாட்டாளர்களுக்குப் பிரியமானவராக இருந்த ஜெயகாந்தனைப் பற்றிக்கூட அவரது படைப்புகளுக்குள் ஆழ்ந்துசெல்லும் ஒரு கட்டுரை இங்கே எழுதப்பட்டதில்லை என்பதை 'ஜெயகாந்தன் இலக்கியத்தடம்' போன்ற நூல்களை காண்கையில் வாசகன் அறியலாம்.

ஏன் இந்த அவலநிலை? நானறிந்தவரை மேலைநாட்டுக் கோட்பாட்டுத்திறனாய்வில் இந்நிலை இல்லை. மலையாளத்திலும் கன்னடத்திலும் கூட இல்லை. கன்னடக் கோட்பாட்டாளர் டி.ஆர். நாகராஜ் எழுதிய விரிவான ஆய்வுக்கட்டுரைகள் யு.ஆர். அனந்தமூர்த்தி போன்றவர்களை அறிய மிக உதவிகரமானவை. கேரளக் கோட்பாட்டாளர்கள் தகழி சிவசங்கரப்பிள்ளையைப்பற்றி எத்தனை கோணங்களில் எவ்வளவு விரிவாக ஆராய்ந்திருக்கிறார்கள்! இங்குள்ள பிரச்சினை இரண்டு. முதலில், நம் கோட்பாட்டுத்திறனாய்வாளர்களில் விதிவிலக்கான சிலர் தவிர பிறர் மிக மொண்ணையானவர்கள். கோனார் நோட்ஸ் படித்து பட்டம்பெற்றவர்கள், படிப்பதை தொகுத்து எழுதுவதன்றி சுயமாக ஏதும் எழுத அவர்களால் இயலாது. இரண்டாவதாக, இவர்கள் கோட்பாட்டை கடவுள் போல நம்புகிறார்கள். கடவுளே கையிலிருக்கும்போது அப்புறம் வேறென்ன தேவை? அந்த மிதமிஞ்சிய தன்னம்பிக்கை காரணமாக படைப்பாளியை விட ஒருபடி மேலாக தன்னை நிலைநாட்டிக் கொள்கிறார்கள்.

படைப்பைப் ‘படித்து மார்க் போடும்’ இடத்தில் தன்னை நிறுத்திக் கொள்கிறார்கள். ஒருபோதும் படைப்பாளி இவர்களை ஒரு பொருட்டாக எண்ணுவதில்லை. அப்போது இவர்களின் அகங்காரம் தூண்டப்படுகிறது. வசைபாட ஆரம்பிக்கிறார்கள்.

கோட்பாட்டாளர்களின் ஆணவத்தால் அழிக்கப்பட்ட இலக்கியநிலம் என்றே ஈழத்தை எண்ணுகிறேன். ஈழ எழுத்தின் பெருக்கத்தை வைத்துப் பார்த்தால் மிகமிகக் குறைவான அளவு எழுத்துக்களையே இலக்கிய வாசகன் பொருட்படுத்த முடியும் என்பதே உண்மை. இதை பல காலகட்டங்களில் பல தமிழ் எழுத்தாளர்கள் சொல்லி, ஈழ எழுத்தாளர்கள் மற்றும் வாசகர்களின் தாக்குதல்களுக்கு ஆளாகியிருக் கிறார்கள். (ஈழத்தில் முற்போக்கு நோய்க்கு பூச்சிக்கொல்லி மருந்து அடிக்க வேண்டும் என்ற வண்ணநிலவனின் கருத்து நினைவுக்கு வருகிறது.) சங்கடமான விஷயம்தான் இது, ஒரு பிராந்திய உணர்வின் மீது தொட்டுச் சீண்ட நேர்வது. ஆனால் வேறு வழியில்லை. எத்தனை மழுப்பினாலும் இதமாகச் சொன்னாலும் அதுவே உண்மை, ஈழம் கிட்டத்தட்ட ஓர் இலக்கியப்பாலைவனம். மு. தளையகம், எஸ். பொன்னுத்துரை, அ. முத்துலிங்கம், ஷோபா சக்தி முதலிய சிற்சில சோலைகள். ரஞ்சகுமார், சட்டநாதன், உமாவரதராஜன் போல உருவாகும் நிலையிலேயே நின்றுவிட்டவை பல. பெரும்பாலான ஈழ இலக்கியங்கள் அவர்களின் வாழ்க்கையின் எளிய ஆவணங்கள் என்ற அளவிலேயே கவனிக்கத்தக்கவை. இலக்கியமாக அல்ல. ஈழத்தை மொட்டையாக்கியது கோட்பாட்டுநோக்கின் மிதமிஞ்சிய மேலாதிக்கம்.

ஈழம் அளவுக்கு செல்வாக்கான கோட்பாட்டாளர்கள் எவரும் தமிழில் இருந்ததில்லை என்பதை ஒரு நல்லூழ் என்றே சொல்ல வேண்டும். இங்கே அரசியல் இயக்கங்களின் குரல்களாக மட்டுமே கோட்பாடுகள் பேசப்பட்டன. அவற்றை மறுத்து இலக்கியத்தின் தனித்த இயக்கத்தை முன்வைக்கும் அழகியல் திறனாய்வாளர்களான ஏ.வி. சுப்ரமணிய அய்யர், க.நா.சுப்ரமணியம், சி.சு. செல்லப்பா போன்றவர்களின் குரல்கள் எப்போதும் இருந்தன. இலக்கியம் என்றுமே தன் முக்கியத்துவத்தை இழக்க நேரவில்லை. ஆனால் ஒப்புநோக்க தமிழகத்தைவிட மேலான கல்வியறிவும் மேலான இலக்கிய அறிமுக விகிதாசாரமும் இருந்தும்கூட ஈழத்தில் நேர்மாறான நிலையே நிலவியது. ஈழத்து அரசியலியக்கங்களை விட வலிமையான மையங்களாக அங்கே கோட்பாட்டாளர்களான க. கைலாசபதி, கா. சிவத்தம்பி இருவரும் இருந்தார்கள் என்று தோன்றுகிறது. இருவருக்குமே மிக விரிவான கல்வியறிவும் வாசிப்பும் இருந்தன. மிகவும் மதிக்கப்படும் பதவிகளில் இருந்தார்கள். கைலாசபதி நெடுநாள் இதழியல் தளத்தில் செல்வாக்குடன் விளங்கினார். எழுத்தாளர்கள் நாடும் பதிப்பு வசதியை எளிதில் செய்துகொடுக்கக்

கூடியவராக இருந்தார். மேலும் முக்கியமாக இருவருமே தனிப்பட்ட முறையில் மிக இனிய குணம் கொண்டவர்களாக, நட்பும் பெருந் தன்மையும் மிக்கவர்களாக இருந்தனர். இக்காரணத்தால் இவர்களே ஈழ இலக்கியத்தின் மையங்களாக ஆனார்கள். கோட்பாடு மையம் கொள்ளும்போது இலக்கியம் விலகிச்செல்கிறது.

கோட்பாட்டாளன் நிலைத்த பாறை போல அசைவற்றவன். ஐம்பது வருடங்களுக்கும் மேலாக நாம் தி.க. சிவசங்கரனை கண்டுவருகிறோம். அவரது நம்பிக்கைகள் நிலைப்பாடுகள் எதிலுமே சஞ்சலம் இல்லை. சஞ்சலம் கொள்ளும் கோட்பாட்டாளன் நிலையழிந்து காணாமல் போகிறான். வீழ்ச்சி அடைகிறான். மாறாக சஞ்சலமே படைப்பிலக்கிய வாதியின் அடிப்படை இயல்பாக இருக்கிறது. மாபெரும் காந்தப்புலம் ஒன்றின் முன் நிற்கும் சிறிய காந்தமுள் போன்றவன் கலைஞன். அவனை மீறிய ஒன்று அவனை எப்போதுமே நிலையழியச் செய்கிறது. அவன் எப்போதுமே நேரடியான வாழ்க்கையின் முன் நிற்கிறான். அவனது அசைவுகள் அவன் கையில் இல்லை. அவன் எந்தச் சூழலில் நிற்கிறான், அதற்கு அவன் அகத்தின் அவனை மீறிய ஆழம் எப்படி எதிர்வினையாற்றுகிறது என்பதைப் பொறுத்தது அது. எழுத்தாளனைப் பற்றி எது சொன்னாலும் அரை உண்மையாக இருக்குமென்றாலும் இப்படிச் சொல்லிப்பார்க்கலாம், எழுத்தாளன் எப்போதுமே உறுதியற்றவன், தேடிக்கொண்டும் வளர்ந்துகொண்டும், அழிந்து கொண்டும் இருப்பவன், ஆகவே அவன் அமைதியற்றவன்.

உறுதியான நிலைப்பாடுகளுக்காகவும் தொடர்ச்சியான வளர்ச்சிப் போக்குகளுக்காகவும் படைப்பிலக்கியவாதியிடம் தேடுவதுபோல முட்டாள்தனம் ஏதுமில்லை. தல்ஸ்தோய் முதல் புதுமைப்பித்தன் வரை அப்படித்தான். எஸ். பொன்னுத்துரை முதல் சு. வேணுகோபால் வரை அப்படித்தான். ஆகவேதான் எழுத்தாளனின் மரணம் முக்கியமான ஒரு முழுமைப்புள்ளி ஆகிறது. அதன்பின் நம் மதிப்பீடுகளை தலைகீழாக்கும் எதையும் அந்த எழுத்தாளன் செய்துவிடமுடியாது. அவனது அதுவரையிலான எழுத்துக்களும் செயல்பாடுகளும் முழுக்க நம்மிடையே தொகுத்து அளிக்கப்பட்டுவிடுகின்றன. அவற்றைக் கொண்டு நாம் அவனது சித்திரத்தை வனைந்துகொள்ள முடிகிறது. ஆகவேதான் எழுத்தாளனின் மரணம் கொண்டாடப்படுகிறது. அவன் இருக்கும்போது அவனைப்பொருட்படுத்தாதவர்கள்கூட அவனது மரணத்துக்குப் பின்னர் அவனை விவாதிக்க ஆரம்பிக்கிறார்கள்.

படைப்பிலக்கியவாதியின் கருத்துலகம் புறத்தே நின்று நோக்கும் கோட்பாட்டாளனுக்கு முரண்பாடுகளின் தொகையாகவே தெரியும். முதிர்ச்சியின்மையும் அபூர்வமான முழுமைக்கணங்களும் ஒழுங்கின்றிக் கலந்திருப்பதாகத் தோன்றும். அப்படைப்பிலக்கியவாதியுடன் கோட்பாட்டாளனுக்கு இருக்கும் நல்லுறவைப்பொறுத்து அப்படைப்

பிலக்கியவாதியின் ஒத்த கருத்தோ அல்லது முரண்பாடோ கோட்பாட்டாளனுக்கு முக்கியமானதாகப் படுகிறது. அப்படைப் பிலக்கியவாதியை கோட்பாட்டாளன் கொண்டாடவோ தூற்றவோ செய்கிறான். என் நோக்கில் ஒரு கோட்பாட்டாளன் படைப்பிலக்கிய வாதிக்கு அளிக்கும் அங்கீகாரம் எதிர்மறையான விளைவுகளையே ஏற்படுத்தும். அவனது ஆக்கங்களை எளிய வாசகர் அக்கோட்பாட்டின் விளக்கங்களாக மட்டுமே மருளும் நிலை உருவாகும். வலுவான கோட்பாட்டாளன் நல்ல படைப்புகளை தன் எதிர்மறை விமரிசனங்கள் மூலம் தற்காலிகமாக மறைக்க முடியும், திரிக்க முடியும். ஆனால் காலப்போக்கில் கோட்பாட்டாளர்களின் கவனம் வேறு பக்கம் திரும்பும்போது அப்படைப்பாளி தன் படைப்பின் பலத்தால் மேலெழுந்து வருவான். ஆகவே பொதுவாக கோட்பாட்டாளனின் எதிரணியில் நிற்பதே படைப்பாளிக்கு பாதுகாப்பானது. ஏனெனில் எப்போதும் நல்ல இலக்கியப்படைப்பு வாழ்க்கையைப்பற்றிய கோட்பாடுகளுக்கு எதிரானதேயாகும்.

2

ஈழ இலக்கியத்தில் இந்த கோட்பாட்டு மையத்துக்கு மாற்றாக இரு புள்ளிகள் மட்டுமே இருந்தன, அவையே இலக்கிய ரீதியாகப் பொருட்படுத்தத்தக்கவை. இதை இருபதுவருடம் முன்பு சொன்னால் உடனே வலதுசாரி அரசியல் என்று கோட்பாட்டுத்தரப்பினர் முறைகூவல் எழுப்புவார்கள். இன்றைய வாசகன் இப்போது கோட்பாட்டாளர் தரப்பால் முன்வைக்கப்பட்ட எழுத்துக்கள் சாரமற்ற சருகுகளாக உதிர்ந்து கிடப்பதையே காண்பான் என்பதனால் இக்கூற்று நிரூபணம் தேவையற்ற ஒன்றாகிறது. அவ்விரு மையங்களை மட்டுமே உண்மையான படைப்பூக்கத்தின் ஊற்றுக்கண்கள் என நான் எண்ணுகிறேன். மு. தளையசிங்கம், எஸ். பொன்னுத்துரை இருவருமே அம்மையங்கள். இருவகையில் அவர்கள் இலக்கியத்தின் கட்டற்ற பாய்ச்சலுக்கு உதாரணங்கள்.

இலக்கியத்தில் படைப்பாளியின் அந்தரங்க எழுச்சியை நிராகரித்த மார்க்ஸிய விமரிசனம் அதை ஒரு சமூகக் கூட்டுச் செயல்பாடாக தொடர்ந்து முன்னிறுத்தியது. ஒரு சமூகத்தின் குரலை பிரதிநிதித்துவப் படுத்துவதே இலக்கியவாதியின் வேலை என்று மீண்டும் மீண்டும் சொல்லப்பட்டது. இதை கம்யூனிஸம் என்பதைவிட 'கம்மிஸாரிசம்' என்று சொல்வதே பொருத்தம். ஈழச்சூழலில் ஓங்கியிருந்தது அதுதான். இதற்கு எதிராகவே அன்றைய சூழலில் எங்கும் தனிமனிதவாதம் முன் வைக்கப்பட்டது. 'நான் சிந்திக்கிறேன், ஆகவே என் எழுத்து என்னுடையது, என் ஆத்மாவின் வெளிப்பாடு அது, என்னுடைய தரிசனம் அது' என்ற கூற்று மீண்டும் மீண்டும் முன்வைக்கப்பட்ட

காலகட்டம் இது. தன் அகஎழுச்சியின் பலத்தால் நிற்க முயல்வதே இலக்கியவாதியின் முதற்கடமை என்று வலியுறுத்தப்பட்டது. மு. தளையகம், எஸ். பொன்னுத்துரை ஆகிய இருவரும் இருவகையான தனிமனித வாதத்தின் குரல்கள்.

மு. தளையகத்தின் தனிமனிதவாதம் தன்னை ஒரு தனித்த பிரக்ஞையாக கண்டறிவதிலிருந்து தொடங்குகிறது. தன்னுடைய ஆழ்மனம் வரலாற்றால் ஆனது என்றும் அதை அறிவதனூடாக வரலாற்றையும் வாழ்க்கையையும் அறிந்துவிடலாம் என்றும் நம்புகிறது அது. ஆகவே கோட்பாடுகளுக்கு எதிராக தான் உணர்ந்த அகத்தரிசனங்களை அது முன்வைக்கிறது. அந்த ஆழத்தை உணரும்போது அவரது தரிசனம் தன்னை பிரம்மாண்டமான ஒரு பொதுமை ஒன்றின் சிறுதுளியாக கண்டுகொள்கிறது. சமூகம் என்றும் வரலாறு என்றும் கோட்பாட்டாளர்கள் தர்க்கபூர்வமாக நிறுவமுற்படும் பொதுமை என்பது மிகச்சிறிய ஓர் உருவகமே என்றும் மானுட அகம் என்பது அதையெல்லாம் தன்னுள் சிறுதுளிகளாக அடக்கிக் கொண்ட பிரம்மாண்டமான அமைப்பு ஒன்றின் கூறு என்றும் அறிகிறது. அதன்பின் அந்த பெரும்பொதுமையின் குரலாக நின்று அரசியல் சார்ந்த சிறு பொதுமைகளைப் பரிசீலிப்பவராகவும் நிராகரிப்பவராகவும் தளையசிங்கத்தை மாற்றியது. தளையசிங்கத்தின் இலக்கியத்தின் ‘ஆன்மிக’ அம்சம் இதுவேயாகும். தனிமனிதவாதம் ஆன்மிகம் நோக்கிச் செல்லும் பயணம் என தளையசிங்கத்தைப் பற்றிச் சொல்லலாம்.

எஸ். பொன்னுத்துரை தனிமனிதவாதத்தை தன் படைப்பு மனத்தில் இருந்து மட்டுமே பெற்றுக்கொண்டு தன் படைப்பாணவத்தினால் மட்டுமே நிலை நிறுத்த முயன்ற படைப்பாளி. கோட்பாட்டாளர்களின் பொதுமைப்பாடுகளை தன் படைப்பனுபவம் மூலமே நிராகரித்தவர். மனிதனை தொகுத்து வரையறை செய்து காட்ட ஓயாது முயன்ற மார்க்ஸியத்துக்கு எதிராக தான் அறிந்த யாழ்ப்பாண மனிதனை பகுத்துக்காட்டிக் கொண்டிருந்தவர். அவன் காமமும் குரோதமும் நிறைந்தவன். ஆசைகளினால் அலைப்புறுபவன். உறவுகளில் சிக்கி தடுமாறுபவன். வாழ்தலுக்கும் இருத்தலுக்கும் இடையேயான சஞ்சலமாக வாழ்க்கையை அறிபவன். மீண்டும் மீண்டும் எஸ். பொன்னுத்துரை இம்மனிதனைச் சித்தரித்து, அவனை மார்க்ஸியம் காட்டிய வரலாற்றுவாதத்துக்கு எதிராக முன்வைத்தார். மனிதனின் வற்றாத வாழ்வாசையையும் அதன்பொருட்டு அவன் கொள்ளும் போராட்டத்தையும் அதன் விளைவாக அவன் உருவாக்கிக் கொண்டுள்ள நெறிகளையும் அவனது சாரமாகக் கண்டார். மார்க்ஸியர்கள் சொன்ன முற்போக்குவாதத்துக்கு எதிராக எஸ். பொன்னுத்துரை முன்வைத்த ‘நற்போக்கு’ வாதம் இதுவேயாகும்.

நற்போக்கு வாதத்தை எஸ். பொன்னுத்துரை ஒரு கோட்பாட்டாளனாக முன்வைக்கவில்லை என்பதை நாம் புரிந்துகொள்ள வேண்டும். அவர் அதை தெளிவாக வகுத்துக் கூறவோ அதை அடிப்படையாகக் கொண்டு படைப்புகளை உருவாக்கவோ செய்யவில்லை. கோட்பாட்டு நோக்குக்கு எதிரான படைப்பிலக்கியவாதி என்ற முறையில் எஸ். பொன்னுத்துரையின் இந்த இயல்பை விளங்கிக் கொள்ளலாம். எஸ். பொன்னுத்துரையை மதிப்பிடும் மு. தளையகம் அவரது 'நற்போக்கு' தெளிவாக வரையறை செய்யப்படாத குழப்பம் என்று சொல்கிறார். (ஏழாண்டு இலக்கிய வளர்ச்சி) ஆனால் மு. தளைய சிங்கத்தின் 'பிரபஞ்ச யதார்த்தமும்' அதேயளவுக்கு குழப்பமாகவே சொல்லப்பட்டிருக்கிறது. அதைச்சார்ந்து மு. தளையகம் முன்வைக்கும் வரிகளில் உள்ள படைப்பூக்கமே நம்மை அவர் சொல்வதென்ன என்பதை உணரச்செய்கிறது. இவ்வியல்புக்குக் காரணமே இவ்விருவரிடமும் உள்ள இலக்கிய எழுச்சிதான்.

எஸ். பொன்னுத்துரையின் நற்போக்குவாதம் இன்றைய வாசகனுக்கு முக்கியமல்ல என்றே எனக்குப் படுகிறது. அன்றைய இலக்கிய விவாதங்களில் தன்னை நிறுவும் பொருட்டு எஸ். பொன்னுத்துரை உருட்டி விட்ட ஒரு பாறை மட்டுமே அது. ஒரு புனைவிலக்கிய வாதியாக மட்டுமே எஸ். பொன்னுத்துரை பொருட்படுத்தத் தக்கவர் என்பதே உண்மை. மார்க்ஸியர்களின் கூற்றுக்களை அவர் நிராகரித் தமைக்குக் காரணம் அவற்றின் தர்க்கமுறைகளை அவர் கூர்ந்து அவதானித்து உள்வாங்கியமை அல்ல, அவர்கள் சொன்ன முடிவுகளும் முன்வைத்த படைப்புகளும் எஸ். பொன்னுத்துரையின் படைப்பு மனத்தால் சற்றும் ஏற்றுக் கொள்ள முடியாதனவாக இருந்தமையே. எஸ். பொன்னுத்துரை அன்றைய மார்க்ஸியக் கோட்பாட்டு மேலாதிக்கத்துக்கு எதிராக தன் படைப்புகளையும், அவற்றின் படைப்பாளியாக தன்னையுமே முன்வைத்தார்.

எஸ். பொன்னுத்துரை தன் நற்போக்கு வாதத்தை ஒரு கோட்பாடாக முன்வைக்கவில்லை என்பதற்கு முக்கியமான காரணம் அவரது படைப்புமனம் மனிதமனங்களின் இருளையும் ஆழத்தையும் மட்டுமே பொருட்படுத்துவது, காமகுரோதங்களின் அலைகளை சொற்களால் தொட்டு உருவாக்கிக் காட்ட முயல்வது என்பதே. அத்தகைய படைப்பாளி முற்போக்கு வாதத்தையும் ஒரு கோட்பாடாகவோ கருத்துநிலையாகவோ காணவில்லை. அதை மனிதர்கள் கொள்ளும் பல்வேறுவகையான சுயபாவனைகளில் ஒன்றாகவே அவர் காண்கிறார். தன்னை பலவகையாக காட்டிக்கொள்ள வேண்டிய தேவை மனிதனுக்கு இருக்கிறது. தனக்குத்தானே காட்டிக் கொள்ளுதல், பிறருக்குக் காட்டிக் கொள்ளுதல். தன்னகங்காரம், தன்னிரக்கம் என அதற்கான காரணங்கள் ஏராளமானவை. அந்த ஆழங்களுக்குள் செல்லும் எஸ். பொன்னுத்துரை

முற்போக்குவாதத்தை முன்வைத்தவர்களின் தனிப்பட்ட ஆளுமைச் சிக்கல்களையே ஆழமாக கவனிக்கிறார். பொதுவான நோக்கில் அவரது முற்போக்கு எதிர்ப்பு என்பது தனிநபர் தாக்குதலாகவோ அல்லது இலக்கிய அரசியலை விட்டு மேலெழாததாகவோ தோன்றலாம். ஆனால் வரலாற்றையே தனிமனித அகநிலைகளின் ஒட்டுமொத்த விளைவாக நோக்கிய ஒரு இலக்கியவாதியால் கோட்பாடுகளையும் அப்படித்தான் அணுக முடியும் என்பதே கவனிக்க வேண்டியது.

இன்னும் ஒரு முக்கியமான கூறு இதில் உண்டு. ஈழச்சூழலில் உழைக்கும் மக்களுக்கான முற்போக்குவாதத்தை முன்வைத்து படைப்பிலக்கியத்தளத்தில் மேலாதிக்கம் புரிந்தவர்கள் உழைக்கும் மக்களுக்கு எதிரான நில உடைமைச் சாதிகளைச் சேர்ந்தவர்கள். ஆனால் எஸ். பொன்னுத்துரை உழைக்கும் மக்களின் அடித்தட்டைச் சேர்ந்தவர். ஆகவே இயல்பாகவே அவருக்கு இத்தகைய கோஷங்களிலும் கோட்பாடு களிலும் ஐயம் இருந்ததும் அவற்றை ஓங்கிச்சொன்னவர்களின் அந்தரங்கத்தை அவர் கூர்ந்து கவனிக்க முயன்றதும் இயல்பானதேயாகும்.

எஸ். பொன்னுத்துரை மனித மனத்தின் ஆன்மிகக்கூறுகள் எதையும் பெரிதாகப் பொருட்படுத்துவதில்லை. அவரது படைப்புலகம் முற்றிலும் லௌகீகமானது. காமகுரோதமோகங்களின் நுண்மையை பற்றி மட்டுமே அவரது படைப்புக்கண்கள் கவனம் கொள்கின்றன. இந்நிலையில் அவர் சொல்லும் 'நற்போக்கு' என்பதை நாம் தத்துவ, அரசியல் தளங்களில் வைத்து பொருள் காணமுடியாது. அதற்கு ஒழுக்கம் சார்ந்த பொருள் மட்டுமே அளிக்கப்பட இயலும். அவரது போக்கில் உள்ள 'நற்' என்ற விகுதியானது மரபான முறையில் ஒழுக்கநோக்கையே சுட்டுகிறது என்று தோன்றுகிறது. உள் ஒன்று வைத்து புறம் ஒன்று கூறா நேர்மை, பாலியல் நேர்மை, பொருளியல் நேர்மை முதலியவற்றையே எஸ். பொன்னுத்துரை தன் இலக்கிய அரசியல் கட்டுரைகளிலும் சுட்டிச் செல்கிறார்.

ஆனால் எஸ். பொன்னுத்துரை மரபான முறையிலான ஒழுக்கவாதி அல்ல. அவரைப்பொறுத்தவரை வெளிப்படையாக இருப்பது என்பது நேர்மையாக இருப்பது என்பதற்குச் சமமானது. பாவனைகளே பாவம். குடி, விபச்சாரம் என நம் மரபு விலக்கும் எதையுமே விலக்காகக் கருதாத ஒரு நோக்கு எஸ். பொன்னுத்துரை படைப்புலகில் உள்ளது. தன்னை தான் ஆக முன்வைத்தலையே பேரறமாக அவர் மீண்டும் மீண்டும் உத்தேசிக்கிறார். சத்தியத்துக்கு அதன் இயல்பே வடிவு. அதனை அழகுபடுத்தும் எத்தனம் அதர்மம். பொய்மைக்கும் போலிக்கும்தான் அலங்காரத் தேவை... சத்தியத்தினை விசுவாசிக்காத இலக்கியவாதி தன் ஊழியத்தின் ஆன்மாவையே இழந்துவிடுகிறான்...'' என்று சொல்லும் எஸ். பொன்னுத்துரை சத்தியம் என்பதை எப்படி வரையறை செய்கிறார்? ''ஆனால் இலக்கியவாதி என்ற முறையில்

எனக்கு மானுஷீகத்தின் அமரத்துவத்திலே நம்பிக்கை இருக்கிறது.'' எஸ். பொன்னுத்துரைவின் நோக்கில் மனிதனை ஒட்டுமொத்தமாக நோக்கும் மனிதமைய நோக்கும் அவனது உள்ளார்ந்த நன்மை மீதுள்ள நம்பிக்கையுமே 'சத்தியம்' என்பது. அந்த சத்தியத்துக்கு மாறானவற்றைக் காண்கையில் ஏற்படும் சினம் அவரது ஆளுமையின் பகுதியே. ''என்னுள் வாழும் அம்சங்களிலே தூக்கலானது சினம். ஆத்திரக்காரனுக்கு புத்திமட்டு என்பார்கள். புத்திஜீவியாக வேஷம் புனைவதிலும் பார்க்க ஆத்திரக்காரனாக வாழ்வது மேலானது...'' இந்த அம்சங்களையே அவரது நற்போக்கு வாதமாக நாம் காண்கிறோம் ('அவா' தொகுதிக்கு முன்னுரை).

மார்க்ஸியராகத் தொடங்கி மார்க்ஸியர்களின் அந்தரங்க நேர்மையை ஆராய்வதனூடாக மார்க்ஸியத்தை விட்டு விலகி தனிமனிதவாதம் வழியாக நவீனத்துவத்தின் படிகளில் கால் வைத்தவர் என எஸ். பொன்னுத்துரையை மதிப்பிடலாம். அவரது தேடல் நவீனத்துவத்திற்குள் ஓர் ஏற்கத்தக்க ஒழுக்கவியலை நோக்கியே என்றும் சொல்லலாம்.

3

தமிழ்இலக்கிய உலகில் எஸ். பொன்னுத்துரையுடன் ஒப்பிடத்தக்க படைப்பாளி என்று ஆ.மாதவனைச் சொல்லலாம். பொதுக்கூறுகள் என ஒரு வாசகனுக்குத் தோன்றக்கூடியவை இவை. காமகுரோத மோகங்களின் விளைநிலமாகவும் விளையாட்டரங்காகவும் மனித மனத்தைக் கண்டு அவற்றைச் சித்தரிப்பதிலேயே தன் கலையை கையாண்டமை. 2. நுண்சித்தரிப்புகள் வழியாக எளிய மனிதர்களைக் காட்டியமை. 3. சம்ஸ்கிருதம் கலந்த அலங்கார மொழிக்கான மோகம். 4. தனிமனித நேர்மையை மாறாவிதியாகக் கொண்ட ஒழுக்க மைய நோக்கு.

ஆ.மாதவனின் உலகம் மானுடத்தீமையின் முடிவிலாத வகைபேதங் களைச் சொல்லிச் சொல்லித் தீராது விரியும் ஒரு தளம் (பார்க்க: இவ்வாசிரியரின் 'தீமை நடமாடும் தெரு - ஆ. மாதவனின் படைப்புலகம்'). எஸ். பொன்னுத்துரையின் பெரும்பாலான படைப்புகளும் இத்தளத்தைச் சார்ந்தவையே. இருவருக்குமே காமம் ஒரு முக்கியமான பேசுபொருள். குறிப்பாக காமம் கொள்ளும் வேடப்புனைவுகளும் மாயங்களும். நாம் சாதாரண வாசிப்பில் மாதவன் திரும்பத்திரும்ப ஆஷாடபூதிகளைச் சாடி எழுதியிருக்கிறார் என்று எண்ணக்கூடும். உண்மையில் அக்கதைகளில் அவற்றை கவனிப்பவனின் பதற்றமும் ஆர்வமும் கூடவே பதிவாகியிருப்பதனாலேயே அவை முக்கியமான உள ஆய்வுகள் ஆகின்றன. எஸ். பொன்னுத்துரைன் படைப்புகளைப் பற்றியும் இவ்வரிகளைச் சொல்லலாம்.

எஸ். பொன்னுத்துரை, ஆ.மாதவன் இருவரிடமும் ஃப்ராய்டிய பாதிப்பு உண்டு. இருவருமே ஃப்ராய்டின் கோட்பாடுகளைப் படித்து அவற்றை தங்கள் படைப்புகளில் கையாண்டார்கள் என்று சொல்வதற்கில்லை. இருவரும் தங்களைச்சுற்றி கண்ட வாழ்க்கையை ஏதோ ஒருவகையில் அன்றிருந்த சூழலில் பேசப்பட்ட ஃப்ராய்டியத்தைக் கொண்டு நியாயப்படுத்திக் கொண்டார்கள் என்று சொல்லலாம். காமத்தை ஒரு பாவமாகவோ, ஒழுக்க மீறலாகவோ காணாமல் மானுட உறவுகளின் இயல்பான நிலையாகக் காண இவர்களுக்கு ஃப்ராய்டியம் உதவியிருக்கிறது. காமம் மனித அகத்தின் இயல்பான ஆழம் என்பதை நம் மரபு கற்பித்திருந்தாலும் அதற்கு ஒரு ஃப்ராய்டிய அடிக்கோடு மிக உதவியாக இருந்திருக்கலாமென படுகிறது.

இருவருமே அதிகமும் நடுத்தர, அடித்தட்டு மக்களைப்பற்றி எழுதினார்கள். ஆனால் ஆ.மாதவன் அடித்தட்டு மற்றும் விளிம்புநிலை மக்களைப் பற்றி எழுதிய அளவுக்கு எஸ். பொன்னுத்துரை எழுதவில்லை. யாழ்ப்பாணத்து நடுத்தர வர்க்கத்தின் பாவனைகளிலேயே அவரது மனம் அதிகமும் லயிக்கிறது என்று தோன்றுகிறது. ஆ.மாதவன் உலகில் பசியும் வன்முறையும் காமம் அளவுக்கே முக்கியமான கூறுகளாக இருக்கின்றன. எஸ். பொன்னுத்துரை அவற்றை படைப்பு ரீதியாக பெருமளவுக்குப் பொருட்படுத்தவில்லை. ஆ.மாதவன் கதைகளுக்கு திட்டவட்டமான ஒரு 'இட' சூழல் உள்ளது, திருவனந்தபுரம் சாலைத்தெரு. ஆனால் எஸ். பொன்னுத்துரை பொதுவாக ஒரு யாழ்ப்பாணச் சூழலையே களமாகக் கொண்டிருக்கிறார். 'சடங்கு' மட்டுமே திட்டவட்டமான நில அடையாளத்துடன் இருக்கிறது. ஒரு கதைநிலம் நுட்பமான முறையில் கதைமாந்தரின் அகஓட்டங்களுடன் பிணைக்கப்படும்போது ஆழமான குறியீட்டுத் தன்மை அதற்கு கைகூடுகிறது. ஆ.மாதவனின் சாலைத்தெரு அப்படி ஒரு குறியீடாகவே வளர்ச்சி கொள்கிறது. அது எஸ். பொன்னுத்துரை கதைகளில் நிகழ்வதில்லை.

இருவருக்குமே புராண, ஐதீகக் கதைகளில் உள்ள ஆர்வமும் சமஸ்கிருதம் கலந்த அலங்கார மொழியை பயன்படுத்துவதில் உள்ள மோகமும் கவனத்திற்கு உரியவை. என் வாசிப்பில் இவ்வம்சத்தை எதிர்மறையான ஒன்றாக, படைப்புத்தன்மையுடன் மேலெழாத மொழிப்பயிற்சியாகவே இருவரிடமும் காண்கிறேன். ஆ.மாதவன் ஆரம்பகாலத்தில் எழுதிய இத்தகைய கதைகள் பெரும்பாலானவற்றை நிராகரித்து அச்சில் கிடைக்காதபடி செய்துவிட்டார். அவரது கதைகளுக்குள் ஆங்காங்கே ஊடாடிச் செல்லும் சில வரிகளாகவே நாம் இப்போது இவற்றைக் காணமுடிகிறது. எஸ். பொன்னுத்துரையின் கதையுலகில் கணிசமான ஒரு பகுதியை இவ்வகை எழுத்து நிரப்பியிருக்கிறது. அவரது எழுத்தில் பெருமளவு பொருட்படுத்தத் தக்கதல்ல என்று நான் எண்ணும் பிராந்தியம் இதுவே. இக்கூறு எஸ்.

பொன்னுத்துரையைப் பொறுத்தவரை ஒரு மேடை சார்ந்த திறனாட்டமாக மட்டுமே இருக்கிறது.

எஸ். பொன்னுத்துரை, ஆ.மாதவன் இருவரையுமே இயல்புவாதிகள் (Naturalists) என்று சொல்லலாம். இயல்புவாதம் யதார்த்தவாதத்தின் ஒரு தீவிரநிலை என்று பொதுவாகப் புரிந்துகொள்ளலாம். இலட்சியவாத, அகஎழுச்சி சார்ந்த கூறுகள் எதுவுமே இல்லாத தூய உலகியல் நோக்கு, துல்லியமான தகவல்களைச் சார்ந்து இயங்கும் போக்கு, கதாபாத்திரங்கள் மேல் அனுதாபமோ கனிவோ இல்லாத கறாரான சித்தரிப்பு போன்றவை இயல்புவாதத்தின் அடிப்படைக்கூறுகள். இலட்சியவாதம் இல்லாத மானுட அகச்சித்தரிப்பு என்பது உடனடியாக காம குரோத மோகங்களின் விவரிப்பாக மாறிவிடும் என்பதனால் இந்த 'தீமைச்சித்தரிப்பு' தன்மையை நான் இயல்புவாதத்தில் இருந்து விலக்கிவிட முடியாது. இயல்புவாதத்தின் முன்னோடியான எமிலி ஜோலா முதல் இதை நாம் காண்கிறோம். (இயல்புவாதம் தமிழில் வருவதற்கு முந்தைய ஒரு கட்டத்தில் எமிலி ஜோலாவின் படைப்புகள் சில தமிழில் மொழியாக்கம் செய்யப்பட்டன.) ஆ.மாதவனின் 'எட்டாவது நாள்' போன்ற கதைகள் தீமைச் சித்தரிப்புத்தன்மைக்கு மிகச்சிறந்த உதாரணங்கள்.

தமிழின் இயல்புவாத எழுத்தின் தொடக்கப்புள்ளிகள் என ஆ.மாதவனையும், நீல பத்மநாபனையும் சொல்லலாம். எஸ். பொன்னுத்துரையின் சடங்கு தமிழின் சிறந்த இயல்புவாத இலக்கியப்படைப்புகளில் ஒன்று. அவ்வெழுத்துமுறைக்கு தமிழின் பண்பாட்டுச்சூழல் சார்ந்து ஒரு பங்களிப்பு எப்போதும் இருக்கிறது. அது தொடர்ந்து இங்கே வளர்ந்து கொண்டிருக்கிறது. பூமணி அடுத்த தலைமுறையின் முக்கியமான இயல்புவாத எழுத்தாளர். சுப்ரபாரதி மணியன், சூரியகாந்தன், சி.எம். முத்து, சி.ஆர். ரவீந்திரன், சோலை சுந்தரப்பெருமாள் என அடுத்த தலைமுறையில் தொடர்ந்த அவ்வெழுத்துமுறை இமையம், பாமா, சொ. தருமன், அழகியபெரியவன் போன்ற தலித் எழுத்தாளர்கள் எழுத வந்தபோது திடீரென்று பேருருவம்கொண்டு தமிழின் முக்கியமான இலக்கிய அலையாக மாறியது. கண்மணி குணசேகரன், சு.வேணுகோபால், எம்.கோபாலகிருஷ்ணன் போன்ற முக்கியமான படைப்பாளிகளுக்கான அழகியலாக அது இன்று உள்ளது.

இதற்கான காரணங்கள் பல. பொதுவாக தமிழகம் அதன் வாழ்க்கைவிரிவின் பெரும்பகுதி இலக்கியரீதியாக பொருட்படுத்தப் படாமல் விடப்பட்டதாகவே உள்ளது. சொல்லப்போனால் எழுதப்படாத வாழ்க்கையே இங்கே அதிகம். அப்படி ஒரு வாழ்க்கை இருக்கிறதென்ற போதமே இல்லாதது நம் பண்பாட்டுச் சூழல். ஆகவே அந்த தளங்களிலிருந்து இலக்கியவாதிகள் உருவாகி தங்கள் வாழ்க்கையைச்

சொல்லப் புகுந்தபோது 'அப்படியே' சொல்வதான பாவனை கொண்ட இயல்புவாதம் ஓர் அழகியல் கருவியாக அவர்களுக்கு உதவியது. இது பத்தொன்பதாம் நூற்றாண்டில் ஐரோப்பாவில் உழைக்கும் மக்களின் யதார்த்தத்தை சொல்லும் பொறுப்பை ஏற்றுக்கொண்டு இயல்புவாதம் உருவான சூழலுக்கு பெரிதும் சமானமாக இருக்கிறது.

ஈழச்சூழலில் முற்போக்குமுகாமானது யதார்த்தவாதத்தை தன் அழகியலாக முன்வைத்தபோது அதற்கு எதிரான அழகியலாக தன் இயல்புவாதத்தை எஸ். பொன்னுத்துரை முன்வைத்ததை நாம் இங்கே கவனத்தில் கொள்ள வேண்டும். முற்போக்கு யதார்த்தவாதம் என்பது இலட்சியவாத உள்ளடக்கம் கொண்டது. இலட்சியவாதநோக்குக்கு ஏற்ப புலன்களும் தர்க்கமும் அறியும் யதார்த்தத்தை மறு ஆக்கம் செய்து முன்வைக்கும் தன்மை கொண்டது. தன் இலட்சியவாதத்தை அது கோட்பாடாக உருமாற்றிக் கொண்டு தன்னை அமைப்பு ரீதியாக திரட்டிக் கொண்டும் உள்ளது.

எஸ். பொன்னுத்துரை முற்போக்கு முகாமில் இருந்து வேறுபடுவது எங்கே? அவரே சொல்வதுபோல அவர் 'முன்னரே' முற்போக்காகவும் இடதுசாரியாகவும் ஆகிவிட்டவர். ''தோழர் ஜெயகாந்தன் ஜனசக்தி காரியாலயத்தில் புகுந்து எழுத்துப் 'பயிற்சி' பெறுவதற்கு முன்னரே எழுத்தாளன் என்ற மிடுக்குடன் கம்யூனிஸ்டுக் கட்சிப்பணிகளிலே என்னை இணைத்துக் கொண்டவன் நான்'' என்று சொல்லும் எஸ். பொன்னுத்துரை ''மாஸ்கோ-பீகிங் வாதப்பிரதிவாதங்களினால் மனம் புழுங்கி கட்சி அரசியலில் இருந்து நான் ஒதுங்கிக் கொண்டாலும் மார்க்ஸிஸ சித்தாந்தத்தில் எனக்கு இருக்கும் பிடிப்பு இம்மியளவும் தளர்ந்துவிட வில்லை'' என்கிறார். (சில நேரங்களில் சில தோழர்கள்) ஆக அவரைப் பொறுத்தவரை முரண்படும் அம்சம் என்பது இரண்டுதான், முற்போக்கு முகாமின் வரட்டுத்தனமான கோட்பாட்டுக்கூச்சலால் வாழ்க்கையை அளக்கும் முறை. அவ்வமைப்பில் உள்ள தனிநபர்களின் தனிப்பட்ட குணச்சிக்கல்கள். ''கூட்டத்தில் ஒருவன் என்றாலும் செம்மறிக் கூட்டத்தில் ஒருவனல்லன். பழைய வழிகளிலே நடந்து கற்பனை வேலி வரை முன்னேறியவன்... அவன் துணிந்தவன். கூச்சலை நிறுத்தி எல்லையைக் கடந்தான்...'' என்று தன்னைப்பற்றி சொல்கிறார். (அவா)

இந்நிலையில் மார்க்ஸிய லட்சியவாதமோ, அதன் கோட்பாட்டு அமைப்போ இல்லாத ஒரு யதார்த்தவாதமே எஸ். பொன்னுத்துரையின் இலக்கிய அழகியலாக அமைய முடியும். அவரது கறாரான வாழ்க்கை நோக்கும், ஆன்மிக மறுப்பும் அவரை எளிதாக இயல்புவாதத்தை நோக்கி இட்டுச்சென்றிருக்கிறது. மனிதமனத்தைச் சித்தரிக்கும் ஒரு படைப்பாளி இலட்சியவாதத்தையும் அதன் வெளிப்பாடான மனிதாபிமானத்தையும் விலக்கிவிடுவானாகில் அது இயல்புவாத மாகவே மாறிவிடும். மார்க்ஸிய இலட்சியவாதத்தை மறுக்கும்

ஆன்மிக இலட்சியவாதங்களை விடவும் இதையே மார்க்ஸியர் அபாயகரமானதாகக் கண்டு நிராகரிப்பார்கள். இதை தமிழ்நாட்டிலும் காணலாம். நீல பத்மநாபன், ஆ.மாதவன் போன்றவர்கள் வலதுசாரிகள் அல்ல. அவர்களும் எளிய உழைக்கும் மக்களின் வாழ்க்கையை எழுதியவர்களே. சொல்லப்போனால் மேலும் தீவிரமாக எழுதியவர்கள். ஆனால் மார்க்ஸியர்கள் இங்கே அவர்களை பொருட்படுத்தவே இல்லை. பூமணிக்கும் சின்னப்ப பாரதிக்கும் என்ன வேறுபாடு? பூமணியில் சின்னப்ப பாரதியில் உள்ள இலட்சியவாத அம்சம் இல்லை. இன்னும் கறாரான யதார்த்தச் சித்தரிப்பு உள்ளது. ஆகவே பூமணியை மார்க்ஸியத் தரப்பு நிராகரித்தது, பின்னர் உதாசீனம் செய்தது. இன்றும் அவரை அது தம்மவராக எண்ணவில்லை.

ஆகவே ஈழ முற்போக்கு முகாம் எஸ். பொன்னுத்துரையை நிராகரித்ததையும் எதிர்த்ததையும் நம்மால் புரிந்துகொள்ள முடிகிறது. நவீன இலக்கியவாதிகள் மேல் முற்போக்கு முகாம் போடும் எல்லா முத்திரைகளும் அவர் மீது போடப்பட்டன. 'ஆபாச எழுத்தாளர்' 'தனிமனித வாதி' 'இருண்மையான எழுத்துமுறை கொண்டவர்' என்று அவர் குற்றம் சாட்டப்பட்டார். இன்றைய வாசகன் எஸ். பொன்னுத்துரையின் 'சடங்கு' குறுநாவலை வாசிக்கும்போது அது சற்று அழுத்தமான குரலில் பேசும் ஒரு வகை முற்போக்கு இலக்கியமாகவே எண்ணுவான். ஒரு நடுத்தர வர்க்க எளியமனிதனின் சாரமில்லாத வாழ்க்கையின் சில நாட்களைச் சொல்வது வழியாக இந்த சமூக அமைப்பும் பொருளியல் அமைப்பும் அவனைக் கட்டிப் போட்டிருக்கும் எல்லையைப்பற்றிய நம்பகமான சித்திரத்தை அவனுக்கு அது அளிக்கிறது என்று அவன் எண்ணுவான். ஆனால் அப்படைப்பு அக்காலகட்டத்தில் மார்க்ஸியர்களின் பெரும் எதிர்ப்பையும் வசைகளையும் பெற்றிருக்கிறது. அதில் எந்தவித இலட்சியவாதமும் இல்லை. விடுதலைக்கான குரலே இல்லை. சமகாலத்து ஒழுக்க எல்லைகளைத் தாண்டிச் சென்று பேசமுனைகிறது – போதாதா?

எஸ். பொன்னுத்துரையை இயல்புவாதம் மூலம் முற்போக்கு முகாமின் கோட்பாட்டு மேலாதிக்கத்தை எதிர்கொண்ட படைப்பாளி என்று வகுத்துக் கொள்ளலாம். அவரை ஆ.மாதவன், நீல பத்மநாபன் வரிசையில் முன்னோடி இயல்புவாத படைப்பாளியாக எண்ணலாம். இன்றும் தமிழின் முக்கியமான அழகியல்முறையாக நீளும் இயல்புவாதத்தின் வழிகாட்டியாக மதிக்கலாம்.

4

இயல்புவாத அழகியலின் முக்கியமான சிறப்பே அது அளிக்கும் நுண்தகவல்கள்தான். தகவல்கள் மட்டுமே பாரபட்சமில்லாத,

புறவயமான உண்மைகள் என்ற நிரூபணவாத அறிவியலில் இருந்து உருவான இலக்கிய முறை என்றே இயல்புவாதத்தைச் சொல்லி விடலாம். ஆசிரியரின் உணர்ச்சிகள் மட்டுமல்லாமல் கதைமாந்தரின் உணர்ச்சிகளையும் பொருட்படுத்தாத 'புறவய'மான எழுத்துமுறை இது. உணர்ச்சிகளைப்பற்றிச் சொல்வதானால்கூட அவற்றையும் ஒருவகை தகவல்களாகவே முன்வைக்கக் கூடியது.

இயல்புவாதத்தின் தனித்தன்மை என்னவென்றால் 'பெரிய' தகவல்களை மட்டும் முன்வைக்கும் பொதுவான யதார்த்தவாத முறையில் இருந்து அது வேறுபடும்விதம்தான். ஒரு தகவலை முக்கிய மானதாகவோ அழுத்தமானதாகவோ ஆக்குவது அதற்கு ஆசிரியர் கொடுக்கும் நோக்கம்தான். அந்த நோக்கம் கோட்பாடு சார்ந்தது, இலட்சியவாத இலக்கு கொண்டது. இயல்புவாதம் எல்லா தகவல்களையும் தகவல்களாகவே சொல்ல முயல்கிறது. அதன் புனைவின் குறிப்பிட்ட வட்டத்திற்குள் வரக்கூடிய எல்லாதகவல்களையும் சொல்லி விடுவதான புனைவுப்பாவனையை அது கொண்டுள்ளது. (எல்லா தகவல்களையும் எவருமே சொல்ல முடியாதல்லவா?) சமீபத்திய உதாரணம் என்றால் சு.வேணுகோபாலின் படைப்புகளைச் சொல்லலாம். வேளாண்மைவாழ்வு குறித்த நுண்ணிய தகவல்கள் மிகச்செறிவாக வரிக்குவரி நெருக்கிக் கொண்டிருக்கும் எழுத்துமுறை அவருடையது. உளுந்துவயல் என்று சொல்லமாட்டார். எந்தவகை மண்ணுள்ள நிலம், எந்த காலம், நீர் வசதி எப்படி, எந்தவகை உளுந்து, எந்த நிலையில் இருக்கிறது எல்லாமே ஒரே சொற்றொடருக்குள் இருக்கும், அந்தக் கதாபாத்திரத்தின் புறச்சூழலைச் சொல்ல இத்தனை தகவல்கள் தேவையா என்ற வினாவுக்கே அந்த புனைவுத்தளத்தில் இடமிருப்பதில்லை.

இத்தகைய இயல்புமூலம் இயல்புவாதமானது செவ்வியலுக்கு ஒருவகையில் நெருக்கமாக வருகிறது. செவ்வியல் படைப்புகளின் அழகியலில் இரு முக்கியமான அம்சங்கள் எப்போதும் சுட்டப்படு கின்றன. ஒன்று, சமநிலை. இரண்டு, நுண்செறிவு. இலையெல்லாம் பூவாக மாறிய மரம்போன்றது செவ்வியல். அணிகள், சொல்லழகுகள், தரிசனங்கள் என அதன் பரப்பு நுண்மைகளால் செறிந்துள்ளது. நமது கோயில் தூண்களைப்போல. 'Art is in details' என்று செவ்வியல் சொல்கிறது. ஏனென்றால் 'God is in details' என்று அது கண்டறிந்துள்ளது. மேலும் தன் கலைவெளிப்பாட்டுக்கு நுண்மையின் செறிவை அது வழிமுறையாகக் கொண்டிருப்பதனால் நேரடியான உணர்ச்சிப்பெருக்குகளையும் ஆசிரியர் குரலையும் அது நம்புவதில்லை. அதன் அனைத்து வெளிப்பாடுகளிலும் சமநிலை உருவாகி வருகிறது. இதேபோல புறவயமான தகவல்களை செறிவாக அளிப்பதன் வழியாக இயல்புவாதமும் சமநிலை நுண்செறிவு இரண்டையும் அடைகிறது.

எஸ். பொன்னுத்துரையின் படைப்புகளில் உள்ள இயல்புவாத ஆக்கங்களின் முக்கியத்துவம் யாழ்ப்பாண வாழ்க்கையைப்பற்றிய அதன் நுண்சித்தரிப்பில்தான் உள்ளது என்றால் மிகையல்ல. பொதுவாக தமிழக வாசகன் ஈழப்படைப்புகளைப் படிக்கும்போது அடையும் சோர்வு என்னவென்றால் எத்தனை பக்கங்கள் படித்த பின்னரும் அங்குள்ள நிலமோ, சூழலோ, இயல்பான வாழ்க்கையோ கண்ணுக்குத்தெரிவதில்லை என்பதே. குறிப்பாக செங்கை ஆழியான், தேவகாந்தன் போன்றவர்களின் நீண்ட நாவல்களைப் படிக்கும்போது அவை ஒரு நிலமில்லாத ஓர் அந்தர வெளியில் நின்றுகொண்டிருப்பதான எண்ணமே எழுகிறது. ஈழச்சூழலில் வெகுசில படைப்பாளிகளிடம் மட்டுமே ஈழ மண்ணை நம்மால் காண முடிகிறது. என் நோக்கில் மு. தளையகத்தின் 'ஒருதனிவீடு', எஸ். பொன்னுத்துரையின் 'சடங்கு' ஆகிய இரண்டு படைப்புகளுமே அவற்றில் தலைசிறந்தவை.

நுண்தகவல்கள் என்றால் என்ன என்று சொல்வது எளிதல்ல. மக்களின் வாழ்க்கையின், பண்பாட்டின், உளப்போக்கின் பல நுண்ணிய அடித்தளங்களைத் தொட்டுக்காட்டும் தகவல்கள் சாதாரணமாக படைப்பில் பதிவாகியிருப்பது என்று அதைச் சொல்லலாம். உதாரணமாக 'சடங்கு' நாவலில் செந்திநாதன் யாழ்ப்பாணத்திற்கு வரும்போது கொழும்பில் ஓட்டலில் சாப்பிட்டு நாக்கு செத்த மருமகனுக்கு வகையாகச் சமைத்துப்போடும் பொருட்டு மீன் வாங்கச் செல்லும் அவரது மாமியார் கொல்லையில் மரத்தடியில் ஒதுக்கிப் போடப்பட்டிருந்த 'கவிச்சிக்' கூடை ஒன்றை எடுத்துக் கொண்டு செல்கிறாள். இது குமரிமாவட்டத்திலும் பல வேளாள, நாடார் இல்லங்களில் உள்ள வழக்கம். புலால் உண்பவர்களானாலும் அதன் மீது மானசீகமான ஓர் ஒதுக்கம். பல வீடுகளில் கொல்லையில் ஒரு மரக்கிளையில் அக்கூடை தொங்கிக் கொண்டிருக்கும். பிளாஸ்டிக் வந்தபின் இப்போது இத்தகைய ஒரு கூடையே இனி எவர் கண்ணுக்கும் படாமலிருக்கக் கூடும். இலக்கியத்தில் பதிவாகவில்லை என்றால் அது 'வரலாற்றில்' இல்லாமலேயே போயிருக்கக் கூடும். அந்தக் கூடை பல மனநிலைகளுக்கான முக்கியமான சுட்டித் தகவல்.

'சடங்கு' குறுநாவலில் இத்தகைய நூற்றுக்கணக்கான தகவல்களினால் ஆன ஒரு நடை புழங்குகிறது. மாமியார்கிழவியின் செட்டையும் சிக்கனத்தையும் சொல்லும் தகவல்கள் வந்தபடியே இருக்கின்றன. மருமகனுக்கு அசைவ 'விருந்து' படைக்க ஒரே ஒரு முட்டையை உடைத்து பொரியல் செய்கிறார்கள். பிராய்லர் வருவதற்கு முன்னர் கோழிமுட்டை அத்தகைய ஓர் சிறப்பு உணவாக இருந்திருக்கிறது. சில தகவல்கள் உளம் சார்ந்த ஆழமான நோக்குக்கு இடமளிப்பவை. புதுமனைவியுடன் கடற்கரைக்குச் செல்கிறார் செந்திநாதன். பின்னால்

அமர்ந்திருக்கும் சில ஆசாமிகள் அவர் முதுகில் மணலை வீசுகிறார்கள். பின்பக்கம் திரும்பிக்கூட பார்க்காமல் மனைவியை திரும்பக் கூட்டிவந்து விடுகிறார். அவரது குணச்சித்திரத்தை மட்டும் காட்டுவதல்ல இது. அன்றைய யாழ்ப்பாண வாழ்க்கையின் ஒரு கணம் இதில் உள்ளது. மணலை வீசும் மனநிலை. அதற்கு சிறு எதிர்ப்புகூட காட்டாமல் திரும்பிவரும் மத்தியவர்க்க 'உத்தியோகஸ்த' மனநிலை. (எனக்கு இது ப.சிங்காரத்தை நினைவூட்டும் ஒரு இடம்) புன்னகையுடன் நாம் கடந்துசெல்லும் இத்தகைய தகவல்களே புனைவை இலக்கிய மாக ஆக்குகின்றன.

'சடங்கு' நாவலை இப்போது படிக்கும்போது பலவகையான வினாக்களும் மனக்குழப்பங்களும் எழுகின்றன. இந்நாவல் உருவான போது யாழ்ப்பாண வாழ்க்கையின் ஒரு கீற்றை உண்மையாகச் சொல்லும் ஆக்கமாகவும் மெல்லிய அங்கதம் கொண்டதாகவும் வாசகர்களுக்குத் தோன்றியது. அதன் இலக்கியகுணமாக இதுவே சொல்லப்பட்டது. அத்துடன் அதன் பாலியல் வர்ணனைகள் அந்தக் காலகட்டத்து அளவுகோலுக்கு துணிச்சலானவையாக இருந்தன. ஆனால் இன்று வாசிக்கும்போது இன்றைய போர்சூழ்ந்த யாழ்ப்பாணத்துக்கு முந்திய யாழ்ப்பாணத்தை கண்ணுக்குக் காட்டும் படைப்பாக அது அமைந்திருக்கிறது.

இன்று 'சடங்கு' வழியாக நோக்கும்போது மிகுந்த வியப்புதான் உருவாகிறது. அது காட்டும் யாழ்ப்பாணம் பொதுவாக எந்த வன்முறையும் இல்லாத நடுத்தர வர்க்கத்து மனிதர்கள் நெருக்கமான உறவுகளுடன் ஒருவரை ஒருவர் அள்ளிப்பற்றிக்கொண்டு ஒருவரை ஒருவர் உறிஞ்சிக்கொண்டு லௌகீகத்தில் முற்றிலும் ஆழ்ந்து வாழும் காட்சியையே காண்கிறோம். குறிப்பாக சடங்கு நாவலில் அன்றைய யாழ்ப்பாணத்தை மிகத்துல்லியமாக பிரதிபலிக்கும் கதாபாத்திரம் அந்த மாமியார்தான் என்று படுகிறது. ஒவ்வொரு கணமும் அவர் சேமித்துக் கொண்டே இருக்கிறார். புத்தி, ஆத்மா எல்லாமே நாளைய வாழ்க்கைக்கான சேமிப்புக்காக ஒதுக்கப்பட்டிருக்கிறது. அதற்கு அப்பால் அன்றாட வாழ்க்கை என்று ஏதும் இல்லை. இன்பங்கள் இல்லை. ஆன்மிகம் இல்லை. கிட்டத்தட்ட அரைநூற்றாண்டுக் காலமாக கேரளத்தில் இருந்துவந்த வாழ்க்கை. இன்று தமிழ்நாட்டில் உருவாகியுள்ள வாழ்க்கை. சில வருடங்களுக்குள் இம்மக்கள் ஒருவரை ஒருவர் கொன்று குவிப்பார்கள் என்று எவரும் அந்நாவலை முன்வைத்துச் சொல்லிவிட முடியாது. அதுவே வாழ்க்கையின் தீராத விந்தை!

நுண்தகவல்கள் மூலம் உருவாகும் கலைக்குச் சிறந்த உதாரணமாக அமையும் பல கதைகளை எஸ். பொன்னுத்துரையின் புனைவுலகுக்குள் காணலாம். அவரது பெருந்தொகையான எஸ்.பொ. கதைகளின் (மித்ர வெளியீடு) முதல்கதை 'தேர்' இதற்குச் சிறந்த உதாரணம்.

யாழ்ப்பாணத்துச் சாதிசமயச் சமூகக் கட்டுமானத்திற்குள் ஊறி வளர்ந்த முகத்தாரின் ஒருநாள். அவரது ஒரு மகன் மட்டும் சிங்களத்துப் பெண்ணை மணம் செய்து மீறிச் சென்றவன். தொலைந்துபோன ஆடு. மற்றவர்கள் அனைவருமே 'நன்றாக' இருக்கிறார்கள். முகத்தாரின் உள்ளம் நுட்பமாக அந்த மகன் மீது சாய்வதை எந்தவிதமான வண்ணங்களும் இல்லாமல் சொல்லும் கதை இது. அதற்குக் காரணம் அம்மகன் மீதான தனிப்பட்ட பாசம் மட்டுமல்ல. அவன் தொலைந்து போனவன் என்பது மட்டுமல்ல. முகத்தாரின் உள்ளூர ஓடும் ஒரு சாரமான அறவுணர்வும் கூடத்தான். அவரே அறிந்திராதது அது.

முகத்தாரின் ஒருநாளை எஸ். பொன்னுத்துரை சின்னஞ்சிறிய தகவல்கள் மூலம் சித்தரித்துக் காட்டும் முறையே அவரது கலையின் சிறந்த உதாரணமாக அக்கதையை ஆக்குகிறது. சரளமான யாழ்ப் பாணத்தமிழ் வழக்கு. ''என்னதான் பேரளவிலை பெரிய பிள்ளை எண்டாலும் வீட்டிலை சின்னப்பிள்ளைதானே? சரியா? இவள் பார்வதிப்பிள்ளையை உரிச்சு வைச்ச மாதிரி இருக்குறள். இவளை ஒப்பேத்திப்பொட்டேனெண்டால் பேந்தென்ன?''

தமிழில் இயல்புவாதமும் வட்டார வழக்கும் பிரிக்க முடியாதபடி உறவுள்ளவை. யதார்த்தவாதத்தின் தொடக்கப்புள்ளிகளான புதுமைப் பித்தன் போன்றவர்களே இங்கே வட்டார வழக்கின் முதல் இலக்கியப் பதிவுகளைச் செய்தார்கள். ஆனால் வட்டார வழக்கு ஓர் இலக்கிய அலையாக எழுந்தது தமிழில் இயல்புவாதம் எழுந்தபோதுதான். ஆர்வமூட்டும் பல சமநிலைகள் கொண்டது இந்த விஷயம். தமிழில் வட்டாரவழக்குக்காக ஆவேசமாக வாதிட்ட விமரிசகர் க.நா.சுப்ரமணியம் தான். இலக்கிய அழகியல் சார்ந்து க.நா.சுவை நவீனத்துவத்தின் பிரதிநிதி என்று வகுக்கலாம். நவீனத்துவத்தின் ஆசிரியர் மைய நோக்கு, தத்துவார்த்தநோக்கு போன்றவற்றை அவர் வலியுறுத்தினார். அவர் வாதாடிய நவீனக்கவிதை இவ்வியல்புகள் அனைத்தையுமே கொண்ட ஒன்று. ஆனால் உரைநடையில் அவர் நவீனத்துவத்தின் இவ்வியல்புகளுக்கு இடமே இல்லாத இயல்புவாதத்துக்காக வாதாடியதாகப் படுகிறது.

உலகப்படைப்புகளை எடுத்து நோக்கினால் இயல்புவாதத்தின் முற்றிய நிலையே நவீனத்துவ அழகியலுக்கு வழிவகுத்தது என்று காணலாம். யதார்த்தவாதமானது இயல்புவாதம் வழியாகவே நவீனத்துவமாக முதிர முடியும். நவீனத்துவத்தின் விளைநிலமான பிரெஞ்சு இலக்கியத்திலேயே மாப்பசான் முதலிய யதார்த்தவாதப் படைப்பாளி களில் இருந்து இயல்புவாதத்தின் முன்னோடிகளான எமிலி ஜோலா போன்றவர்கள் உருவாகி அவர்களின் நீட்சியாகவே காம்யூ உருவானார். காம்யூவில் எமிலி ஜோலாவின் பல அம்சங்களை நாம்

வெளியே இருந்து வாசிக்கும்போது காண முடிகிறது. தத்துவார்த்த மாகப் பார்த்தோமென்றால் யதார்த்தவாதம் மானுட இயல்புகளை 'அப்படியே' சொல்ல முயல்கிறது. அதில் உள்ள இலட்சியவாத அம்சத்தை விலக்கி, வாழ்க்கையின் புறவய உண்மைகளை மட்டுமே கருத்தில் கொள்ளும் இயல்புவாதம் மானுடனில் உள்ள அடிப்படை இச்சைகளையும் அச்சங்களையும் மட்டுமே அவனுடைய இயல்பாக காண்கிறது. ஆகவே இயல்புவாதம் இன்றியமையாத ஒரு இருண்மை நோக்கு கொண்டுள்ளது. அவ்விருண்மைநோக்கின், மனிதனைப்பற்றிய அவநம்பிக்கையின் முதிர்ச்சியே நவீனத்துவத்தின் சாரமாக அமைந்தது.

நவீனத்துவம் நவீன காலகட்டத்தில் மறுபிறப்பு பெற்ற செவ்வியல் என்று சொல்லலாம். செவ்வியலுக்குரிய தத்துவமைய நோக்கு, உணர்ச்சிச் சமநிலை, வடிவநுட்பம், புறவயத்தன்மை ஆகியவற்றை அது தன் இலக்கியக்கோட்பாடாக முன்வைத்தது. இக்கூறுகள் பெருமளவுக்கு இயல்புவாதத்திலும் உள்ளன என்று காணலாம். புறவயமான தகவல்களை மட்டுமே நம்பி இயங்கும் இயல்புவாதம் உணர்ச்சிச் சமநிலை, வடிவ ஒருமை ஆகியவற்றை இயல்பாகவே அடைந்துவிடுகிறது. ஆகவேதான் நவீனத்துவத்திற்குரிய அழகியலாக பெரும்பாலும் இயல்புவாதம் அமைந்தது. எஸ். பொன்னுத்துரை ஆ.மாதவன், பூமணி போன்ற நம் இயல்புவாதப் படைப்பாளிகளை நவீனத்துவர்கள் என்றும் சொல்ல முடிகிறது. எஸ்.பொன்னுத்துரையின் 'சடங்கு' ஒரு நவீனத்துவ ஆக்கம் என்று வகுப்பது பொருத்தமானதே யாகும்.

இப்புலத்தில்வைத்து நோக்கும்போதுதான் இயல்புவாத அழகியலுக் காக வாதிட்ட க.நா.சுவின் நோக்கை நாம் புரிந்துகொள்ள முடியும். இயல்புவாதம் இந்தியச் சூழலில் எடுத்துக் கொண்ட பணி என்பது பலநூறு வாழ்க்கைத்தளங்களில் சிதறிப் பரந்து கிடக்கும் இந்திய யதார்த்தத்தைச் சொல்ல முற்படுவதேயாகும். அதுவரை எழுத்தில் சொல்லப்படாத வாழ்க்கைகள். சொல் தீண்டாத மனிதர்கள். அம்மக்களை அவர்களின் மொழியில் இருந்து பிரித்தறிய இயலாது என்பதே இயல்புவாதம் முதலில் கண்டடைந்த விஷயம். மலையாளம், கன்னடம், வங்கம் போன்ற ஒப்புநோக்கப் புதிய மொழிகளில் வட்டாரவழக்குக் கொச்சை என்பது மைய மொழியில் இருந்து அத்தனைதூரம் விலகியதல்ல. தமிழில் அவ்வேறுபாடு மிகப்பிரம்மாண்டமான ஒன்று. இப்படி ஒரு மாபெரும் 'மொழி அகழி' வேற்றுப் பண்பாடுகளில் உண்டா என தெரியவில்லை. வட்டார வழக்கு என்பது எல்லா பண்பாட்டிலும் இருக்கக் கூடியதுதான் என்றாலும் தமிழ்ச் சூழலில் அது ஒரு சிறப்பான பண்பாட்டுக் கூறு.

அப்பண்பாட்டுக்கூறை இயல்புவாதம் வெளிப்படுத்தவேண்டும் என்று க.நா.சுப்ரமணியம் வாதாடினார். அவரது எதிர்பார்ப்புக்கு நிறைவூட்டும்

விதமாக ஐம்பத்தெட்டில் நீல பத்மநாபன் எழுதிய 'தலைமுறைகள்' வெளிவந்தது. பல வருடங்கள் அப்படைப்பை க.நா.சு ஒரு முக்கியமான முன்னுதாரணமாக முன்வைத்திருக்கிறார். தலைமுறைகள் பேச்சுவழக்கில் மட்டுமல்ல ஆசிரியர்நடையிலும் வட்டார வழக்கில் இயங்கும் நாவல். அதாவது அங்குள்ள மக்கள் மட்டுமல்ல அங்குள்ள பொருட்களும்கூட வட்டார வழக்கு வழியாகவே வடிவம் கொள்கிறார்கள். தமிழ் இயல்புவாதம் என்பது உண்மையில் வட்டாரவழக்கு அழகியலாகவே உள்ளது. இதை தமிழுக்குரிய ஒரு சிறப்பியல்பாக நாம் எண்ணலாம். இன்று சொ.தருமன், சு.வேணுகோபால், கண்மணி குணசேகரன் வரை இவ்வியல்பு வளர்ச்சிகொண்டு வந்துள்ளது.

எஸ். பொன்னுத்துரையின் இயல்புவாதமும் வட்டார வழக்கில் ஆழ வேரூன்றியது என்பது இந்தப் பின்புலத்தில் வைத்து புரிந்து கொள்ளப்பட வேண்டியதாகும். அவரது கதைமாந்தர் மட்டுமல்லாமல் பலசமயம் அவரேகூட கதைகளுக்குள் யாழ்ப்பாண வட்டார வழக்கில் தான் உரையாடுகிறார். அடித்தள மக்களின் நேரடி வாய்மொழியி லேயே பல கதைகள் அமைந்துள்ளன. ''பக்கூஸீக்கதவு ஒள்ளம் கொழிஞ்சிருந்துது. கோழி கீழி வீட்டுக்குள்ள போய் எடுத்துவச்ச கூப்பன் அரிசிய குடுக்கெண்டு ஆன் நெனைச்சன். சூ என்டு விரசிக் கொண்டு உள்ளுக்க பாஞ்சு போனா எனக்கு நெஞ்சுக்க உலக்கையாலை இடிச்சதுபோலான் இருந்தது'' என்று கதைசொல்லியாலேயே மொத்தக் கதையும் சொல்லப்படுகிறது (விலை) எஸ். பொன்னுத்துரை இக்கதைகளை எழுதி கிட்டத்தட்ட அரைநூற்றாண்டுக்காலம் கழித்து வெளிவந்துள்ள விமல் குழந்தைவேலின் 'வெள்ளாவி' நாவல் இதே நடையில் இதே வாழ்வின் எச்சங்களை இதேபோலப் பேசுவது என்பதைக் கவனிக்கும்போது இவ்வழகியலின் பணி இன்றும் தொடர்வதை உணர முடிகிறது.

பல வருடங்களுக்கு முன்னர் சுப்ரபாரதி மனியனின் 'மாறுதடம்' என்ற சிறுகதைத்தொகுப்புக்கு முன்னுரை வழங்கிய வாசகர் செழியன் (இப்போது திரைப்பட விமர்சகர். ஒளிப்பதிவாளர்-கல்லூரி) அக்கதைகள் புகைப்படத்தின் சட்டகம் போன்றவை என்றார். ஒரு சரியான சட்டகத்தை தெரிவுசெய்வதே அவற்றின் கலையாகும். அச்சட்டகத்திற்குள் அகப்படும் அனைத்துமே பதிவாகிவிடுகின்றன. அவற்றின் பொருளோ அவசியமோ அக்கலைஞனால் கருத்தில் கொள்ளப்படுவதில்லை. சுப்ரபாரதி மணியனின் கதைகளில் மிக நுட்பமான காட்சித் தகவல்கள் வந்தபடியே இருக்கும். ஒரு தெரு என்றால் தெருவின் சகல குப்பைகளும் பதிவாகியிருக்கும். இவ்வழகியலை 'புகைப்படக் காட்சி' என்று சரியாகவே பதிவுசெய்கிறார் செழியன். எஸ். பொன்னுத்துரை போன்ற படைப்பாளிகளின் இயல்புவாத

அழகியலின் சிறப்பம்சமே இதுதான். அவர்களின் படைப்புநிலத்தில் உள்ள பொருட்கள் எவையுமே கதை மாந்தரின் உணர்ச்சிகளையும் கலைஞனின் உட்கருத்தையும் சுமந்து படிமங்களாக ஆவதில்லை. மிக எளிமையான ஒரு நேரடித்தன்மையுடன் அவை வாழ்க்கையையும் நிலத்தையும் 'அப்படியே' அள்ளிவிடுகின்றன. எஸ். பொன்னுத்துரையின் குறிப்பிடத்தக்க சிறுகதைகள் பல அத்தகையவை. மு. தளையசிங்கத்தின் மிகக்குறுகிய இலக்கிய எழுத்துக்களைத் தவிர்த்தால் முந்தைய தலைமுறை ஈழ இலக்கியத்தில் சாதனை என்பது இது மட்டுமே என்பது என் எண்ணமாகும்.

அவ்வகையில் ஈழ மண்ணை – இன்று பொய்யாய் பழங்கதையாய் மறைந்து போய்விட்ட ஒரு பண்பாட்டை - நமக்குக் காட்டும் ஒரே இலக்கிய ஆவணம் எஸ். பொன்னுத்துரையின் எழுத்துக்களே. ஆனால் இலக்கியத்தில் உள்ள வாழ்க்கை என்பது காட்டை விதைகளாக கையில் கருதுவது போல. நீர் கொண்ட இடத்தில் எல்லாம் காடுகளை நம்மால் உருவாக்கிக் கொள்ள இயலும்.

5

எஸ். பொன்னுத்துரையின் படைப்புலகில் உள்ள மிகையுணர்ச்சியும் அலங்காரநடையும் கொண்ட கதைகளைப்பற்றி இன்றைய வாசகன் கூர்ந்து அவதானிக்க வேண்டும். இவை அக்கால வாசகர்களில் ஒரு சாராருக்கு கிளர்ச்சியூட்டுவனவாக அமைந்திருக்கின்றன என்று தெரியவருகிறது. லா.ச.ராமாமிருதத்தின் படைப்புலகுடன் இவை ஒப்பிடப்பட்டுள்ளன. அபூர்வமாக மௌனியுடனும். இன்று என் வாசிப்புக்கு இவை மிகுந்த பிரக்ஞையுடன் எழுதப்பட்ட மொழிச் சோதனைகளாக மட்டுமே தெரிகின்றன. ஏற்கெனவே குறிப்பிட்டபடி தமிழில் இயல்புவாத முன்னோடிகளில் சிலருக்கு இத்தகைய ஒரு நடைமீது ஏனோ மோகம் இருந்திருக்கிறது. நீலபத்மநாபன் பல கதைகளில் சமஸ்கிருத அலங்காரங்களை நாடியிருக்கிறார். ஆ.மாதவனுக்கும் அந்த மோகம் உண்டு.

இதற்கான காரணங்கள் சிலவற்றை நான் ஊகிக்கிறேன். தங்கள் இயல்பாலும், தாங்கள் தெரிவுசெய்துகொண்ட அழகியலாலும் மிக எளிமையான நேரடியான இயல்புவாத இலக்கியங்களை உருவாக்கிய இவர்களுக்கு அதிலிருந்து உருவான ஒரு போதாமையுணர்ச்சி எங்கோ ஒரு மூலையில் இருந்திருக்க வேண்டும். ஆகவே இந்த நடையை ஒரு சம எடையாக அவர்கள் பயன்படுத்தியிருக்க வேண்டும். மேலும் முக்கியமான இன்னொரு காரணமும் படுகிறது. இயல்புவாதம் மனித

ஆழத்தை இலட்சியவாதமில்லாமல் நோக்குவது. ஆகவே அதற்கு பூச்சுகள் இல்லாத காமம் ஒரு முக்கியமான பேசுபொருள். இம்மூன்று படைப்பாளிகளுமே காமத்தை கூர்ந்து நோக்கியவர்கள் என்பதைக் காணலாம். தங்கள் இயல்புப்படி இவர்கள் காமத்தை நேரடியாக எழுதியிருக்க வேண்டும். அதில் எஸ். பொன்னுத்துரை துணிந்த அளவுக்குக் கூட பிறர் துணியவில்லை. காரணம் நம் மரபின் தடை. அதைவிட முக்கியமான தடை என்பது இப்படைப்பாளிகளில் ஒழுக்க போதத்தின் தடை. இம்மூவருமே வலுவான ஒழுக்கவாதிகள். இவர்களால் தாங்கள் பாலுணர்வு எழுத்துக்களை எழுதுகிறோம் என்ற சுயபிரக்ஞையை சகித்துக் கொள்ள முடியாது. ஆகவே பாலுணர்வு களை எழுதுவதற்கு மொழியின் புகைமூட்டத்தை இவர்கள் நாடினார்கள் என்று சொல்லலாம்.

எஸ். பொன்னுத்துரையைப்பொறுத்தவரை இன்னொரு முக்கியமான காரணத்தையும் சொல்ல வேண்டும். எஸ்.பொன்னுதுரை தன் எழுத்து வாழ்க்கையின் ஒரு கட்டத்தில் மன உணர்வுகளை நேரடியாகவும் தீவிரமாகவும் சொல்ல முயன்ற படைப்பாளி. இலக்கியத்தில் மன உணர்வுகளை நேரடியாகச் சொல்லுதல் பெரிய அறைகூவல். புற உலகத்தை அகத்தின் படிம வெளியாக மாற்றுவதன் மூலமே மன உணர்வுகளை வெற்றிகரமாகச் சொல்ல முடியும். சங்கப்பாடல்கள் முதல் நாம் காண்பது இதையே. இதைச்செய்ய இயல்புவாத அழகியலில் இடமில்லை. அவர்களுக்கு புறம் என்பது புறம் மட்டுமே. ஆகவே அகத்தை 'அந்தரத்தில்' கட்டி நிறுத்தவேண்டிய கட்டாயம் அவர்களுக்கு ஏற்படுகிறது. அதற்கு இத்தகைய அலங்கார மொழியை துணை கொள்கிறார்கள். எஸ். பொன்னுத்துரை தனது பல கதைகளில் மன உணர்வுகளை அலங்காரச் சொற்களாலேயே சொல்ல முயல்கிறார். அதாவது செவிக்கு ஒரு தனி ஒலியின்பம் அளிக்கும் சொற்களை சமத்காரமாக பயன்படுத்துவதன் மூலம்.

ஒன்று அவரது நடை இப்படி உள்ளது ''சுந்தர விளையாட்டின் ஆதார கலசங்களை சட்டையின் கீழ்முடிச்சு நெகிழ்த்தி பிதுக்கியபோது உயிர்பெற்ற முயல்குட்டிகளைப்போன்று முன்னே பாய்ந்த கவர்ச்சி...'' (ஆகுதி) இது காமச்சித்தரிப்பு என்றால் ''கற்பனையில் சிருஷ்டித்துப் பார்க்கும் சுவர்க்கத்தின் எழில் மாடங்களை வனப்பிலும் அமைப்பிலும் தோற்கடிக்கும் நெடிதுயர்ந்த மாடம். மாடத்தினுள் உப்பரிகை. அதன் காலதர்க்கத் திரைகளிலே வெள்ளிகள் பூத்துக் குலுங்குவதான தோற்றம்...'' என்னும் சித்திரம். அதே கதையில் அதே பாணியில் எண்ண ஓட்டங்கள் ''கண்ணயர்ந்தேனா? கண்களை மூடியவண்ணம் ஏதேதோ நினைவுகளில் சஞ்சரித்தேனா? நினைவா? கனவா? நினைவென்றால் என்ன? கனவென்றால் என்ன? விழித்த நிலையின்

கனவுகளே நினைவுகள். தூங்கிய நிலையின் நினைவுகளே கனவுகள். இரண்டிற்கும் இடையே உள்ள கயிற்றரவு நிலையில் பாம்பு எது பழுதை எது? அவஸ்தைப்படுகின்றேன்...''

இத்தகைய நடையில் எஸ். பொன்னுத்துரை எழுதிய ஆரம்பகாலக் கதை 'கணை'. ''அஸால்ஹ பட்சம் பிரசவித்த பூரணை...'' என்று தொடங்கும் கதை ''...நிலா பரதம் பயிலும் பாற்கதிர் கற்றையை பீச்சுகின்றது. பாலாவி நிகத்த திரைச்சேலைகளை தழுவி அவற்றை நாணத்திலாழ்த்தி களியிற் கெம்பும் மாருதி. வாலிப உடலங்களில் சடைத்து வளருந்தசைப் பிடுங்கல். விரகம் வியாபிக்கும் நிலைக்களனிலும் சோமா தேவியின் சேதநை சுழல் காற்று வாய்ச்சருகாக எற்றுண்டு அலைக்கழிந்தது...'' என்று நீள்கிறது. இக்கதை உட்பட எஸ். பொன்னுத்துரை இந்நடையில் எழுதிய பெரும்பாலும் எல்லா கதைகளுமே காமத்தின் கதைகளே. அடிப்படை இச்சைக்கும் தார்மீக நெறிகளுக்கும் இடையேயான முரண்பாடுமூலம் உருவாகும் போராட்டத்தைப் பற்றிய கதைகள் அவை. காமத்தைச் சித்தரிக்கவே மொழி இத்தனை ஜாலம் காட்டுகிறது. தன் முகத்தை நேரடியாக பார்க்க நாணி வண்ணக்கண்ணாடியில் பார்ப்பது போல உதவுகிறது இந்த நடை. 'சீவர ஆடைக்குட் புகுந்தும் உடலில் மதர்க்கும் மாம்ஸ ஆக்கினைகளிலிருந்து விடுபடாது துயிலெழுந்து துயிலெழா நிலையில் பிதக் ஜன பிக்குகள்' தவிப்பதைச் சொல்லும் 'வீடு'ம் அத்தகைய கதையே.

இத்தகைய கதைகள் வாசிப்புக்கு இன்பமளிக்கும்தன்மை கொண்டிருந்தாலும் எஸ். பொன்னுத்துரையின் சிறந்த இயல்புவாதக் கதைகளின் தளத்துக்கு நகர முடியவில்லை என்றே எண்ணுகிறேன். ஏன் என்றால் காமகுரோதத்தின் மன இருள் என்பது ஓர் யதார்த்தம். அதைச்சொல்ல அதேயளவுக்கு யதார்த்தமான மொழியும் முறையுமே பொருத்தமானது. காமச்சித்தரிப்பில் உள்ள இந்த அலங்காரம் ஒருவகை பசப்பாக ஜாடை அளித்துவிடுகிறது. இச்சொற்றொடர்ச் சிக்கல்களுக்குள் புகுந்துசென்று சிடுக்கெடுத்தால் கிடைப்பது தன் இயல்புவாதக் கதைகள் மூலம் எஸ். பொன்னுத்துரை மேலும் தீவிரமாக முன்வைத்த விஷயமே என்னும்போது செல்ல செல்லச் சலிப்பும் ஏற்பட்டுவிடுகிறது. 'சடங்கு' குறுநாவலில் செந்திநாதனின் மனைவி சுயஇன்பம் செய்துகொள்ளும் இடம் ஓர் உதாரணம். தமிழிலக்கியத்திலேயே பெண் சுயஇன்பம் செய்துகொள்வது இப்படைப்பில்தான் சித்தரிக்கப்பட்டுள்ளது என்று நினைக்கிறேன். ஆனால் மிக அடக்கமாகவும் அழகாகவும் சொல்லப்பட்ட கலைத்தருணமாக இது உள்ளது. அவர் சொற்புழுதி கிளப்பி எழுதிய பிற இடங்களில் எங்கும் இத்தகைய நுண்ணியதும் இயல்பானதுமான காமச்சித்தரிப்பு நிகழவில்லை.

இந்த மொழிநடையை லா.ச.ராமாமிருதத்துடன் ஒப்பிட்டு நோக்கலாம். ராமாமிருதமே சலிப்பூட்டும் நடையை மிதமிஞ்சி மீட்டிய படைப்பாளியாகவே இன்று வாசகர்களால் அறியப்படுகிறார். ஆனால் அவருக்கு இந்த நடை ஒரு நுண்ணிய கருவி, அதன் மூலம் அவர் தொட்டு எடுக்க முயன்ற பிடிக்குச் சிக்காத ஒரு விஷயம் இருந்தது. அதை அவரது மீபொருண்மையியல் (மெடஃபிஸிகல்) உண்மை என்று சொல்லலாம். அவரது தொடக்க காலக் கதைகளில் லா.ச.ராமாமிருதம் அந்த நடனமிடும் நடை மூலம் அன்றாடவாழ்க்கைக்கு அப்பாற்பட்ட நுண்ணிய ஓர் மீபொருண்மை அனுபவத்தைத் தொட முயல்கிறார். அதற்காக மரபிலிருந்து எடுத்துக் கொண்ட படிமங்களை பின்னிப் பின்னி வெறுமை வரை செல்ல முயல்கிறார். அப்போக்கில் மிக அபூர்வமான சொற்சேர்க்கைகளை அவர் உண்டுபண்ணுகிறார் என்பதனாலேயே அவரது இலக்கிய இடம் உறுதிப்படுகிறது. எஸ். பொன்னுத்துரையும் சரி ஆ.மாதவன் போன்றவர்களும் சரி அப்படிப் பட்ட மீபொருண்மைத்தளம் எதையுமே கொண்டிருக்கவில்லை. அவர்கள் சொல்ல விழைவது எளிமையான காம/ஒழுக்கச் சிக்கல்களையே. அவற்றுக்கு இந்த நடையின் தீவிரபாவனை தேவையானதாக இல்லை.

6

எஸ். பொன்னுத்துரையை எப்படி தத்துவார்த்தமாக வரையறை செய்யலாம்? ஆ.மாதவனைப்போல அவரையும் ஒரு 'நவீனத்துவ ஒழுக்கவாதி' என்று சொல்வதே பொருத்தமானதாக இருக்கும். சென்ற பதிற்றாண்டில் சடங்கு தீ போன்ற படைப்புகள் மூலம் ஈழத்தில் ஒழுக்கவாதிகள் நடுவே அதிர்ச்சியலைகளை உருவாக்கிய ஒரு படைப்பாளியைப் பற்றி இப்படிச் சொல்வது ஆச்சரியத்தை உருவாக்கக் கூடும். அதனாலேயே 'நவீனத்துவ' என்ற சொல்லாட்சியைப் பயன்படுத்தினேன். ஒழுக்கவாதி என்பவன் யார்? மனித இனம் தன் அடிப்படை இச்சைகளை முறைப்படுத்திக் கொண்டு உறவுகளை மேம்படுத்திக் கொள்ள வேண்டும் என்றும் நேர்மையான முறையில் அதன் செயல்பாடுகள் அமைந்திருக்க வேண்டும் என்றும் எண்ணக் கூடியவன். ஒழுக்கம் சார்ந்து விதிகள் உருவாகின்றன. விதிகளின் அடிப்படையில் அமைப்புகள் உருவாகின்றன. அமைப்புகளைச் சார்ந்து வாழும் அமைப்புமனிதர்கள் பெருவாரியாக சமூகத்தில் இருக்கின்றனர். அவர்கள் ஒழுக்க விதிகளைப்பற்றிப் பேசுவார்கள். அவற்றை மூர்க்கமாக வலியுறுத்துவார்கள். ஆனால் அவர்கள் ஒழுக்கவாதிகள் அல்ல. உண்மையில் அமைப்பு கோரும் நிபந்தனை களை நிறைவேற்றுவது மட்டுமே அவர்களின் நோக்கம். அதற்குப்பின் தங்கள் அந்தரங்க உலகில் அவர்கள் அவ்விதிகளைப் பொருட் படுத்துவதில்லை.

ஒழுக்கவாதி அமைப்பு சார்ந்த விதிகளை அப்படியே எடுத்துக் கொள்பவன். அவற்றின் நடைமுறைத்தன்மையை வலியுறுத்துபவன். அமைப்பின் விதிகள் நடைமுறையில் ஒழுக்கத்தை நிலைநாட்ட போதுமானதாக அல்லாமல் அமையலாம். சிலசமயம் சாராம்சத்தில் ஒழுக்கத்துக்கே மாறானவையாக அமையலாம். இந்நிலையில் ஒழுக்கவாதி அமைப்புக்கு எதிரானவனாக திரும்புகிறான். அமைப்பை மாற்ற அவன் முயல்கிறான். அமைப்புமனிதர்களின் எதிர்ப்புக்கும் புறக்கணிப்புக்கும் உள்ளாகும் அவன் பலசமயம் ஒழுக்கக்கேடனாக முத்திரை குத்தப்படுகிறான். உண்மையான ஒழுக்கவாதி ஏதோ ஒருவகையில் சமூகத்தை விமரிசிப்பவனாகவும் கலகக்காரனாகவுமே இருக்க முடியும். காரணம், சமூகம் எப்போதும் முழுமையாக ஒழுக்க விதிகளின்படி செயல்பட இயலாதென்பதே. பலவகையான சமரசங்கள் வழியாகவும் பலவகையான இடக்கரடக்கல்கள் வழியாகவும்தான் சமூகம் இயங்க முடியும். ஒழுக்கவாதி அவற்றை இழுத்து முச்சந்தியில் போடுகிறான். ஆகவே அவை எதிர்ப்புக்கு உள்ளாகிறான். காலப்போக்கில் புதிய ஒழுக்க விதிகளை உருவாக்கி அவனே அமைப்பின் பகுதியாக ஆகிறான்.

நவீனத்துவ ஒழுக்கம் என்பது நம் நாட்டில் அறிவியல் தொழில்நுட்பம் அதன் விளைவான நவீனக் கல்வி மற்றும் நவீன மனித உறவுகளின் விளைவாக உருவாகிவந்த ஒன்று. ஈ.வே.ரா அவர்கள் நம் மரபின் பெரும்பாலான நம்பிக்கைகளையும் அவை சார்ந்த அமைப்புகளையும் கடுமையாக நிராகரித்தவர். ஆனால் தொடர்ந்து 'மனிதன் ஒழுக்கமாக இருக்க வேண்டும்' என்று அவர் சொல்லியும் வந்தார். அவரது எழுத்துக்களில் ஒழுக்கம் என்றால் என்ன என்பது பற்றிய அவரது விளக்கங்களைக் காணலாம். ஒட்டுமொத்தமாக அதை நவீனத்துவ ஒழுக்கம் எனலாம். தமிழ்ச்சமூக தளத்தில் நவீனத்துவத்திற்கான ஆகப்பெரிய குரலாக ஒலித்தவர் ஈ.வே.ரா அவர்களே. தி.ஜானகிராமன், ஆ.மாதவன், நீல.பத்மநாபன் போன்ற முன்னோடிப் படைப்பாளி களை பொதுவாக நவீனத்துவ ஒழுக்கவாதிகள் என்று வகைப் படுத்தலாம். எஸ். பொன்னுத்துரையும் அத்தகையவரே. இவர்கள் மூவருக்குமே இயல்புவாத அழகியல் இருப்பதையும் கவனிக்கலாம்.

நவீனத்துவம் மனிதனை சமூகத்தின் பிரிக்கமுடியாத உறுப்பாக நோக்கும் அணுகுமுறையைக் கைவிட்டது. அவனை தனிமனிதனாக நிறுத்தி அவனுக்கான அறத்தையும் ஒழுக்கத்தையும் உருவாக்க முயன்றது. நவீனத்துவ அற/ஒழுக்கவியலானது பழமையான அற/ஒழுக்கவியலுடன் மோதும்போது எப்போதுமே தனிமனித உரிமையைப்பற்றியே பேசப்படுகிறது என்பதை வாசகர்கள் கவனித்திருக்கலாம். நவீனத்துவ ஒழுக்கவியலின் பணியே தனிமனிதனின்

உரிமைக்குள் சமூகம் தலையிடாதபடி ஓர் ஒழுக்கவியலை உருவாக்கிக் கொள்வது எப்படி என்பதே. நவீனத்துவத்தின் அறவியலிலும் ஒழுக்கவியலிலும் ஃப்ராய்டியம் வகித்த பங்கும் மிக முக்கியமானது. காமம் வன்முறை முதலியவற்றை மனிதனின் இயல்பான அந்தரங்க விருப்புகளாக முன்வைத்த ஃப்ராய்டியம் அவற்றைக் கட்டுப்படுத்துவது என்பது மனம் மீதான அடக்குமுறை என்றது. நவீனத்துவ ஒழுக்கவியலை தேடிய படைப்பாளிகள் அனைவரிலும் ஃப்ராய்டியக் கருத்துகள் எதிரொலி செய்தபடியே இருப்பதைக் காணலாம். அடிப்படை இச்சைகளை பாவம் என்ற முத்திரையில் இருந்து விடுவிப்பது இவர்களின் முக்கியமான நோக்கமாக உள்ளது.

தி.ஜானகிராமன், ஆ.மாதவன், நீல.பத்மநாபன், எஸ். பொன்னுத்துரை முதலியோரில் உள்ள ஃப்ராய்டிய பாதிப்பு மிகவெளிப்படையானதும் நேரடியானதுமாகும். தி.ஜானகிராமனும் ஆ.மாதவனும் எஸ். பொன்னுத்துரையும் காமத்தில் இருந்து குற்றவுணர்ச்சியை விடுவிப்பதை மிகவும் தீவிரமாகச் செய்கின்றார்கள். ஜானகிராமன் காமத்தை அழகிய அந்தரங்கக் களியாட்டமாக மாற்றி உறவின் நுட்பத்திற்குள் செல்வதனூடாக அதன் மீதான எதிர்மறை நிறப்பூச்சுகளைக் களைய முயல்கிறார். ஆ.மாதவன் காமத்தையும் பசியையும் மீண்டும் மீண்டும் ஒரேபுள்ளியில் இணைப்பதன் மூலம் இதை நிகழ்த்துகிறார். காமத்தை அன்பு காதல் முதலிய மெல்லுணர்வுகள் பக்கம் கொண்டுசெல்வதற்குப் பதிலாக உயிர்வாழ்தலுக்கான போராட்டம், தன்னகங்காரம் அல்லது தன்னிலை ஆகிய அடிப்படைக்கூறுகளின் பக்கமாக நகர்த்துகிறார். ஆனால் நீலபத்மநாபனில் காமத்தின் குற்றவுணர்ச்சி மிக முக்கியமான ஒரு பேசுபொருளாக எப்போதும் இருந்துகொண்டிருக்கிறது. ‘பள்ளி கொண்டபுரம்’ குற்றவுணர்ச்சியின் கதை என்றால் அது மிகையல்ல. அந்நாவலின் இறுதியில் கார்த்யாயினியின் பிள்ளைகளில் பெண் அப்பா பக்கமும் பையன் அம்மா பக்கமும் சாயும் இடத்தில் ஃப்ராய்டிய நோக்கு வெளிப்படையாகவே உள்ளது.

எஸ். பொன்னுத்துரை தன் ஒழுக்கத்தேடலையே தனது படைப்புகள் மூலம் மிகவிரிவாக நிகழ்த்துகிறார் என்று சொல்லலாம். காமத்தைப் பற்றி பேசுவதே பிழை என்று சொல்லும் அமைப்புமனிதர்களுக்கு அதிர்ச்சியளிக்கும் விதமாகவே அவரது ‘சடங்கு’ ‘தீ’ போன்ற ஆக்கங்கள் வெளிவந்திருக்கின்றன. காமம் மனிதனின் அடிப்படையான இச்சை என்றும் அதைப்பற்றிப் பேசுவதில் பிழையில்லை என்றும் நவீனத்துவ ஒழுக்கவியலாளர்கள் உலகமெங்கும் முன்வைத்த கோணத்தின் வெளிப்பாடுதான் இது. காமத்தைச் சுற்றி இயங்கும் மன ஓட்டங்களைச் சித்தரிப்பதில் பெரும்பாலான கதைகளில் எஸ். பொன்னுத்துரை தீவிரமாக முயல்கிறார். காமத்தைக் கட்டுப்

படுத்துவது, காமத்தில் இருந்து தப்ப அதை காணாததுபோலிருப்பது என நம் பண்பாடு கொள்ளும் எல்லா பாவனைகளையும் தீவிரமாகக் குத்தி உடைக்க தன் படைப்புகளில் முயல்கிறார். ஒழுக்க மீறலின் பலதளங்களைச் சித்தரிக்கும் கதைகளையே நாம் மீண்டும் மீண்டும் காண்கிறோம் 'வேலி' 'மறு' 'விலை' 'பாசக்கயிறு'. ஒழுக்க மீறல்கள் நிகழும் தளங்களில் உள்ள நியாயங்கள் மீதே எஸ். பொன்னுத்துரையின் கவனம் மீண்டும் மீண்டும் படிகிறது. அங்கே ஆண்பெண் வேற்றுமை எப்போதும் ஒரு சிக்கலாகவே உள்ளது. கொழும்பில் சிங்கள வேசையுடன் தொடுப்பு வைத்துக் கொள்ளும் யாழ்ப்பாணத்து ஆண்களை பெண்கள் கெஞ்சுகிறார்கள், கண்ணீர் விடுகிறார்கள், பிரிகிறார்கள், சேர்கிறார்கள், ஒரு கட்டத்தில் பழிக்குப்பழியும் கொள்கிறார்கள். அடித்தள மக்களின் வாழ்க்கையில் காம உறவுகளுடன் வன்முறையும் பிணைந்துள்ளது.

எஸ். பொன்னுத்துரை தேடுவது ஒரு நவீனத்துவ ஒழுக்கவியலை. ஆண்மை சிறுகதைவரிசை வரையிலான அவரது ஆக்கங்களில் இருந்து அவரது கோணத்தை இவ்வாறு வகைப்படுத்தி வரையறைசெய்து கொள்ளலாம். காமம் இயல்பானது, தன்னிச்சையானது. அதை சமூக விதிமுறைகள் கட்டுப்படுத்தலாகாது. காமம் சார்ந்த பாவனைகளும் போலித்தனங்களும் புனித கற்பிதங்களும் உடைத்து வீசத்தக்கவை. காமத்தின் உண்மையை நேருக்கு நேராக நோக்குவதே உசிதமானதாகும். அப்படி நோக்கும்போது மனிதனின் சாரம் பிடிகிடைக்கிறது. உண்மையான உறவுகளை உருவாக்கிக் கொள்வதற்கு இது தேவை. ஆண்மை தொகுதியில் உள்ள பல கதைகளில் மீண்டும் மீண்டும் காமத்தை நேர்மையாக அணுகுவதன் மூலம் உருவாகும் உறவுகளின் மேன்மை நோக்கி எஸ். பொன்னுத்துரை நகர்வதைக் காணலாம்.

இப்படைப்பாளிகளின் பல கதைகள் ஒன்றுபோலவே இருப்பதை வாசகன் கவனிக்கலாம். உதாரணம் 'ஆண்மை' கதையில் வரும் 'அமரி' யை தி.ஜானகிராமனின் கதையில் வரும் 'பாலி'யுடன் இயல்பாக ஒப்பிடலாம். ஒரே கதைதான். கல்யாணமான பெண்ணை காமம் கொண்டு அணுகப்போகிறான் கதைசொல்லி. அவள் காமத்தைக் கடந்து தன் கணவனுடன் ஒரு நேர்மையான உணர்வை அடைந்திருப்பதைக் கண்டு, அவ்வுறவின் தூய்மையை உணர்ந்து, விலகுகிறான். உரையாடல்கள் மூலம் சகஜமாக கதையை நகர்த்தி கச்சிதமாக தி.ஜானகிராமன் முடிக்கையில் 'நான் மனிதனாய் மீளுயிர் பெற்ற திருப்தி' என நேரடியாக அதை விளக்குகிறார் எஸ். பொன்னுத்துரை. வேலி கதையின் இன்னொரு வடிவம் இது என்பதையும் வாசகர் காணலாம். அங்கே உண்மையான உறவின் நேர்மையை உணர்பவன் கணவன். இவ்வாறு எஸ். பொன்னுத்துரை எழுதியிருக்கும் கதைகளின்

பல பிற வடிவங்களை நீல பத்மநாபன், ஆ.மாதவன் ஆகியோரிடம் கண்டடையலாம். ஆ.மாதவனிடம் இதற்கு உபரியாக மனித இயல்பில் எப்போதுமுள்ள தீமைநாட்டத்தின் வல்லமையையும் கண்டுகொள்ளலாம். மனிதன் நல்லியல்புகள் முன் எப்போதும் தன்னை சரணடையச் செய்பவனல்ல, அவனுள் அதேயளவுக்கு தீமைமீதான களிப்பும் உள்ளது என்று சொல்பவை அவரது கதைகள்.

நவீன ஒழுக்கவியல் தேடல் காரணமாகவே இவர்களின் பல கதைகள் ஒருவகை 'பாலியல் அக்கப்போர்கள்' ஆக இருப்பதாக வாசகர்களுக்குப் படலாம். அதிலும் நீல.பத்மநாபன் நேரடியாகவே ஒழுக்க மீறலைச் சாடி எழுதுபவர். தன் எழுத்தின் சாராம்சமான மன எழுச்சியாக நீல.பத்மநாபனே இதைச் சொல்கிறார் – ஒழுக்கவாதியான தனக்கு ஒழுக்க மீறல்கள் உருவாக்கும் ஒவ்வாமை. அதை 'அப்படியே' எழுதப்போய் அவர் சக ஊழியரால் ஒருமுறை தாக்கப்பட்டதும் உண்டு. ஆ.மாதவனிலும் இந்த அம்சம் உண்டு. தி.ஜானகிராமனில் சற்றே அடங்கிய தொனியில். இருந்தாலும் அவரது 'மரப்பசு' பிரபலமான ஒரு நடனக்கலைஞர் பற்றிய அக்கப்போர்தான் என்று சொல்கிறார்கள். எஸ். பொன்னுத்துரையின் பல கதைகள் யாழ்ப்பாண பாலியல் அக்கப்போர்களை விதைகளாகக் கொண்டவையாக இருக்கலாம். நம்மால் ஊகிக்க முடிவதில்லை. 'தீ' போன்ற கதைகளில் அவற்றை சற்றே உய்த்துணர முடிகிறது என்றாலும்.

ஆனால் பாலியல் அல்லாத தளங்களில் எஸ். பொன்னுத்துரை நேரடியாக முகத்துக்கு நேராகவே தாக்கும் ஒழுக்கவாதியாகவே செயல்பட்டிருக்கிறார் என்று படுகிறது. அவரது தொகுதியில் உள்ள பல கதைகள் அப்படிப்பட்டவை. 'ஒரு யானைக்கதை' போன்ற சிலகதைகள் அங்கதமாக வெளிப்பட்டிருக்கின்றன. மேடைக்கதைகள் போன்ற எழுத்துக்களில் நேரடியான விமரிசனம் உள்ளது. இந்நோக்குடன் விதவிதமான வடிவங்களில் எழுதிப்பார்த்திருக்கிறார் எஸ். பொன்னுத்துரை. அவரது ஒழுக்க நோக்குக்கான ஆதாரமாக இவற்றைக் கொள்ளலாமென்றாலும் தமிழகச் சூழலில் ஒரு வாசகனுக்கு இவற்றின் பல தளங்கள் பொருள்படுவதில்லை.

சுந்தர ராமசாமியுடன் இப்படைப்பாளிகளை ஒப்பிடுவது மேலதிகப் பொருள் அளிக்கலாம். சுந்தரராமசாமி நவீனத்துவர். அவரது தேடல் நவீனத்துவ அறவியலைத் தேடித்தான். தொடக்ககாலக் கதைகளில் சிலவற்றில் மட்டுமே அவர் ஒழுக்கச் சிக்கல்களைப் பற்றிப் பேசியிருக்கிறார். அதிகம் பேசப்பட்ட 'போதை' முதலிய கதைகள். பிறவற்றில் தனிமனிதனுக்கும் அமைப்புகளுக்குமான உறவு, தனிமனிதன் காலத்தின் முன் கொள்ளும் வெறுமையுணர்வு, அவனது

சமரசங்கள் சரிவுகள் என்றே அவரது புனைவுலகு விரிகிறது. அவ்வகையில் இன்னும் விரிந்த ஒரு தரிசன தளத்தை சுந்தர ராமசாமி எடுத்துக் கொண்டிருக்கிறார் என்றே சொல்லலாம். ஒழுக்கம் சார்ந்த வினாக்களுக்கு உள்ள முக்கியமான சிக்கல் என்னவென்றால் அவை மிக எளிதாக காலத்தில் பின்னகரும் என்பதுதான். யாழ்ப்பாணத்தை பதற வைத்த எஸ். பொன்னுத்துரையின் 'தீ' இன்று ஒரு மெல்லிய பாலுணர்வுக்கதையாக மட்டுமே பார்க்கப்படும். மாறாக தனிமனிதனுக்கும் அமைப்புகளுக்கும் இடையேயான அறவியல் சிக்கல்களை நோக்கிச் சென்றதன் வழியாக சுந்தர ராமசாமி பேசிய தரிசனச்சிக்கல்கள் எப்போதைக்குமுரியவை.

7

நவீனத்துவ ஒழுக்கவியலாளரான எஸ். பொன்னுத்துரை யாழ்ப்பாணத்து மக்களின் வாழ்க்கையின் இச்சைகளையும் இயல்பு களையும் நேரடியாகச் சொன்ன இயல்புவாதப்படைப்புகளின் மூலமே தமிழிலக்கியத்தின் முக்கியமான முன்னோடியாக அமைகிறார். இலக்கியவாதி ஒரு நவீன 'குலப்பாடகன்' (Bard). காலம் துடைத்தழிக்கும் அவனது குலமும் நிலமும் அவனுடைய சொற்கள் வழியாகவே என்றும் வாழ்கின்றன. அம்மக்கள் காலூன்றி நின்ற நிலத்துக்குப் பதிலாக அப்படைப்பாளியின் மொழி வந்து அமைகிறது. எஸ். பொன்னுத்துரை யாழ்ப்பாணத்தின் குலப்பாடகன். தேறலருந்தி தெருவில் அலைந்து, யாழ்நரம்பே தன் நரம்பாகவும் கிணைத்துடிப்பே இதயத்துடிப்பாகவும் கொண்டு அங்கே வாழ்ந்த பாணன். இன்று அம்மண் நினைக்கப்படுவதும் என்றும் நிலைக்கப்போவதும் அவருடைய சொற்கள் வழியாகவே. அவரது 'நனவிடைத்தோய்தல்' தன்னினைவு எழுத்தில் ஒரு பேரிலக்கியம் என்று யாழ்ப்பாணத்தவர் சொல்லிக் கேட்டிருக்கிறேன். அவர்கள் இழந்ததையும் தக்கவைத்துக் கொண்டதையும் பற்றிய மாபெரும் மானுட ஆவணம் அது. காலம் மனிதர்களை கைவிடுவதில்லை போலும். அனைத்தையும் எடுத்துக் கொள்ளும்போதும்கூட சில கலைஞர்களை விட்டுவைக்கிறது.

'காலம்' இதழில் வெளியான கட்டுரை.

புன்னகைக்கும் கதைசொல்லி –
அ. முத்துலிங்கத்தின் படைப்புகள் குறித்து

1

நித்ய சைதன்ய யதி ஒரு முறை சொன்னார், ''இரவில் அஜீரணத்துடன் தூக்கம் பிடிக்காமல் தவிக்கும்போது நேரம் போக்குவதற்காக எந்த நூலை நோக்கி உங்கள் கரம் இயல்பாக நீள்கிறதோ அதே நூலையே வாழ்வின் இக்கட்டுகளில் வழிகாட்டுதலுக்காகவும் நாடினீர்கள் என்றால் அதுவே பேரிலக்கியம் ஆகும்.'' தல்ஸ்தோய், தாமஸ் மன், ஐசக் பாஷவிஸ் சிங்கர், வைக்கம் முஹம்மது பஷீர், தாராசங்கர் பந்தோபாயாய ஆகியோரின் நூல்களை வெறும் பொழுதுபோக்குக்காக, வேடிக்கைக்காக நான் படிப்பது உண்டு. தல்ஸ்தோயில் மிகவும் தமாஷான பல பகுதிகள் உண்டு, குறிப்பாக ராணுவ வாழ்க்கை சம்பந்த மானவை. மானுடச் சிறுமைகள் முன்பு மனம் சுருங்குகையிலும், மானுட அவலம் முன்பு மனம் பதைக்கையிலும் மானுட மேன்மையை ஒளியுறக் காட்டி என்னை இவ்வுலக வாழ்க்கையை நேசிக்கச் செய்யும் பெரும் குருநாதர்களும் இவர்களே. நித்யா சொன்னது சரிதான்.

இயற்கை முடிவற்ற அற்புதங்களுடன் நம் முன் எழுந்தருளியுள்ளது. மானுட மனமோ சலிக்காத, மீளாத புதிய பாதைகளினாலான ஒரு சுரங்கப் பயணம். மனம் இயற்கையை எதிர்கொள்ளும்போது வாழ்வின் எல்லையில்லாத கோலங்கள் உருவாகின்றன. திரும்பத் திரும்ப எழுத்தாளனின் ஆர்வம் இந்த கோலங்களில்தான் படிகிறது. பல்லாயிரம் கோடி ஓவியர்கள் கூடி பல்லாயிரம் வருடம் நில்லாமல் வரைந்தாலும் வானத்தின் தோற்றங்களை வரைந்து மாளுமா என்ன? மண்ணின் கனி வளங்கள், விண்ணின் ஆற்றல் வளங்கள் தீர்ந்து போய் மானுட இனம் அழிவதைப் பற்றி சொல்கிறார்கள் விஞ்ஞானிகள். அது சாத்தியமில்லை என்றே சொல்வேன்.

மனித இனம் கதைகள் தீர்ந்தால் தான் அழியும். மற்ற எது தீர்ந்தாலும் நாம் கதையில் இருந்து எடுத்துக் கொள்ளலாம். இன்று வரை நாம் தோண்டியெடுத்துள்ள, கையகப்படுத்தியுள்ள எல்லாமே கதை

வழிச்சென்று கண்டடைந்தவையே. யதி ஐன்ஸ்டீனை கவிஞர்கள் வரிசையில் வைத்திருப்பார். அவரை கதையாசிரியர் வரிசையிலும் வைக்கலாம் என்பார்.

ஒரு கதையாசிரியனாக என் முதல் ஆர்வம் கதையை உருவாக்குவதில் தான். என் தத்துவத் தேடல், என் ஆன்மிக விழிப்புகள் எல்லாமே கதையின் ஒரு பகுதிகள் மட்டுமே. சுவாரசியமான கதையாளன் என்பதே நான் எப்போதும் தக்கவைத்துக் கொள்ள விரும்பும் முதல் தகுதி. அப்படி குறிப்பிடத் தகுதியான படைப்பாளிகள் இப்போது குறைந்து வருகின்றனர். அழகியல் நுட்பங்கள் தேடியும், மொழியில் புதிய சாத்தியங்கள் தேடியும், 'அப்பட்டமான' யதார்த்தத்தை 'அப்படியே' சித்தரிப்பதற்காகவும் நாம் மெல்ல கதையில் இருந்து எழும் மானுட வேடிக்கையை இழந்து விட்டோமா என்ன? மனிதன்தான் எத்தனை வேடிக்கையான, விசித்திரமான பிராணி! அவனை இப்படி கடவுள் (சரி, இயற்கை) படைத்ததற்கு பின்னால் உள்ள நோக்கம் அவன் தன்னைத்தானே வேடிக்கை பார்த்து மகிழ வேண்டும் என்பதல்லாமல் வேறென்ன? இப்போதும் சுவாரசியமாக எழுதும் முக்கியமான படைப்பாளிகளில் அ. முத்துலிங்கம் ஒருவர். தமிழைப் பொறுத்தவரை அவர் கி.ராஜநாராயணனுக்கும் அசோகமித்திரனுக்கும் தொடர்ச்சி. அவரது முக்கியமான சிறப்பு இதுவேயாகும்.

2

முத்துலிங்கம் அடிப்படையில் ஒரு கதை'சொல்லி', கி.ராஜ நாராயணனைப்போல. அவரது கதைகள் ஒன்று ஆசிரியரால் சொல்லப் படுகின்றன. அல்லது கதாபாத்திரத்தால் சொல்லப்படுகின்றன. சித்தரிப்புகள் முழுக்க இவ்வாறு சொல்லப்படுகையில் புனைவின் பல சவால்கள் எளிதாகி விடுகின்றன. ஒன்று, புனைவின் நம்பகத்தன்மை இயல்பாக சாத்தியமாகிவிடுகிறது. இரண்டு, புனைவின் எல்லா தனித்தனிக் கூறுகளையும் இணைக்கும் மையச்சரடாக இந்த கதைசொல்லியே அமைந்துவிடுகிறான். மூன்று சகஜத்தன்மை பிரயாசை இன்றி உருவாகிவிடுகிறது. இந்த வசதிகளை முத்துலிங்கம் மிகத் திறமையாக பயன்படுத்திக் கொள்கிறார். அவரது சுவாரசியத்துக்கு முக்கிய காரணம் இதுவேயாகும்.

அசோகமித்திரன் படைப்புகள் இவ்வகை எழுத்துடன் ஒப்பிட வேண்டிய மறுபக்கம். அவர் கதை 'எழுதுபவர்.' தன்னிலை கூறலாக அவர் கதைகள் வரும்போது கூட அவை எழுத்துப் பதிவுகளின் பாவனையிலேயே உள்ளன. இந்த முறையின் வசதி படைப்பின் வடிவம் மீது ஆசிரியனுக்கு இருக்கும் முழுமையான கட்டுப்பாடுதான்.

கதைசொல்லி இந்த கட்டுப்பாட்டை சாதாரணமாக அடைய முடிவதில்லை. முத்துலிங்கத்தின் பல கதைகளின் கலைபூர்வமான சரிவு கதைசொல்லியில் உருவாகிவிடும், அவ்வளவு எளிதில் தவிர்க்க முடியாத, அதீத உற்சாகத்தினால்தான் நிகழ்ந்துள்ளது.

கதைசொல்லியின் முக்கிய பலவீனம் அவனது புற உலகம் கண்டிப்பாக மிக மிக விரிவான ஒன்றாக இருந்தாக வேண்டும் என்பதுதான். காரணம் அவன் அக உலகம் குறித்து எழுதுவது இல்லை. அவனது அக உலகம் புற உலகங்களில் பிரதிபலிப்பாகவே காணப்படும். அவன் பொதுவாக அரூபமான விஷயங்களைப் பற்றி கவலை கொள்வதேயில்லை. அசோகமித்திரனின் கதையுலகில் ஒரு டிரக் ஒரு சிறுவனின் மீது மோதும் ஒரு கணம் ஒரு பக்கத்துக்கும் மேலாக நீள்கிறது (வாழ்விலே ஒருமுறை). கி.ராஜநாராயணன் படைப்புலகில் இதை நாம் காணமுடியாது. அங்கு சம்பவங்கள் வித்தாரமாக கதைசொல்லியால் சொல்லப் படுகின்றன. அச்சிறுவனின் அக உலகில் படைப்பாளி நுழையும் பேச்சுக்கே இடமில்லை. மாறாக அந்த டிரக் மோதும் சம்பவத்தின் ஒவ்வொரு அதி சூட்சுமத் தகவல்களும் அடுக்கப்படும், அக்காட்சி கண்முன்னே கொணரப்படும். கதை சொல்லியான கி.ராஜநாராயணனின் பலமே அவரது தகவல்கள்தான்.

ஒரு முறை அதீத தகவல்கள் என்று சுப்ர பாரதிமணியனின் கதைகள் விமரிசிக்கப்பட்டபோது கி.ராஜநாராயணன் அந்த தகவல்களை ஆதரித்து தீவிரமாக எழுதினார். கூந்தல் உள்ள மகராசி கொண்டை முடிகிறாள் என்றார். நகரத்து மத்திய வர்க்கத்திடம் சொல்வதற்கு தகவல்களும் இல்லைதான். இங்கு பிரச்சினை, அந்த விமரிசகர் தகவல்கள் அனைத்தையும் ஒன்றாகப் பார்த்த முதிர்ச்சியின்மையில் தான் உள்ளது. சுப்ர பாரதிமணியன் கதை சொல்லியல்ல, எழுதுபவர். அவரது கதாபாத்திரங்கள் அக உலகம் வழியாகவே நகர்பவை. அவற்றின் அக இயக்கத்துக்கு தொடர்பின்றி காட்சி உலகின் தகவல்கள் புகைப்படக்கருவியின் தொழில்நுட்பத்துடன் அப்படியே அடுக்கப்படும் போது ஏற்படும் அழகியல் பிரச்சினையையே அவ்விமரிசகர் குத்துமதிப்பாக அப்படி சொன்னார்.

கதைசொல்லியின் தகவல்கள் அவனது தொகுப்புப் பிரக்ஞையால் தேர்வுசெய்யப்படுகின்றன என்பது மிக முக்கியமானது. ஆகவே அவை அந்தக் கதையின் அகத்தை அறிய மிக அவசியமானவை. ஒரு விபத்தை சொல்ல முயலும்போது அவன் அதனருகே இருந்த கட்டடங்களின் உயரத்தையும் சொல்லலாம். அது அவ்விபத்துடன் நுட்பமாக பிணைந்துள்ளது என்பதே பொருள். கி.ராஜநாராயணன் தரும் தகவல்கள் அந்த கதைப்புலத்துடன் இன்றியமையாதபடி பின்னிப் பிணைந்தவை. ஒரு தேர்ந்த வாசகன் அவற்றை அக்கதைப் புலத்தின் அக உலகைக் காட்டும் குறியீடுகளாக வாசித்து விரிவு செய்து

கொள்ளமுடியும். கதைசொல்லி இப்படி புற உலகத்து சித்தரிப்புகள் மூலமே தன் அக உலகத்தை காட்ட முடியும். கி. ராஜநாராயணனின் 'நாற்காலி'யை இப்படி பலவாறாக வாசிக்கலாம். (அது பதவிக்கு குறியீடு. பதவிகளில் 'பெரியது' சிவலோகப் பதவி என்னும் ஒரு கிராமத்து விவேகமே அக்கதை என்பது என் வாசிப்பு.) இது கதை சொல்லியின் பிரச்சினையும் கூட. கி.ராஜநாராயணனின் உலகம் (இடைச்செவல் கிராமம்!) மிகப்பெரியது. அதற்கு ஆழம் மிக்க வரலாறும், பிரம்மாண்ட இயற்கையும் உண்டு. ஒப்பு நோக்க அசோகமித்திரனின் சென்னை மிக மிகச் சிறிய ஊர்! அதே சமயம் தமிழின் பல கதைசொல்லிகளுக்கும் கூட உலகம் மிக மிகச் சிறியதாகவே உள்ளது – உதாரணம் வேல ராமமூர்த்தி, சொ.தருமன், கந்தர்வன்...

கதைசொல்லியாக மிகப்பெரிய ஒரு உலகத்தை முன்வைப்பவர் அ. முத்துலிங்கம். இது அவரது மிக முக்கியமான பலம். ஒரு ஊருக்குள் மூழ்கி கி.ராஜநாராயணன் அடைந்தது அவரது விரிவு. அதைவிட அகலத்தை உலகம் முழுக்க சுற்றி வந்து அடைந்தவர் முத்துலிங்கம். அவரது தகவல்கள் தீருவதேயில்லை. இலங்கை முதல் ஐரோப்பா வரை. ஆப்கனிஸ்தான் முதல் ஆப்பிரிக்கா வரை. மனிதர்களின் எண்ணற்ற வகைமாதிரிகள். மண்ணின் தீராத நிறபேதங்கள். மனித வாழ்வின் பிரம்மாண்டம் இத்தனை விரிவாக, புறச்சித்தரிப்புகள் வழியாக, தமிழில் சொல்லப்படவில்லை. ப.சிங்காரம் தவிர பிறருக்கு அந்த வாழ்க்கை வாய்ப்பு கிடைக்கவுமில்லை. புற அனுபவங்களின் விரிவு முத்துலிங்கத்தை கதைசொல்லி ஆக்கியதா இல்லை அவரது கதைசொல்லி அவ்வுலகத்தை நோக்கி பயணம் செய்ய வைத்ததா என்பது சிரமமான வினா.

கி.ராஜநாராயணனையும் அ. முத்துலிங்கத்தையும் ஒப்பிட்டுப் பார்ப்பது பலவகையிலும் முக்கியமானது. தகவல்களின் விரிவு இருப்பினும் கி.ராஜநாராயணனின் உலகம் வேறு ஒரு வகையில் சிறியது. எல்லைகள் தாண்டாத பிரக்ஞை உள்ளது. ஒழுக்கத்தின் எல்லை. தார்மீகங்களின் எல்லை. அத்துடன் பழக்கவழக்கங்களின் எல்லை. அவரது சுய அடையாளம் அவரது கிராம எல்லைகளினால் உருவாக்கப் பட்டது. அவ்வெல்லையை அவரது பிரக்ஞை மீறவே இல்லை. வாழ்விலும் அவர் தன் கிராம எல்லையை 70 வயது வரை மீறவில்லை. ஆகவே அவரது சுயம் மிக உறுதியானது, விளைவாக மறுபக்கம்/ மற்றவன் (the other) என்பது அவரது பிரக்ஞையில் மிக வலுவாகவும், குறுகலாகவும் வரையறுக்கப்பட்டுள்ளது. கிராமத்துக்கு வரும் 'வந்தொட்டிகள்' கூட அவரால் சற்று விலகலுடன் வேடிக்கையுடன் தான் சித்தரிக்கப்பட்டுள்ளன. ஆனால் அ. முத்துலிங்கத்தின் விரிவான உலகப் பயணம், அதன் விளைவான மானுட தரிசனம் அவரது எல்லைகளை சராசரி தமிழ் எழுத்தாளனால் கற்பனை செய்து பார்க்க

முடியாத அளவு விரிவு செய்துள்ளது. அவரது மறுபக்கம் அல்லது மற்றவன் நில அடையாளங்களினாலோ, இன அடையாளங்களினாலோ, பழக்க வழக்கங்களின் அடிப்படையிலோ உருவாக்கப்பட்டிருக்க வில்லை. அது விழுமியங்கள் சார்ந்ததாகவே பெரிதும் உள்ளது. இனப்போர் நடந்து வரும் இலங்கைச் சூழல் சார்ந்த ஒருவர், நிறப் பிரச்சினைகள் உள்ள அமெரிக்கச் சூழலில் வாழ்ந்து வரும் ஒருவர், இப்படி இருப்பது வியப்பூட்டுவது. அவரது உலகப்பயணம்தான் அவர் தன் எல்லைகளை இவ்வாறு விரிவுபடுத்திக்கொள்ள வழிவகை செய்தது என்று படுகிறது.

கதைசொல்லிகள் கதைபாடிகளின் (bards) வம்சம். அவர்கள் ஒரு இனத்தின், மொழியின், தேசத்தின் கதைகளை, பெருமைகளை பாடுபவர்களே, கி. ராஜ நாராயணன் உள்பட. ஆகவேதான் அவர்களுடைய மற்றவன் (other) இத்தனை திட்டவட்டமானவனாக இருக்கிறான். பெரும் கதைபாடிகள் தன் இன/வம்ச பெருமைகளை விட பிற இன வீழ்ச்சியை அதிகம் பாடியவர்கள். 'மானுடம் பாடிய' கதைசொல்லிகள் குறைவு. காரணம் அதற்கு அக்கலைஞன் தன் புற உலகை இந்த உலகமளவுக்கே பெரிதாக்கிக் கொள்ள வேண்டியுள்ளது. அது மானசீகமான ஒரு பயணத்தால் சாத்தியமல்ல. காரணம் அதற்கு அனுபவ தளத்தில் இருந்து பெறப்பட்ட தகவல்கள் தேவை. நவீன உலகம் ஒரு ஒற்றை பிராந்தியமாக சுருங்கிவருகிறது. மானுடம் ஒற்றை இனமாக ஆகலாம் - இன்று இது ஒரு கனவாக இருப்பினும். நவீன வாழ்வு தன் அபரிமிதமான வசதிகள் மூலம் உலகையே நாடாகக் கொண்ட ஒரு கதைபாடிக் குலத்தை உருவாக்கலாம். மண்ணெல்லாம் அலைந்து அவர்கள் மானுடத்தின் கதையை பாடலாம். இன்று நாம் அதற்கு போக வேண்டிய தூரம் மிக அதிகம்தான். ஆயினும் அதற்கு முதற்கட்ட முன்னுதாரணமாக ஆகும் சில எழுத்தாளர்களையாவது இன்று நாம் உலக இலக்கியத்தில் இருந்து காட்டமுடியும். தமிழில் அ. முத்துலிங்கத்தின் எழுத்தில் அதற்கான கூறுகள் உள்ளன என்று படுகிறது.

3

கதைசொல்லி என்ற மையத்தை எப்படி வகுத்துக் கொள்வது? இன்றைய இலக்கியச் சூழலில் இது சற்று சிரமமான பணியாகும். காரணம்ச் சென்ற காலங்களில் இருந்ததுபோல அக்கதாபாத்திரம் இன்று தன் தனித்தன்மையுடன் இல்லை. பொதுவாக கதைசொல்லி வாய்மொழி மரபு சார்ந்தவன். ஒரு சமூகத்தின் கதைகளின் தொகுப்பாளன். அவனே கதைகளை உருவாக்கும்போதுகூட அச்சமூகத்தின் கதைகளை மறுஆக்கம் செய்பவனாகவே தன்னை அவன் காட்டிக் கொள்கிறான். கதைசொல்லி இலக்கியவாதிக்கு முன்னோடி. சூதர்களின் கதையே மகாபாரதமானது. பாணர்களின் கதைகளே

சங்கப்பாடல்களாயின. கதைசொல்லியின் இன்னொரு முக்கியமான இயல்பு அவன் ஒரு கூட்டு ஆளுமை என்பதே. அவன் 'சூதர்', 'பாணர்' போன்ற தொகைச்சொற்களால் குறிப்பிடப்படுபவன். நம் விரிந்த மரபில் தனிப்பெயர் உள்ள கதைசொல்லிகள் இல்லை. அவனுக்கு தனிக் குரலே இல்லை. இன்னும் சொல்லப்போனால் இருப்பது குரல் மட்டுமே. அது கதைசொல்லிகளினூடாக நீண்டு சென்றபடியே உள்ளது. தன் கதையின் ஓர் உறுப்பு, ஆற்றின் ஒரு துளி மட்டுமே அவன்.

இலக்கியவாதி – படைப்பாளி – கதைசொல்லியின் நீட்சியே. ஆனால் அவன் வெறும் கதைசொல்லி அல்ல. பழங்குடி சமூகங்களில் இலக்கியவாதி இல்லை. (ஒரு பொது உருவகம்தான்.) ஆகவே இலக்கியவாதி என்பவன் நாகரிக சமூகங்களில் உருவாகின்றவன் என்று கூறலாம். நம்பிக்கைகள், மரபுகள் போன்ற அகவய அமைப்புகளில் இருந்து வளர்ந்து புறவயமான கருத்தியல் அமைப்புகளை உருவாக்கிக் கொண்ட சமூகத்தில் பிறப்பவன் அவன். ஆகவே அவன் கருத்தியல் அமைப்புகளுடன் பிரிக்க முடியாமல் பின்னிப்பிணைந்தவன். இன்னும் சொல்லப்போனால் இலக்கியம் எழுதப்படுவதே 'நிரந்தர அமைப்புகளை' உருவாக்கத்தான். சமூக அமைப்புகளை, நெறிகளை, மனோபாவங்களை, படிமக் கட்டுமானங்களை... எழுதப்படுவது எனும் செயலிலேயே அடிப்படையில் இது எதிர்காலத்துக்காக என்ற பாவனை உள்ளது. பேரிலக்கியங்களே ஒரு சமூகத்தின் கருத்தியல் அடிப்படைகளை உருவாக்கி நிலைநிறுத்துகின்றன என்ற கருத்து தொடர்ந்து முன்வைக்கப்படும் ஓர் உண்மை. இலக்கியவாதிக்கு தத்துவத்துடனும், அறவியலுடனும் உள்ள உறவு மிக ஆழமானது. இப்படிச் சொல்லலாம், இலக்கியவாதி என்பவன் சான்றோனுக்கும் கதை சொல்லிக்கும் நடுவே இடம் கொண்டவன்.

நவீன இலக்கியத்தின் கதைசொல்லி மரபும், கதைஎழுத்து மரபும் இரு தனி ஓட்டங்களாக இருக்கின்றன என்று உருவகித்து ஒரு விமரிசன அளவுகோலை உருவாக்கிக் கொள்வது பலவகையிலும் உதவிகர மானதாகும். பாரதி கதை சொல்கிறார், மாதவையா எழுதுகிறார். ராஜம் அய்யரும் கதை எழுதுபவர்தான். இவ்விரு மரபுகளையும் நேர் - எதிர் நிலைகளாக வகுத்துக்கொண்ட பின்பு ஒவ்வொரு படைப்பாளியும் இப்போக்கில் எதன் அருகே நிற்கிறான் என்று வகுத்துக் கொண்டு மதிப்பிட முயலலாம். இரு அம்சங்களும் கலக்காத நவீன இலக்கியவாதி இருக்க முடியாது. கலவை விகிதமே அளவுகோலாக முடியும். கதை சொல்லும் பாரதியிடம் எழுத்துக்குரல் அவ்வப்போது வலுவாகவே ஒலிக்கிறது. மாதவையா எழுதி நிறுவ வந்த சான்றோன் ஆயினும் அவ்வப்போது கதைசொல்லி ஊடுருவுகிறான். முன்னவரில் தான் நம்பும் விழுமியங்களையும் கருத்துகளையும் முன் வைக்க எழுத்துக்குரல் வருகிறது என்றால் பின்னவரில் கதைச் சுவாரசியத்துக்காக

(கதை கேட்டே பழகியிருந்த மனங்களிடம் பேசுகிறோம் எனும் பிரக்ஞை காரணமாக) கதைசொல்லியின் குரல் எழுகிறது. அதாவது முன்னது இலக்கியத்தின் ‘கனமான’ விஷயங்களை சார்ந்தது என்றும், பின்னது இலக்கியத்தின் ‘சுவாரசிய’ அம்சங்களை சார்ந்தது என்றும் படுகிறது.

புதுமைப்பித்தனில் கதைசொல்லி எப்போதுமே உயிர்ப்புடன் இருக்கிறான். எழுதப்பட்ட கதைகளின் ஒழுங்கை குலைக்கும் விதமாகக் கூட அவன் ஊடுருவுகிறான் – மிகச்சிறந்த உதாரணம் கடவுளும் கந்தசாமிப்பிள்ளையும், சுப்பையாபிள்ளையின் காதல்கள் போன்ற கதைகள். புதுமைப்பித்தனின் செவ்வியல் மரபு சார்ந்த கதைகளில் கூட சொல்லும் குரலாகவும், இடைவெட்டாகவும் கதைசொல்லியின் குரல் ஒலிப்பதை காணலாம். கு.ப.ராவிடம் எழுத்து மரபின் வீச்சே அதிகம். அழகிரிசாமி கதைசொல்லி. சுந்தர ராமசாமி எழுத்தாளர். அசோகமித்திரன் எழுத்தாளர். வண்ணதாசன் அசோகமித்திரனின் சூட்சுமமான கதைசெதுக்கு நேர்த்தியை சுவீகரித்துக்கொண்ட கதைசொல்லி. பிரபஞ்சன் எழுத்தாளர், நாஞ்சில்நாடன் கதைசொல்லி. மு.தளைய சிங்கம் முழுக்கவே எழுத்தாளர். எஸ். பொன்னுத்துரை கதைசொல்லி, யேசுராஜா கதை எழுதுகிறார். சட்டநாதன் வண்ணதாசனின் திறன் இல்லாத கதைசொல்லி என்றால் உமா வரதராஜன் எழுத்தாளர்.

இதுசார்ந்த ஒரு எதிர்வை உருவாக்கிக்கொள்ள மிக வசதியான இரு படைப்பாளிகள் மௌனியும், கி.ராஜநாராயணனும். மௌனி வாய்மொழி அம்சங்கள் இல்லை என்று சொல்லத்தக்க அளவுக்கு எழுதுபவர். அவரது எழுத்துமுறையே ‘வார்த்தை’கள் சார்ந்தது; ‘கூற்று’ சார்ந்தது அல்ல. பெரும்பாலும் அவர் தனிச்சொற்களையும் (உதாரணமாக பெரும்பாழ்) தனிச் சொற்றொடர்களையும் (எவற்றின் நடமாடும் நிழல்கள் நாம்?) தனியாக டைரியில் எழுதி வைத்து வெகுகாலம் அவற்றை மீட்டி மெல்ல கதையாக மாற்றுவதுண்டு என்பது பதிவு செய்யப்பட்டுள்ளது. மாறாக கி.ராஜநாராயணன் எழுத்து மரபின் அம்சங்களை துறக்க மிகுந்த பிரக்ஞையுடன் முயலும் கதை சொல்லி. எழுத்துமரபு மேலோட்டமானது, நிலைக்காது என்ற கருத்தை அவர் பலமுறை முன்வைத்துமுள்ளார். கதையை அதன் தொடர்புள்ள விஷயங்களுடன் விரித்து, வக்கணையாக சொல்வது அவரது பாணி.

மௌனியின் எழுத்து மிகவும் அகவய எழுத்து என்பதை இங்கு முக்கியமாக கவனிக்க வேண்டும். அவரால் புறவய உலகை நம்பகமாக உருவாக்க முடியவே இல்லை. ‘சாவில் பிறந்த சிருஷ்டி’ போன்ற கதைகள் கூட அவற்றின் அக உலக சூசகங்களின் பலத்திலேயே நிற்கின்றன. அவற்றின் புற உலக சித்தரிப்பு மிக மிக பலவீனமானது. அந்த ரயில், அப்பயணம் எதுவுமே வாசகக் கண் முன் வருவது இல்லை. இதை ஏற்கெனவே பிரமிள் குறிப்பிட்டுள்ளார். அக்கதையில்

''ஏதோ சொன்னார்..'' என்பது போன்ற சொல்லாட்சிகள் அடிக்கடி வருவது ஒரு சகஜமான ரயில் பேச்சுச் சூழலை உருவாக்க மௌனியால் முடியாமையையே காட்டுகிறது என்கிறார் பிரமிள். அவர் குறைவாக எழுதியது மிக அதிருஷ்டவசமான ஒன்று. அகமன் இயக்கம் தன்னைத் தானே பிரதி எடுத்துக் கொள்ளும் இயல்பு உடையது. அது மொழியை சந்திக்கும் போது இயல்பாக தேய்வழக்குகள் (Cliches) தான் உருவாகும். மிகக் குறுகலான மௌனியின் மொழிப்பரப்புக்குள்ளேயே கூட 'என்பது போலும்' போன்ற பல கவனமற்ற தேய்வழக்குகளும், 'பாழ்பட்ட', 'வசீகரம்' போன்ற அவருக்கே உரியதான விசேஷ தேய்வழக்குகளும் ஏராளமாக உள்ளன. விசேஷத் தேய்வழக்குகள்தான் மேலும் அபாயகரமானவை. இவை அப்படைப்புமனம் அடைந்த மிக அந்தரங்கமான ஓர் அக அனுபவமானது மொழியை சந்தித்ததன் விளைவுகள், ஆனால் தொடர்ந்து மீட்டப்படுவதனாலும், புற உலகத் தொடர்பின்றி தனித்தே நின்று தொடர்புறுத்த ஒவ்வொருமுறையும் முயல்வதனாலும் தேய்வழக்காக ஆனவை. பிறகு இவை அந்த நுட்பமான அகானுபவத்தை சொல்ல சற்றும் திராணியின்றி வெளிறி நிற்கின்றன. அடுத்தகட்ட படைப்பாளிகள் இத்தேய்வழக்கை மேலும் மேலும் பயன்படுத்த ஆரம்பித்தால் வம்பே வேண்டாம். உதாரணமாக வசீகரம் என்ற மௌனியின் சொல்லாட்சியை சுரேஷ் குமார இந்திரஜித் மிகையாக பயன்படுத்தியிருப்பதைச் சொல்லலாம். ஆயினும் மௌனி குறைவாக எழுதியமையினால் கணிசமான கதைகளில் ஏதோ ஒன்று மிச்சமிருந்து அவற்றை நிலைநாட்டுகிறது. தன் மொழியின் சரிவை தானே காணும் கண் மௌனியிடம் இருந்தது என்று தெரிகிறது.

கி.ராஜநாராயணன் உலகம் முற்றாகவே புறவயமானது. அக உணர்ச்சிகள் அவரால் நேரடியாக வெளிப்படுத்தப்படுவதே இல்லை. கதைசொல்லிக்கு கதாபாத்திரங்களின் முகமும், உடலும், புழக்கமும் எந்த அளவு முக்கியமோ அந்த அளவுகூட அகம் முக்கியமாக இல்லை. அவன் மண்ணை, மண்ணின் ஒரு பகுதியாக மனிதர்களை சொல்கிறான். ஏற்கெனவே சொல்லப்பட்டதுபோல கதைசொல்லிக்கு அவனது சொந்த பிரக்ஞையே கதையின் வடிவத்தை உருவாக்கும் அடிப்படையாகும். அது எங்கு இட்டுச் செல்கிறதோ அங்கெல்லாம் அவன் செல்கிறான். வேறொரு வடிவபோதம் உடைய ஒருவருக்கு கதைசொல்லியின் பாதை இலக்கில்லாத அலைபாய்தலாகவோ, சுவாரசியத்தை உருவாக்கும் முயற்சியாகவோ தெரியலாம். ஆனால் அக்கதைசொல்லி ஏன் அவற்றை சொன்னான் என்பதே அக்கதையில் முக்கியமானது.

ஏன் கி.ரா ஒவ்வொரு முறையும் கதாபாத்திரங்களின் உடல்புழக்கத்தில் உள்ள வினோதமான விஷயங்களை, பழக்கவழக்கங்களை விரிவாகச் சொல்கிறார்? அவருக்கு உடல் ஒரு முக்கியமான இருப்பு - மௌனிக்கு எப்படி உடல் முக்கியமே அல்லவோ அதுபோல. மனமும் உடல்

மொழி வழியாகவே அவரிடம் வெளிப்படுகிறது என்று சொல்லலாம். அத்துடன் கி.ரா. மனிதர்களை இம்மாதிரி உடல் சித்தரிப்பு மூலம் ஒரு வகை கேலிச்சித்திரங்களாக மாற்றிக்காட்டுகிறார். இது அவரது வாழ்க்கைத் தரிசனங்களில் முதன்மையானதுமாகும். கதையோட்டத்தை உதறி மௌனி கதையை படிமங்களை பின்தொடர்ந்து சென்று படிப்பது போல கி.ராவின் கதையை கட்டுமான நேர்த்தியை எதிர்பார்க்காமல் சொல்லலின் போக்குகளை தொடர்ந்து சென்று படிக்கவேண்டியுள்ளது.

இதன் தொடர்ச்சியாக அசோகமித்திரன் கதைகளை படிக்கலாம். அசோகமித்திரன் கதை எழுதுபவர். அகவயமான எழுத்து அவருடையது. அதற்கேற்ப அவரது கதாபாத்திரங்கள் பெரும்பாலும் நுட்பமான அகசஞ்சாரங்கள் உடையவை. ஆனால் அவரது உலகம் புறவயமான காட்சி சித்தரிப்புகளினால் ஆனதாகவும் உள்ளது. இது ஒரு முரண்பாடாக ஆகாமல் தடுப்பது அவருடைய சூட்சுமமான மொழிக் கட்டுப்பாடு. அக சஞ்சாரங்கள் நிகழும் தளத்துக்கு சம்பந்தமில்லாமல் அவரது புற உலகம் இயங்கும்போது கூட அந்த முரண்பாடு தெரியாமல் அடிப்பதாக அவரது மிதமான சித்தரிப்பு உள்ளது. அக சஞ்சாரங்கள் ஏதோ ஒரு கணத்தில் அப்புற உலகின் ஒரு துளியை சந்திக்கும்போது அது சட்டென்று படிமமாக ஆகிவிடுகிறது என்பதை காணலாம்.

இரு கதைகள். அசோகமித்திரனின் 'எலி' என்ற கதையில் எலி ஒரு பிரச்சினையாக, அபத்த சாயலுடன் வந்தபடியே உள்ளது. சந்துகளிலும், பொறியிலும் கூட, சந்தோஷமாகவே வாழ்ந்த எலி வெட்டவெளியில் அடையும் பதற்றமும் அதன் முடிவும் எலியை ஒரு படிமமாக சகஜமாக நம் மனதில் ஏற்றிவிடுகிறது. அதைப் பிடித்த அந்த 'திருவல்லிக்கேணி எலி' யின் வாழ்க்கை (அந்த மசால் வடையை தின்ன அதற்குக் கட்டுப்படியாகாது - ரசம் வைக்க முடியுமா எலிப்பொறியுள்ளே?) அதனுடன் இணைந்த ஒவ்வொரு தகவலும் அப்படிமத்துடன் இணையும்போது அசோகமித்திரன் ஒவ்வொரு சொல்லையும் கச்சிதமான வடிவப் பிரக்ஞையுடன் பயன்படுத்தியுள்ளமை தெரிய வரும். ஆனால் கி.ராவின் 'நாற்காலி'யை படிமமாக்குவது மனம் சென்று படியும் ஒவ்வொரு புறப்பொருளும் ஒரு வகையில் படிமமே என்ற நவீன இலக்கிய வாசகப் பிரக்ஞைதான். அப்படி படிமமான பிறகும் கூட கதை முழுக்க நாற்காலியில் வந்து படிவதில்லை. ஆம், கதைசொல்லி துல்லியமான வடிவப்பிரக்ஞை உள்ளவனாக இருக்க வாய்ப்பு குறைவுதான்.

அ. முத்துலிங்கத்தை கி. ராஜநாராயணன், நாஞ்சில் நாடன் பாணியை ஒட்டிய ஒரு கதைசொல்லியாக உருவகிப்பது மிக எளிதான விஷயமே. என் எல்லைக்குட்பட்ட வாசிப்பில் இலங்கையில் இப்படி ஒப்பிடத்தக்க கதைசொல்லி முன்னோடிகள் இவருக்கு இருப்பதாக தெரியவில்லை. கருணாகர மூர்த்தியை இவருக்கு இவ்வகையில்

சமானமான கதைசொல்லியாகக் கருத முடியும். ஓரளவுக்கு எஸ். பொன்னுத்துரையை கதைசொல்லி முன்னோடியாக சொல்லலாம். ஆனால் அவரது கதைசொல்லும் குரல் பல சமயம் சொற்பொழிவுத் தோரணை கொள்கிறது. மொழி விளையாட்டில் ஈடுபடுகிறது. அது அசல் கதைசொல்லியின் இயல்பல்ல. ஆயினும் முத்துலிங்கம் உட்பட எல்லா முக்கிய இலங்கைப் படைப்பாளிகளிடமும் எஸ். பொன்னுத்துரையின் மொழிச் சாயல் உள்ளது என்றே படுகிறது.

இலங்கையின் கதைசொல்லி மரபின் பலவீனத்துக்கு பல காரணங்கள் இருக்கலாம். எனக்கு பொதுவாக தோன்றும் காரணம் அங்குள்ள சித்தாந்தச் சார்புத்தன்மைதான். சைவ, மார்க்ஸிய சித்தாந்த மரபுகள் ஆழப்பதிந்த விளை நிலத்திலிருந்து முளைப்பவை அவ்வெழுத்துக்கள். சித்தாந்த சட்டகம் பொதுவாக கதைசொல்லியின் மனோதர்ம சஞ்சாரத்தை பலவீனப்படுத்தக்கூடியது என்று காணலாம். அத்துடன் கதைசொல்லிகளை நமது 'முதிரா சித்தாந்தக்காரர்கள்' தொடர்ந்து பாமரர்களாக, வெற்று வேடிக்கையாளர்களாக, இலக்கற்றவர்களாக (சமூகப்பார்வை என்ற மெட்ரிகுலேஷன் தகுதி இல்லாதவர்களாக) காண்பது வழக்கம். கி.ரா. குறித்து கூட இங்குள்ள மார்க்ஸிய தரப்பில் இருந்து அப்படிப்பட்ட கருத்துதான் பல காலமாக இருந்தது. கட்சி மார்க்ஸியர்கள் மட்டுமல்லாது ஞானி, அ.மார்க்ஸ் போன்ற நவ மார்க்ஸீயர்கள் கூட இவ்வாறு கருத்து தெரிவித்துக் கொண்டுள்ளார்கள். ஆனால் இலங்கையைப் போலன்றி தமிழகத்தில் மார்க்ஸியம் சார்ந்த முற்போக்கு விமரிசனம் எப்போதுமே பொதுவான செல்வாக்கு செலுத்தும்படியான வல்லமை கொண்டிருக்கவில்லை. தமிழக மார்க்ஸிய விமரிசகர்களில் ஞானி தவிர எவருமே இலக்கிய விமரிசகர்களாக பொருட்படுத்தத் தக்கவர்களல்ல என்பது என் எண்ணம். இலங்கையின் மார்க்ஸிய விமரிசகர்களை - குறிப்பாக க.கைலாசபதியையும், கா. சிவத்தம்பியையும் – இலக்கியம் சம்பந்தப் பட்டவரை படித்த பாமரர்களாக, ஒரு இலக்கியச்சூழலையே வெளிறச் செய்த எதிர்மறை சக்திகளாகவே நான் காண்கிறேன். மு. தளையகம் போன்ற படைப்பூக்கம் கொண்ட ஒரு எதிர்க்குரலும் அதன் நீட்சியாக ஒரு படைப்பியக்கமும் அங்கு உருவாகவில்லை என்றால் ஈழ இலக்கியத்தை எவ்வகையிலும் பொருட்படுத்தவேண்டியதில்லை என்ற நிலையே எஞ்சியிருக்கும். ஆனால் தளையசிங்கம் மரபு கூட கதைசொல்லிகளுக்கு உகந்தது அல்ல. அது கூட சித்தாந்த மையம் உடையதுதான். ஆக அ. முத்துலிங்கம் ஒரு வகையில் இரண்டு ஈழப் பொதுப் போக்குகளுக்கு அப்பால் தமிழகத்தில்தான் தன் முன் மாதிரிகளைக் கொண்டுள்ளார்.

அ. முத்துலிங்கத்தின் கதை சொல்லல் நடைக்கு தமிழக முன்மாதிரிகள் என்ன? முதலில் புதுமைப்பித்தன். பிறகு கி.ராஜநாராயணன். புதுமைப்பித்தன் ஒரு நவீனக் கதாசிரியனாகவே தன்னை தன்

கதைகளில் முன்னிறுத்துகிறார். இக்கதாசிரியன் தன் கதாபாத்திரங்களையும், கதைச்சூழலையும் நேரடியாகவே வாசகனிடம் விவரிக்கிறான். கதை குறித்தும், கதாபாத்திரங்கள் குறித்தும் அபிப்பிராயங்கள் சொல்கிறான். கதைக்கு மாறான கருத்தைக்கூட சொல்லி விடுகிறான். புதுமைப்பித்தனின் கதைசொல்லி ஒரு பார்வையில் கட்டியங்காரனைப் போன்றவன். அவன் கதைக்கும் வாசகனுக்கும், கதைக்காலத்துக்கும் நிகழ்காலத்துக்கும் நடுவே நிற்கிறான் – தொடர்புறுத்துகிறான். புதுமைப்பித்தனைப் பற்றி கூறவரும் சுந்தரராமசாமி ''திருநெல்வேலியைப்பற்றி எனக்கு தெரிந்ததை சொல்லிவிட்டுத்தான் முன்னே செல்வேன், சோட்டா விமரிசகனின் கத்தி விழுந்தாலும் சரி...'' என்று அவர் கருதுவதாகச் சொல்கிறார். அது உண்மையில் எல்லா கதைசொல்லிகளுக்கும் உள்ள குணம். கூடவே எதையும் சுய அம்சம் கலந்து, சமத்காரப்படுத்தி அல்லது உணர்ச்சிகரமாக்கி முன்வைப்பதும் அவர்கள் இயல்பு. கதைசொல்லி ஒருபோதும் கதை எழுத்தாளனைப்போல தன்னை விலக்கிக் கொள்வதில்லை. அது – விலக்கம் – உண்மையில் செவ்விலக்கிய ஆக்கங்களுக்கு அடிப்படையாக அமைந்த குணமாகும். செவ்விலக்கியத்தன்மை அதன் சமநிலையை அப்படித்தான் அடைந்தது. மிகச் சாதாரணமாக இவ்விலக்கம் நிகழ்வது நிகழ்ச்சிச் சித்தரிப்பில் என்று காணலாம். நிகழ்ச்சியை காட்சியாக காட்டும்போது காட்டுபவன் அவன் மொழியுடன் தவிர்க்க முடியாமல் பின்தங்கிவிடுகிறான். அக்காட்சியின் பார்வையாளர்களில் ஒருவனாக ஆகிவிடுகிறான்.

ஆனால் தேர்ந்த கதைசொல்லிகள் காட்சியைக்கூட காட்டாமல் 'சொல்ல' முற்படுகிறார்கள்.

''...மருதிக்கு உதிரம் கொதித்தது. உள்ளே பாய்ந்து சென்றாள். அடிபட்டுக் கொண்டிருக்கும் குழந்தையை அப்படியே வாரி கையில் எடுத்துக்கொண்டு, அடித்தவளை கன்னத்தில் ஓங்கி அடித்தாள்.

எதிர்பாராத விதமாக திடீரென்று ஒரு புதிய ஆள் வீட்டிற்குள் வந்து ஒருவரை அடித்தால் யாராவது சும்மா இருப்பார்களா?

சண்டை ஏக தடபுடலாக ஆரம்பித்தது. ஒருவரை ஒருவர் மாறி மாறி அடித்துக் கொண்டனர். மருதிக்கு முகத்திலும் மார்பிலும் இரத்தம் கண்டது.

இவர்கள் கூக்குரலைக் கண்டதும் குழந்தையும் வீரிட்டுக் கத்த தொடங்கியது. சேரிப்பெண்கள் கூடினார்கள்...'' (துன்பக்கேணி)

– புதுமைப்பித்தனின் இந்த சித்தரிப்பில் அந்த இரண்டாவது பத்தியை சொல்வது யார்? யாரை நோக்கி? அந்த இருவரும் எப்போதும் அவரது வரிகளுக்கு இருபக்கமும் இருந்துகொண்டே இருக்கிறார்கள். எந்த கதையையும் ஊடுருவி முன்னவரின் விமரிசனமும் ஆதங்கமும்

பின்னவரை அடைந்துகொண்டே இருக்கிறது. அக்குரல் புதுமைப் பித்தனின் எல்லா பிரதிகளையும் ஊசி நூல் போல ஊடுருவி ஒன்றாகத் தொகுக்கிறது. அத்துடன் அது மரபில் உள்ள பிற பிரதிகளையும் தன் படைப்புடன் தொடுத்துக் கொள்கிறது. இவ்வவசதி கதைசொல்லிக்கு மட்டுமே உண்டு – கதை எழுத்தாளன் அப்படி எளிதில் பாதை மாற முடியாது. அதற்கு ஏராளமான புனைவுப் பாவனைகளை உருவாக்க வேண்டும் அவன். ‘‘...பாளையம் கோட்டை கிறிஸ்தவக் கலாசாலை ரோமன் கத்தோலிக்க மதத்தவருடையது, அதாவது இருள் சூழ்ந்த பிரதேசங்களில் கர்த்தரின் மதத்தை பரப்ப ரோமாபுரியிலிருந்து அனுப்பப்படும் கருவி. தன் கையை வைத்தே தன் கண்ணில் குத்திக் கொள்ள வைப்பதைப்போல, பழகிய யானையை வைத்துக் கொண்டு காட்டு யானைக்கூட்டங்களை பிடிப்பதுபோல...’’ (புதிய கூண்டு). இவ்வரி இக்கதையை புதுமைப்பித்தனின் மற்ற கதைகளில் உள்ள பலவிதமான விமரிசனங்களுடன் நேரடியாகவே இணைகிறது. ‘‘...சமணரை கழுவேற்றியதாக சொல்வார்களே அவர்களுக்கே அவ்வளவு இருக்குமோ என்னவோ...’’ (கடவுளும் கந்தசாமிப் பிள்ளையும்). அதாவது கதைசொல்லி எல்லா கதைகளையும் இணைத்துவிடுகிறான். கதையின் நேற்றையும் இன்றையும் ஒன்றோடொன்று முடிந்து விடுகிறான். கதையாலான ஒரு ஓட்டத்தில் அவனும் இணைகிறான், அவ்வளவுதான்.

கி.ராஜநாராயணனிலும் இதே குணத்தை காணலாம். ஆனால் கி. ராஜநாராயணன் ஒரு கிராமத்துக் கதைசொல்லி. பிரக்ஞைபூர்வமாக, தெளிவான விமரிசனப் பார்வையுடன் பிரதிகளை ஊடுருவுபவர் அல்ல, அவர் தொகுப்பவர் மட்டுமே... சமத்காரத்தின் பொருட்டே அவரது கதைகளில் கதைசொல்லியின் நேரடி ஊடுருவல் நடைபெறுகிறது.

‘‘...வயசுக்கு வந்த பெண்கள் மட்டுமே வீட்டுக்குள் உட்கார்ந்து கொண்டு உடம்பை முன்னும் பின்னும் ஆட்டிக்கொண்டே வேகமாக தீப்பெட்டி ஒட்டிக் கொண்டிருக்கிறார்கள்.

இவர்கள் மீது வெயில் பட்டு பலவருஷங்கள் ஆகின்றன. அரங்கு வீட்டின் இருட்டில் வளர்க்கப்பட்ட முளைப்பாரி பயிர்கள் போல வெளுத்துக் காணப்படுகிறார்கள்...’’ (ஒரு செய்தி)

கி.ராஜநாராயணன் கதைகளில் மிக முக்கியமான அம்சம் கதை சொல்லியின் வேடிக்கை பார்க்கும் கண்கள் மானுட இயல்புகளை, உடல் சார்ந்த நுட்பங்களை குறிப்பாக, கூர்ந்த அவதானிப்புக்குள்ளாக்குவது.

‘‘...பிறகு மதினி சொன்னது ‘ காமம்மாவோட உள்ளங்கையில ஈரம் இருக்கு’ என்று. பெண்களுக்கு அப்படி இருப்பதில் விசேஷம் ஏதேனும் உண்டா என்று மதினியாரிடம் கேட்டதுக்கு ‘உன்னிடம் நான் சொல்லமாட்டேன், அது பொம்புளை விசயம்’ என்றாள்...’’ (தொண்டு)

அ. முத்துலிங்கம் இவ்விரு கதைசொல்லிகளின் முக்கியமான பலங்கள் பலவற்றை தன்னில் கொண்டுள்ளார். அவருடைய காட்சிச் சித்தரிப்பு கூட எப்போதும் ‘கூற’லாகவே உள்ளது.

‘‘ஐயா வழக்கம் போல தன் படைகளை ஏவிவிட்டார். சின்ன மாமா பெரிய கடைப் பக்கம் புறப்பட்டார். அவரிடம் ஒரு மோட்டார் சைக்கிள் இருந்தது. இடி முழக்கத் துண்டுகளை கட்டியிழுப்பது போல சத்தம் போட்டுக்கொண்டே வருவார். இப்படியான காரியத்துக்காகவே வந்தவர் போல அதில் கம்பீரமாக ஏறி தேவைக்கும் அதிகமான வேகத்தில் வெளிக்கிட்டார். இன்னும் மற்றவர்கள் அவரவர் தகுதிக்கும் ஆற்றலுக்கும் ஏற்ற வகையில் திசைமானியில் இருக்கும் அத்தனை திசைகளிலும் கிளம்பினார்கள். சீதையைத் தேடி வானர சேனை புறப்பட்டது மாதிரி இருந்தது…’’

இங்கு அ. முத்துலிங்கத்தின் நடையில் உள்ள கதைசொல்லிக் குரல் ராஜ நாராயணனின் இயல்பை ஒத்ததாக உள்ளதைக் காணலாம். புதுமைப்பித்தனின் விமரிசனம் கலந்த எள்ளல் அல்ல இது. வாசகனை (கேட்பவனை?) சுவாரசியப்படுத்தும் பொருட்டு கதைசொல்லி கொள்ளும் சமத்காரமேயாகும். கி.ராஜநாராயணனின் வரிகளில் ஒரு உக்கிரமான சமூக விமரிசனத்துக்கு இடம் உள்ள தருணத்தில் கூட கூறலின் சுவாரசியத்தை மட்டுமே அளிக்கும் – ஒரு பார்வையில் ரசனையைக் கூட தூண்டும் – ஓர் உவமை (முளைப்பாரி) வருவதைக் கவனிக்கவும். அதே சமயம் புதுமைப்பித்தன் வரிகளில் சம்பந்தம் இல்லாமல் இருந்தும் கூட மானுட இயல்பு குறித்த ஒரு விமரிசனம் – கசப்பு – உருவாகி வருகிறது. (யாராவது சும்மா இருப்பார்களா?)

கதைசொல்லிகளின் பொது இயல்புக்கு ஏற்ப அ. முத்துலிங்கமும் தன் பிரதிகளை முழுக்க தன் கூறல் மற்றும் அதன் மூலம் உருவாகும் சுயம் ஆகியவற்றின் மூலம் இணைக்கிறார். இக்கதைகளை கதை சொல்லியின் சுயத்தில் இருந்து பிரித்து, அவற்றின் பிரதிதனித்து வத்துக்கு முக்கியத்துவம் தந்து வாசிக்கும் ஒரு வாசகர் இந்த அம்சத்தை கதை தன் எல்லையை மீறி வடிவச் சிதைவு கொள்வதாக எண்ணக் கூடும். கி. ராஜநாராயணன் கதைகள் குறித்து எனக்கும் அப்படி ஓர் எண்ணம் இருந்தது – அதை எழுதியதுமுண்டு.

‘‘…கணக்கு பாடம் நடத்தும்போது எவரேனும் நெக்குருகி கண்ணீர் விடுவார்களா? சோதிநாதன் மாஸ்டர் செய்வார்…’’ (வடக்கு வீதி)

இவ்வரியை சொல்பவர் யார்? கதையில் இல்லாத கதைசொல்லி. இவ்வரியில் உள்ள அந்தப் புன்னகை அ. முத்துலிங்கத்தின் எல்லாக் கதைகளிலும் உள்ளது, அதனூடாக அவரது எல்லாக் கதைகளையும் இணைக்கிறது.

''நாயென்றால் இந்திர வம்சம் சந்திர வம்சம் ஒன்றுமில்லை, சாதாரணத் தெரு நாய்தான்...'' (எலுமிச்சை)

கி. ராஜநாராயணனின் படைப்புலகில் மற்ற இலக்கியப் பிரதிகளுடன் தன் பிரதியை இணைக்க கதைசொல்லி முயல்வதில்லை, அதை புதுமைப்பித்தனிடம்தான் காண்கிறோம். புதுமைப்பித்தன் படைப்புலகில் வரும் மற்ற இலக்கியங்கள் சார்ந்த குறிப்புகள் சாதாரணமாக பழைமையை எள்ளலுக்கும் விமரிசனத்துக்கும் உள்ளாக்குதல் என்ற முதற்கட்ட பாவனையைக் கொண்டிருக்கின்றன. அப்பாவனைக்கு அடியில் அக்குறிப்புகளை அங்கு முன்வைக்க கதைசொல்லியை தூண்டும் அம்சம் உள்ளது, அது என்ன என்று பார்த்து அதனூடாக புதுமைப்பித்தனின் உலகின் ஆழங்களுக்குப் போவது தனி பயணம். அப்போது அந்த அங்கதத்துக்கும் அவரது நேரடி பௌராணிகக் கதைகளில் உள்ள செவ்வியல் சார்ந்த மனநிலைக்கும் பெரிய வித்தியாசம் இல்லை என்று காணலாம். கதைசொல்லியிடம் கூடும் இந்தச் செவ்வியல் தோரணை தமிழின் அற்புதங்களில் ஒன்று. அ. முத்துலிங்கம் கதைகளிலும் தொடர்ந்து செவ்வியல் இலக்கியப் பிரதிகள் தொடர்புறுத்தப்படுகின்றன. 'வடக்கு வீதி' கதையில் வரும் பந்தார் விரலி ஓர் உதாரணம். பூமாதேவி கதையில் வரும் திருக்குறிப்பு நாயனார் கதை இன்னொரு உதாரணம்.

புதுமைப்பித்தன் போலவே சைவ புராணக் குறிப்புகள் இவரிலும் அதிகம். ஆனால் தொனி வேறானது. உதாரணமாக திருக்குறிப்பு நாயனார் கதை மரபு குறித்த ஓர் நினைவூட்டலாக, ஒரு அடிப்படை விழுமியம் குறித்த அகப்பிரக்ஞையாக 'பூமாதேவி'யில் வருகிறது. 'கடவுளும் கந்தசாமிப்பிள்ளையும்' கதையில் புதுமைப்பித்தன் எப்படி இயற்பகை நாயனார் குறித்த நினைவை கதைக்குள் கொண்டுவருகிறார் என்று இத்துடன் ஒப்பிட்டுப் பார்க்கலாம்.

கதைசொல்லியிடம் தவிர்க்க முடியாத நாட்டார் அம்சம் அவனை மனதை விட உடலை நோக்கி திரும்ப வைக்கிறது என்பதைக் காணலாம். கி.ராஜநாராயணன் கதைகளில் மனித உடல் அதன் அபூர்வமான நுட்பங்களுடன் வருவதைப் போலவே அ. முத்துலிங்கம் கதையிலும் காணலாம்.

''இரண்டு நாள் தண்ணீரில் ஊற வைத்த பயிறு போல ஒரு பெண் வாசனை அவளிடமிருந்து வீசும்...'' (வடக்கு வீதி).

கி.ராஜநாராயணனின் கதையில் இவ்வாசனை தளிர் வெற்றிலைக்கு சமானமாகச் சொல்லப்படுகிறது. மனித இயல்பினை உடல் மூலமே வெளிப்படுத்துமிடங்களையும் கி.ராஜநாராயணனைப் போலவே இவரிடமும் காணலாம். 'வசியம்' கதையில் சிவசம்பு குதிகால்

தரையில் படாமல் நடப்பது அவன் இயல்புக்கே அடிப்படை என்று காணலாம். தமிழில் நாஞ்சில் நாடனை இவர்களுக்கு மிக நெருக்கமான அடுத்த தலைமுறை கதைசொல்லியாக கூறலாம். தன் கதைகளை தன் சுயம் விரியும் ஒற்றை வெளியாக ஆக்குவதிலும் சரி, கதைகளுக்கு பிற இலக்கிய நூல்களின் நூலிழைத்தொடர்பை உருவாக்குவதிலும் சரி, உடல் சார்ந்த ஒரு கூறல் முறையை அடைவதிலும் சரி இம்மூவர் குறித்தும் இதுவரை சொல்லப்பட்ட எல்லா அடிப்படைகளும் அப்படியே பொருந்திப் போவதைக் கணலாம்.

4

தமிழ்க் கதைசொல்லிகளில் இருந்து அ. முத்துலிங்கத்தை பிரித்துக் காட்டும் முக்கிய அம்சம் அவரது புன்னகை. பொதுவாக கதை சொல்லிகள் நகைச்சுவையுணர்வு கொண்டவர்களே. (உடனடியாக என் மனதில் வரும் நகைச்சுவையுணர்வில்லாத முக்கிய கதைசொல்லி ஐசக் பாஷவிஸ் சிங்கர் தான். அதற்கு வரலாற்று ரீதியாக பல காரணங்கள் சொல்லப்படலாம் என்றாலும் நான் ஊகிக்கும் முக்கிய காரணம் சிங்கர் அடிப்படையில் ஒரு ராபி – போதகர் – என்பதுதான்.) புதுமைப்பித்தனின் அங்கதம் கசப்பு நிரம்பியது, இருண்மை கொண்டது.

''...பாட்லிவாலா, பண்டார சன்னிதி, கங்காரு, 1939 மாடல் மோட்டார் கார், இரட்டைப்பெண்கள், சினிமா ஸ்டார் காந்தாமணி பாய், உயர் திரு தேசபக்தர் இத்யாதி இத்யாதி ரகத்தை பார்க்க மனுஷருக்கு சுபாவமாக உள்ள ஆசையை....'' (புரட்சி மனப்பான்மை) – போன்ற வரிகளில் அவர் விரும்பினாலும் இல்லாவிட்டாலும் ஆழமான அங்கதம் குடியேறிவிடுகிறது. அதிலும் மரபு என்றும், புனிதம் என்றும், மகத்தானது என்றும் கருதப்படும் விஷயங்கள் குறித்து எழுதப்படும் போது புதுமைப்பித்தன் சிரிப்பு கரிப்பாகவே உள்ளது. கி.ராஜநாராயணனின் சிரிப்பு ஒரு குறிப்பிட்ட புனைவுப் பாவனையின் விளைவு. கிராம வாழ்வை சித்தரிக்கும்போது ஒரு நகரத்து அன்னியனுக்கு அவற்றை சுட்டிக்காட்டும் சிரிப்பாகவும், நகரத்து வாழ்வை சித்தரிக்கும்போது அதன் அர்த்தமற்ற சிக்கலின் போலித்தனத்தை அறியாமலோ அறிந்தோ விமரிசித்து சிரிக்கும் கிராமவாசியின் சிரிப்பாகவும் அது உள்ளது. ஆயினும் பொதுவாக இவர்கள் எழுத்தில் சிரிப்பு ஒரு இன்றியமையாத அம்சமல்ல. அது கதை கூறலின் சமத்காரத்தின் ஒரு பகுதி மட்டுமே. மாறாக அ. முத்துலிங்கத்தின் படைப்புலகில் அவரது அங்கதம் மிக முக்கியமான அம்சம். அவரது படைப்புலகின் சாராம்சம் பலசமயம் அந்த சிரிப்பினூடாகவே வெளிப்படுகிறது.

அ. முத்துலிங்கத்தின் கதைகளில் அதன் ஆழமான அங்கத அம்சத்தால் முதலிடம் பெறும் கதை என்று ‘ராகு காலம்’ என்ற கதையையே கூற வேண்டும். அதன் சித்தரிப்பு தன் சகஜ நகர்வு மூலம் இந்தியப் பண்பாட்டில் இருந்து மூட நம்பிக்கையை மட்டும் சிந்தாமல் சிதறாமல் பெற்றுக் கொள்ளும் ஆப்ரிக்கனை நம் முன் நிறுத்துகிறது. ஒரு புன்னகையுடன் இக்கதையை வாசிக்க ஆரம்பிக்கும் நாம் அப்புன்னகை முகமெங்கும் விரிய கதையை முடிக்கிறோம். ஆனால் அடுத்த கட்டத்துக்கு போவோமெனில் ஆழமான சங்கடங்களை உள்ளடக்கிய கதை இது என உணரலாம். ஏன் அந்த மனிதன் அந்த மூட நம்பிக்கையை மட்டும் பெற்றுக் கொள்கிறான்? அது அவனது தனி இயல்பல்ல. உதாரணமாக நாம் மேற்கில் இருந்து எவ்வளவோ விஷயங்களை பெற்றுக் கொள்ளவில்லை. ஆனால் எண் சோதிடத்தையும், 13 என்ற எண் அதிருஷ்டமில்லாதது என்பது போன்ற நம்பிக்கையையும் எளிதாக பெற்றுக் கொண்டிருக்கிறோம். நாம் பெறுவது ஒரு மானுட மனநிலையை. நம் மனங்கள் பொதுவான ஒரு புள்ளியில் சந்திக்கின்றன. அது நமது பொதுவான கையறு நிலையின் புள்ளி போலும். இங்கு கவனிக்க வேண்டிய ஒரு விஷயம் மிக எளிதாக விமரிசனம் கலந்த எள்ளல் ஊடுருவக்கூடிய ஒரு கதை இது என்பதும், ஆனால் முத்துலிங்கம் இக்கதையை அவ்வாறு அமைக்காமல் அந்த வாழ்க்கை சந்தர்ப்பத்தை அதன் இயல்புகெடாமல் இருக்க விடுகிறார் என்பதும் தான். ஆகவேதான் இக்கதையில் உருவாகும் நகை சற்றும் எதிர்மறையம்சம் இல்லாததாக, மானுட நிலையில் உள்ள இயல்பான அபத்த அம்சத்தை சுட்டி நம்மை புன்னகை கொள்ள வைப்பதாக உள்ளது.

சுந்தர ராமசாமி ஒருமுறை தனிப்பட்ட உரையாடலில் சொன்னார், ‘‘மேலான அங்கதக்காரர்கள் பெரும்பாலும் பழைமைவாதிகளாக இருக்கிறார்கள்.’’ ‘‘புதுமைவாதிகள் நகைச்சுவை உணர்வற்ற கற்பனா வாதிகளாக இருப்பதை ஈடுசெய்யவா?’’ என்று நான் வேடிக்கையாக கேட்டேன். சிரிப்பினூடே அந்த அவதானிப்பு உலக இலக்கியத்தின் முக்கியமான பல அங்கத எழுத்தாளர்களை ஊடுருவுவதை நான் வியப்புடன் கண்டேன். புதிய காலம் அவர்களுக்கு ஒத்திசைவை இழந்த ஒன்றாக, அபத்தமானதாக தெரிகிறது. பல நகைச்சுவை யாளர்கள் ஆழமான ஒழுக்க நம்பிக்கை உள்ளவர்கள், அமைப்புகளுக்கு விசுவாசம் உள்ளவர்கள். அனைத்தையும் விட மேலாக மற்றவர்கள் (the other) அவர்கள் பார்வையில் தெள்ளத் தெளிவாக வரையறுக்கப் பட்டிருக்கும். பொதுவாக நகைச்சுவையின் ஆழத்தில் எப்போதுமே ஒரு துவேஷமும் இருக்கும் என்று படுகிறது. காரணம் நகைச்சுவை என்பது ஒரு மாற்றுவழி. (ஆன்மிகத்தில் உள்ள நகைச்சுவை வேறு விதமானது, அது ஒரு மாபெரும் அபத்த தரிசனத்தை மனிதமனம்

கண்டடைவதன் விளைவு.) புதுமைப்பித்தன், கி.ராஜ நாராயணன் படைப்புகளை இதற்காக ஆழ்ந்து பரிசோதிப்பது ஒரு தனி ஆய்வு. கி.ராஜநாராயணனின் பெண்கள் (பெண்டுகள்!) குறித்து மட்டும் இப்போது கவனத்தை ஈர்க்க விழைகிறேன். அவ்வகையில் பார்க்கப் போனால் அ. முத்துலிங்கத்தின் உலகம் பலவகைப்பட்ட எள்ளல்களின் பெருந்தொகுப்பாக இருக்க வேண்டும். அவர் பிறந்து வளர்ந்த யாழ்ப்பாணச் சூழலுக்கு முற்றிலும் மாறான கலாசாரச் சூழல்களில் அவர் வாழ்கிறார். யாழ்ப்பாண அற ஒழுக்க மரபுகளை அவர் விட்டுவிடவுமில்லை. சைவ மரபின் மீதான அவரது பிடிப்புக்கும் பயிற்சிக்கும் படைப்புகள் சாட்சியம் வகிக்கின்றன. ஆனால் அவரது படைப்புலகில் 'மற்றவன்' என்ற ஒரு அடையாளம் காணப்படவே யில்லை. முற்றிலும் மாறான ஒரு கலாசாரத்தை எதிர்கொள்கையிலும் கூட அவரது சுயம் தன் வேலியை உணரவில்லை. ஓர் அன்னியனின் அன்னியத்தன்மை எந்த தருணத்திலும் அவரில் வேடிக்கையுணர்வை தூண்டவில்லை. 'பிறன்' அவரது அங்கதத்துக்கு இலக்காகவில்லை. இந்த அம்சம்தான் அவரது நகைச்சுவையை பொதுவான நகைச்சுவைகளில் இருந்து மாறுபடச் செய்கிறது.

'கம்ப்யூட்டர்' எனும் கதையில் அக்குடும்பத்தில் கணிப்பொறி ஓர் அன்னியனாக, அன்னியத்தனத்துக்கு உரிய அத்தனை வேடிக்கையுடனும் வருகிறது. அதனுடன் கதைசொல்லிக் கதாபாத்திரம் கொள்ளும் தூரத்துக்கு எத்தனையோ கலாசார உளவியல் பின்னணிக் காரணங்கள் உண்டு. இக்கதை இன்னொரு படைப்பாளியிடம் தீர்க்கவே முடியாத ஓர் இடைவெளியைச் சுட்டுவதாகவோ, புதிய காலத்தின் மூர்க்கமான சிக்கலையோ, நம்மை அடிமைப்படுத்தும் இயந்திர அரக்கத் தனத்தையோ சுட்டுவதாக மாறியிருக்கலாம். உதாரணமாக புதுமைப் பித்தனின் டிராம். 'டிராம் கலாசாரம்' என்று ஒரு காலகட்டத்தையே அடையாளப்படுத்தி விடுகிறார் புதுமைப்பித்தன். கணிப்பொறிக் காலம் என்று இன்று நாம் அடையாளப்படுத்துவது போல. இயந்திரங்கள் மட்டுமல்ல, பம்புசெட் கூட கி.ராஜநாராயணன் கதைகளில் அதன் இருண்ட முகங்களுடன் தான் வருகிறது. ஆனால் அ. முத்துலிங்கத்தின் கணிப்பொறி விரைவாக இணக்கமாகிவிடுகிறது. ஊடல் நீங்கி புன்னகைக்கும் தலைவி போல. இந்த சுமுகத்தன்மை அ. முத்துலிங்கம் 'பிறிதை' சந்திக்கும் இடங்களில் எல்லாம் உள்ளது என்று காணலாம். அந்த கதையை கணிப்பொறி திரும்பத் தருவது ஒரு குறியீட்டு வாசிப்பில் அழகான ஒரு மானுடத் தருணமாக உள்ளது.

இம்மனோபாவத்தின் மேலும் அழகிய சித்திரத்தைத்தருவது அ. முத்துலிங்கத்தின் முக்கியமான கதைகளில் ஒன்றாகிய 'பூமாதேவி'. இரு கலாசாரங்கள் இங்கு சந்திக்கின்றன – சந்திக்கவில்லை ஒரு அதிவேக நெடுஞ்சாலையில் சேர்ந்து விரைகின்றன. அவை ஒன்றின்

மடியில் ஒன்று பிறந்து வளர்ந்தவை என்பது மேலும் முக்கியமானது. தந்தையும் மகளும். குப்பைக்கூடையிலும் 'அவசரம்' என தரம் பிரிக்கும் நாட்டின் 'அடித்தள'த்தில் இன்னொரு நகல் எந்திரமாக வாழ்ந்து வளர்ந்த முன்னாள் அகதி தந்தை. அவர் மகள் தன் நண்பனைப் பார்க்க தந்தையைத் துணைக்கழைத்துச் செல்லும் உயர்பதவியில் இருக்கும் அதிவேக நங்கை. அவர்களுடைய பொதுவான பழைய காலத்தில், இரு உலகங்கள் தற்செயலாக உரசிக் கொண்ட புள்ளிதான் அது போலும். இருக்கும் அழுக்ககற்றி இயந்திரம் இக்கதையின் மையம். அதை பூமாதேவி என்கிறார் தந்தை, அந்த இனிய பழைய காலத்தில். அழுக்கை உண்டு செரித்து தூய்மையை பிறப்பிக்கும் பொறுமை. அதை சைவப் பௌராணிக உலகுக்கு கொண்டுவருகிறார். ஆனால் பெண் அந்தப் பழைய காலத்தை எளிதில் தாண்டிச் சென்று விடுகிறாள், பொறுமைதேவிக்கு இடமில்லாத அதிவேக உலகம் அவளுடையது. தந்தை மகள் என்ற உறவின் நுட்பமான சிக்கல் நிரம்பிய ஒரு வாசிப்புத்தளம் இக்கதைக்கு உள்ளது. அதற்கு மேல் இக்கலாசாரத் தளம். எதையுமே பௌராணிக மயமாக்கும் இந்திய மனதுக்கு வெகுதூரம் தாண்டியுள்ளது மகளின் மனம். ஆனால் இக்கதை அந்த மாறுதலை ஓர் இழப்பாகக் காட்டவில்லை. அந்த மோதலை உக்கிரப்படுத்தவும் இல்லை. எளிதாக அதை அந்த நெடுஞ்சாலையில் சந்தித்துச் செல்கிறது. வாழ்வின் சகஜ தருணங்களில் ஒன்றாக மட்டுமே அதை சித்தரிக்கிறது. கதைசொல்லிக்கு முன் உள்ள வழக்கமான இரு வழிகள் உக்கிரப்படுத்தி வாசக மனதைத் தாக்குதல் அல்லது பகடி செய்து அவனது விமரிசனப்பிரக்ஞையை தூண்டுதல் – இரண்டிலுமே அ. முத்துலிங்கம் ஈடுபடவில்லை. கதை ஒரு மெல்லிய புன்னகையை தவறவிடவேயில்லை.

இந்த புன்னகை பரவிய சமநிலையை அவரது கதைகளில் அடையாளம் காணும் இன்னும் இரு சந்தர்ப்பங்கள் உண்டு. புலம் பெயர்ந்த எழுத்தாளர்கள் படைப்புகளில் உள்ள 'நினைவிடை தோய்தல்' என்ற அம்சம் அ. முத்துலிங்கத்தின் கதைகளிலும் உள்ளது. ஆனால் அத்தகைய படைப்புகளில் தெரியும் கற்பனாவாதப் பண்புள்ள சோகம் அவரது கதைகளில் இல்லை. அவற்றிலும் தெளிந்த புன்னகையே உள்ளது. உதாரணமாக 'வசியம்'. இன்னொரு சந்தர்ப்பம் மிகக்குரூரமான, அல்லது குரூர முரண் மிக்க கதைகளை உருவாக்கும்போது கூட தவறாத புன்னகை. உதாரணம் 'உடும்பு'. காதல் என்ற மென்மையான, நுண்மையான உணர்வின் பொருட்டு நடத்தப்படும் அதி குரூரம்தான் இக்கதை. உடலின் ஒருபகுதி கறியாகி வேகும்போது கூட அந்த உடும்பு உயிருடன் அதை பார்த்துக் கொண்டிருக்கும் அந்தச் சித்திரம் நம் மனதை மிக ஆழமான நிலைகுலைவுக்கு உள்ளாக்குவது. அதில் மரணம் குறித்த விபரீதமான ஒரு குறியீடு உள்ளது. (தனிப்பட்ட முறையில் அது எனக்கு இலங்கை அரசியலுடனும் தொடர்பு

கொண்டதாகப்பட்டது.) ஆனால் கதைசொல்லியின் மொழி அதை புன்னகை மாறாமல் சொல்வதன் வழியாக இலகுவாக்கிவிடுகிறது.

புன்னகையே அ. முத்துலிங்கத்தின் இலக்கியத்தின் அடிப்படை. ஒரு புன்னகைக்கு அப்பால் போகும் ஏதும் இந்த வாழ்க்கையில் இல்லை என்ற பிரக்ஞையில் இருந்து பிறக்கும் கலை அவருடையது. இது வாழ்க்கையின் உக்கிரத்தையோ, சிக்கலையோ, புரிந்துகொள்ள முடியாத ஆழத்தையோ பொருட்படுத்தாத மழுங்கலின் விளைவான புன்னகை அல்ல. மாறாக அவர் கதையுலகில் எப்போதும் அடியோட்ட மாக அந்த அம்சங்கள் இருந்தபடியேதான் உள்ளன. முரண்பாடுகள், குரூரங்கள் ஆகியவற்றால் ஆனவை அவரது பெரும்பாலான கதைகள் என்றுகூட கூறலாம். இது ஒரு சமநிலை, ஒரு தரிசனம். வைக்கம் முகம்மது பஷீரின் படைப்புகள் குறித்து ஒருமுறை நான் எழுதியுள்ளது நினைவுக்குரியது. வாழ்வின் அத்தனை கசப்புகள், அசிங்கங்கள், அபத்தங்கள், குரூரங்கள் வழியாகவும் தன் சொந்த வாழ்வில் கடந்து வந்தவர் அவர். அவற்றில் இருந்து பெற்ற ஒரு அபூர்வமான விவேகத்தினால் அவரது படைப்புலகு தீமையென்ற அம்சமே இல்லாமல், எல்லா பகுதியிலும் பேரொளி பரவிய பரப்பாக உள்ளது. இலக்கிய அழகியலின் எளிய தர்க்கங்களினால் அதை முற்றிலும் விளக்கிவிட முடியாது. பஷீரை அறிய நாம் சூஃபி மரபுக்குதான் போக வேண்டும். எந்த இலக்கியப்படைப்பிலும் அதன் சாரமாக உள்ள தரிசனம் (எளிதாக புரிந்துகொள்ள விரும்பும் யதார்த்தவாதிகளுக்காக அதை ஒட்டுமொத்த வாழ்க்கைப் பார்வை என விளக்குவேன்) இலக்கியத்தால் புரிந்துகொள்ள முடியாததாகவும், ஆன்மிகத்தின் (அனைத்துப் புரிதல்களுக்கும் ஆதாரமாக அமையும் கேள்விகளை உருவாக்கும் தாகம், மதம் சார்ந்த பொருளில் அல்ல) உலகு சார்ந்ததாகவே காணப்படும் என்று எனக்கு படுகிறது. இப்புன்னகையையும் அங்குதான் அடையாளம் காண முற்படுவேன்.

5

என் நெருங்கிய நண்பரும், மலையாளக் கவிஞரும் விமரிசகருமான கல்பற்றா நாராயணன் பஷீர் குறித்து எழுதிய கட்டுரை ஒன்றின் தலைப்பு ‘எவ்விலையும் தித்திக்கும் பெருங்காட்டில்...’. பாத்துமாவின் ஆடு பெரும்பசியுள்ளவள்... என்று துவங்குவது அக்கட்டுரை. ஆகவே அவளுக்கு எதுவும் இனிய உணவுதான். பலாவிலை, சாம்பம் பழங்கள், கஞ்சித்தண்ணி, பஷீரின் இளம்பருவத்துத் தோழி என்ற நாவல், ஹநிஃபாவின் கால்சட்டை, அம்மாவின் வேட்டி எல்லாமே. தின்றவை வயிற்றிலும் நினைவிலும் தித்திக்க, தின்னாதவற்றின் இனிப்பால்

நிரம்பியிருந்தது உலகம், பிரபஞ்சம். பாத்துமாவின் ஆடு முற்றிலும் 'விடுபட்டது', களங்கமின்மையில் இருந்து அடைந்தது அப்பசி, அவ்வினிப்பு. பஷீரின் இப்பெரும்பசியை ஒரு மானுட உச்சம் என்று கல்பற்றா நாராயணன் காட்டுகிறார்.

எல்லா இலையும் தித்திப்பதுதான் அ. முத்துலிங்கத்தின் காடும். அவ்வகையில் பஷீரின் எழுத்துடன் ஒப்பிடத்தக்கதும் கூட. பஷீரின் உலகத்துக்கும் இவர் உலகுக்கும் இடையேயான முக்கியமான பொதுமை ஒன்று கவனத்துக்கு வருகிறது. பஷீரின் உலகில் மிருகங்கள் குழந்தைகள் மிக முக்கியமானவர்கள். அ. முத்துலிங்கத்தின் எழுத்துப் பரப்பில்தான் தமிழ் சிறுகதை உலகில் மிக அதிகமான மிருகங்கள் உள்ளன. மிருகங்கள் பாலான பரிவு அவரது பல கதைகளின் அடித்தளம் (உதாரணம் ரி, பழி). ஆனால் பஷீரின் உலகுக்கும் இவற்றுக்கும் இடையேயான முக்கிய வித்தியாசம் பஷீரின் விலங்குகள் விலங்குத் தன்மைக்குள் சிறைப்படுத்தப்பட்டவையல்ல. அதே சமயம் அவை குறியீட்டின் சுமையை முதுகிலேற்றியவையுமல்ல. தனித்தன்மை மிக்க ஆளுமைகள் அவை. மனிதர்கள் உலகில் அவை வாழவில்லை, அவையும் மனிதர்களும் சேர்ந்து வாழ்வு நிகழ்கிறது. இந்த ஒளிமிக்க தளம் பஷீரின் படைப்புலகின் முக்கியமான மகத்துவம். அ. முத்துலிங்கத்தின் உலகில் மிருகங்கள் மிருகங்களே. அவற்றுக்கும் நமக்குமான அந்த திரையை அவர் விலக்கிக் காட்டுவதில்லை. நமது உதாசீனத்தின் மீது மெல்லத் தொட்டு அழைத்துக் காட்டுகிறார், அவ்வளவுதான். பஷீரின் குழந்தைகள் களங்கமற்ற தேவதைகள் அல்ல. நம் களங்கத்தின் குற்றவுணர்வால் உருவாகும் கற்பிதம்தானா அது? அவர் குழந்தைகள் பெரியவர்களின் சமத்காரங்கள் இல்லாமல் மனிதர்களின் சிறுமைகளையும் மேன்மைகளையும் வெளிப்படுத்துபவர்கள். அ. முத்துலிங்கத்தின் உலகில் அவரது இளமைப்பருவம் உள்ளதேயொழிய குழந்தைகள் இல்லை. இது ஏன் என்பது ஒரு முக்கியமான கேள்வியே. அவரது உலகின் புன்னகை இயல்பாக குழந்தைகளை நோக்கி நீளக்கூடியதாக உள்ளது. இத்தகைய மர்மங்கள் எந்தப் படைப்பாளியின் படைப்புகளை கூர்ந்து கவனித்தாலும் காணப்படும். அப்படைப்பாளியின் தனியாளுமையின் உள்ளே பயணப்பட எளிய வழியமைக்கும் வாசல்களே இவை.

முத்துலிங்கம் அடிப்படையில் ஒரு பயணி. அவரது கதைகளில் எப்போதுமே இந்த பயணியின் பாவனை அல்லது தோரணை இருந்தபடியே உள்ளது. இம்மனப்பதிவை இதற்கென்றே கதைகளை கூர்ந்து படித்தபோது மேலும் உறுதி செய்துகொண்டேன். இப்பயணத்தில் நிலக்காட்சி மாறியபடியே உள்ளது. யாழ்ப்பாணம் முதல் ஆப்பிரிக்கா ஆப்கானிஸ்தான் வரை. அந்த வாகனத்தின் சன்னல் வழியே காட்சியாகும்

வாழ்வில் கதைசொல்லி ஒரு கணம் – ஒரு முழுவாழ்வையும் அக்கணம் உள்ளடக்கக் கூடும் – ஈடுபட்டு, கலந்து வாழ்ந்து தாண்டிச் செல்கிறான். இந்தப் பயணி மனநிலை காரணமாகவே ஒரு விலக்கம் (இதை ஒட்டுதலின்மை என்று சொல்ல மாட்டேன், ஈடுபடும்போது கூட போகிறேனே என்ற உள்ளுணர்வின் எச்சரிக்கை இது) அவரது கதைகளில் உள்ளது. 'ஒட்டகம்' என்ற கதை ஓர் உதாரணம். மனித ஒட்டகமாக மாறிப்போன சோமாலியா நாட்டுப்பெண்ணுக்கு அனைத்தையும் விட நீர் முக்கியமாகிப் போன அந்த அவலம் ஒரு சன்னல் காட்சியாகவே நம்மை அடைகிறது. ஆப்கானிஸ்தானின் மூர்க்கத்தையும் முடிவின்மைகளை நேர்த்தியாக எதிர்கொள்ளும் கம்பீரத்தையும் கூறும் 'யதேச்சை' கதையிலும் இதே விலக்கத்தைக் காண்கிறோம்.

இது இவர் கதைகளில் ஏன் குழந்தைகள் இல்லை என்பதற்கான ஒரு காரணத்தை எனக்கு தருகிறது. பஷீரின் அலைச்சல் கால கதைகளில் (இளம்பருவத்துத் தோழி, என் தாத்தாவுக்கு ஒரு யானை இருந்தது...) குழந்தைகள் இல்லை. பிறகு தன் சொந்த வீட்டிலும், போப்பூரில் வீடுகட்டி மணம் செய்துகொண்டும் குடியிருக்க ஆரம்பித்த பிறகுதான் கதைகளில் குழந்தைகள் வரத் தொடங்கின. குழந்தை திரும்பிப் படுக்க பிராயமாகாது கிடக்கையிலும்கூட ஒரு பயணத்தில்தான் இருக்கிறது. நின்றுவிடாத தேடலுடன் அது தன் எல்லைகளை விரித்தபடியே உள்ளது. அது எங்குமே 'குடியிருப்பது' இல்லை. நம் வீடுகளின் அசைவற்ற நான்கு சுவர்களின் நடுவேதான் நம் குழந்தையின் தீவிரமான பயணம் நமக்கு முக்கியமான எதையோ சொல்வதாக ஆகிறதா என்ன? குழந்தையல்லாத பஷீரின் கதாபாத்திரங்கள் வற்றிக் கொண்டே இருக்கின்றன. குழந்தைகள் ததும்பிக்கொண்டே இருக்கின்றன. பண்டாரங்களும், கேடிகளும், வேசிகளும், பிச்சைக்காரர்களும் இல்லாத வாழ்க்கையின் வெறுமையை பஷீர் குழந்தைகளைக் கொண்டு நிரப்புகிறாரா? அ. முத்துலிங்கத்தின் உலகம் மாறிக் கொண்டே இருக்கும் ஒரு நாடகவெளி. ஆகவே அங்கு கதாபாத்திரங்களும் புதிய ஒளிகளை பிரதிபலித்துக் கொண்டேயிருக்கிறார்கள். அங்கு குழந்தை வந்து எல்லாவற்றுக்கும் மறுபக்கத்தைக் காட்டவேண்டிய அவசியம் இல்லை - புதுமைப்பித்தனின் 'மகாமசானம்' போலவோ 'நினைவுப்பாதை' போலவோ.

இந்த பயணிக்கும் கதைசொல்லிக்கு உலகம் தன் இனிப்புகளுடன் திறந்து கிடக்கிறது.

வில்வரத்தினம்

1

தமிழ்நாட்டுக் கவிதைகளையும் ஈழக்கவிதைகளையும் ஒப்பிட்டு பேசும் சந்தர்ப்பம் அடிக்கடி அமைவதுண்டு, பெரும்பாலும் மேடையில் கேள்வி-பதில் உரையாடல்களின்போது. முக்கியமான வேறுபாடாக எவருக்கும் கண்ணில்படுவது நடைதான். தமிழ்நாட்டுக் கவிதைகள் செறிவான உள்ளழுத்தம் கொண்ட துண்டுபட்ட உரைநடையில் அமைந்துள்ளன. ஈழக்கவிதைகள் யாப்பில் இருந்து விடுபட்டும் சந்தத்திலிருந்து விடுபடாதவையாகவும் உள்ளன. சமீபகாலமாகத் தான் சந்தம் ஈழக்கவிதைகள்களிலிருந்து நீங்கி வருகிறது. இந்த வெளிபாட்டுமுறை வேறுபாட்டை எளிமையான மொழிப்பழக்கம் அல்லது வடிவப் பயிற்சி என்று எடுத்துக்கொள்ள முடியாது. இலக்கியத் திறனாய்வின் முறைமையைப் பொறுத்தவரை இலக்கிய ஆக்கங்களின் எந்த ஒரு தனித்தன்மையும் அதன் ஆக்கத்திற்குக் காரணமாக உள்ள அடிப்படைக் கூறுகளைப் பிரதிபலிப்பவையே ஆகும். ஆகவே தமிழ்நாட்டுக் கவிதைகள் மற்றும் ஈழக்கவிதைகளை ஒப்பிட்டுப்பார்க்கும்போது கிடைக்கும் இந்த முதன்மையான வேறுபாட்டை இவ்விரு இலக்கியப் பண்பாட்டுத்தளங்களை அடையாளம் காட்டும் கூறாக எடுத்துக்கொள்ளலாமா?

எம்.யுவனின் ஒரு கவிதை. இப்படி முடிகிறது...

> தினவடங்காது விழித்திருந்த
> போது
> பார்த்தேன்
> இரவு
> என் கண்களால்
> தன்னைப்
> பார்த்துக்கொண்டிருப்பதை

(மழைநாள் இரவு / தொகுப்பு, கைமறதியாய் வைத்த நாள்)

இக்கவிதைகளில் அவர் வார்த்தைகளை செறிவாக்கும்பொருட்டே உடைத்து துண்டுகளாக்குகிறார். மொழியை தெளிந்த நீரோடை, ஆற்றொழுக்கு, தென்றலின் சலசலப்பு என்றெல்லாம் சொல்வதுண்டு. இங்கே மொழி பொற்கொல்லனின் தட்டுமீது கிடக்கும் துளிதுளி பொற்கண்ணிகளாக உள்ளது. எடுத்து ஒவ்வொன்றாகப் பொருத்தி ஊதி சேர்க்கும்போது ஒற்றை அழகுப்பொருளாக வருகிறது நகை. இளையராஜா இசையமைப்பதைப் பார்த்தபோதும் இதை உணர்ந்தேன். அங்கொரு வயலின் கீற்று, இங்கே ஒரு தாளம், நடுவே சில குரல்வரிகள். அவரது மூளைக்குள்ளும் அதன் பிரதிநிதியாகிய அந்த ஒலியிணைவுக்கருவியிலும் அவை எங்கெங்கோ சிதறிக்கிடக்கின்றன. அவர் அவற்றை என்ன செய்கிறார் என்பது பாடலாக அது முழுமைகொண்டு நம் முன் நிற்பதுவரை நமக்குப் புரிவதில்லை. நவீனக்கலைகளில் இந்த நுண்தொழில்நுட்பம் என்ன பங்கு வகிக்கிறதென்பது விரிவாகப் பார்க்கவேண்டிய ஒன்று.

மேலே சொன்ன கவிதையில் எடுத்துக்காட்டப்பட்டது உண்மையில் ஒரே ஒரு உரைநடை வரி மட்டுமே. அதையே வேண்டுமென்றால் 'தினவடங்காது விழித்திருந்தபோது பார்த்தேன்' என்றும் 'இரவு என் கண்களால் தன்னைப் பார்த்துக்கொண்டிருப்பதை' என்றும் இரு கூறுகளாகப் பிரிக்கலாம். ஆனால் இக்கவிதை அதை ஏழு அடிகளாக மாற்றியுள்ளது. 'தினவடங்காது விழித்திருந்த' என்ற இடத்தில் ஒடித்து 'போது' என்று தனிச்சொல்லை ஓர் அடியாக்கும்போது போதுக்கு அதிக அழுத்தம் கிடைக்கிறது. அச்சொல்லில் வாசக கவனம் நிலைத்து பின் முன்னகர வேண்டியுள்ளது. விழித்திருந்த நேரத்தின் நீட்சியை உணர்த்த இந்த கண்தயக்கம் நமக்கு உதவுகிறது என்பதுடன், போது தனியாக நின்று அந்தப் பொழுதை நமக்குச் சொல்லவும் செய்கிறது. பார்த்தேன், இரவு, என் கண்களால் ஆகியவையும் தனித்தனி அடிகளாக நிற்பது அந்த ஒவ்வொரு சொல் மேலும் அழுத்தம் அளித்து வாசக கவனத்தை அதன் மீது கோருகிறது. 'தன்னைப் பார்த்துக் கொண்டிருப்பதை' என்பதற்குப் பதிலாக 'தன்னை' 'பார்த்துக் கொண்டிருப்பதை' என்று ஒடிக்கும் முறை மூலம் பார்த்தல் அதிக அழுத்தம் பெற்று தன்னை என்பது அதன் கூட இணைகிறது.

சரளமான ஓட்டம் முறிந்து நகரும்போது கவிதையில் சொற்கள் மீது அதிக அழுத்தம் விழுகிறது என்ற கண்டடைதலே இந்த வகையான எழுத்துமுறையின் காரணமாக அமைகிறது. இதே வரிகளை 'இரவு என் கண்களால் தன்னைப் பார்த்துக்கொண்டிருப்பதைப் பார்த்தேன்' என்ற முடிப்புக்குப் பதிலாக பார்த்தேன், இரவு என் கண்களால் தன்னைப் பார்த்துக்கொண்டிருப்பதை என்று வளைத்து ஒடித்திருக்கும் முறை மேலதிக அழுத்தத்தை அளிக்கிறது. பார்த்த செயல் அதிக அழுத்தம்

பெற்று, எதை என்ற வினாவுக்குப் பொருளாக அடுத்தவரி அமைகிறது. இவ்வாறு மொழியை ஒடித்தும் வளைத்தும் ஆக்கும் கவிதைகளே தமிழ் புதுக்கவிதைகளின் இன்றைய சாதனைகளாக கொள்ளப்படுகின்றன.

காரணம் இவை கவிதையின் சில அடிப்படை இயல்புகளை மேலும் சிறப்பாக நிறைவேற்ற முயல்கின்றன என்பதே. எஸ்ரா பவுண்ட் முதல் நவீனக் கவிதையின் இயல்புகளாக அறியப்பட்டுள்ள இயல்புகள் அவை. 1. கவிதை சொல்லும் கருத்தால் நம்மைக் கவர்வது அல்ல சொல்லும் முறையால் நம்மில் நிகழ்வது. 2. கவிதை சொற்களைப் படிமங்களாக ஆக்கும் கலை. 3. கவிதையின் வாசக இடைவெளி அல்லது மௌனம் அதன் ஒவ்வொரு சொற்களுக்கு இடையேயும் உள்ளது. 4. கவிதை ஒவ்வொரு முறையும் மொழியின் புதிய சாத்தியப்பாடு ஒன்றை நிகழ்த்துகிறது. இதைப்போன்ற பல வரையறைகளை நாம் அறிவோம். நவீனக் கவிதை இவ்வியல்புகளை அடையும்பொருட்டே இன்று அதன் வடிவத்தில் காணப்படும் தனித்தன்மைகளை அடைந்து முன்செல்கிறது.

அந்த தனித்தன்மைகளை இரண்டாகப் பிரிக்கலாம். ஒன்று மக்களின் பேச்சுமொழியில் இருந்து கவிதையின் மொழியை அடைவது. இரண்டு பேச்சுமொழியை செறிவாக்கி மேலும் மேலும் மௌனம் மிக்கதாக ஆக்கி கவிதைக்கான தனிமொழியாக (meta language) அடுத்த கட்டத்துக்குக் கொண்டுசெல்வது. மேலே சொன்ன வரி அப்படியே எளிமையான பேச்சுமொழியில்தான் உள்ளது. வழக்காற்றில் இல்லாத அல்லது தனியான ஒலியழகோ அணியழகோ உள்ள எந்தச் சொல்லும் அவ்வரிகளில் இல்லை. 'தினவடங்காது விழித்திருந்த போது இரவு என் கண்களால் தன்னைப் பார்த்துக்கொண்டிருப்பதை பார்த்தேன்.' அம்மொழியை அது கவிதைக்கான தனிமொழியாக மாற்றும் பொருட்டே ஒடிக்கிறது, முன்பின்னாக்குகிறது. ஒட்டுமொத்தமாக அதை செறிவுபடுத்தி, ஒவ்வொரு சொல்லையும் அழுத்தம் கொண்டதாக ஆக்கி, வாசக்க கவனத்தை சொல்லின் இடைவெளிகளில் நிற்கச்செய்து இன்னொரு மொழியாக ஆக்குகிறது.

இந்த தனிமொழி உருவாக்கம் என்பது புதுக்கவிதை தொடங்கியது முதல் தமிழில் நிகழ்கிறது. பாரதியின் வசனகவிதையின் முக்கியமான சிறப்பியல்பு அதன் நேரடியான உரையாடல் தன்மை. அடுத்த கட்டத்தில் ந.பிச்சமூர்த்தி போன்றோர் சந்தத்தை தக்கவைத்துக் கொண்டு பேச்சு மொழியை கவிதையாக்க முயன்றார்கள். அவ்வகையில்தான் எழுத்து இதழில் மறுபிரசுரம் செய்யப்பட்டன. 'பெட்டிக்கடை நாரணன்' ஒரு திருப்புமுனையாக அமைந்து தமிழில் புதுக்கவிதை இயக்கத்தை விழித்தெழச் செய்தது. தமிழில் மொழியை வெட்டுவதும் ஒட்டுவதும் மேலதிக அழுத்தத்தை கவிமொழிக்கு அளிக்கும்

என்பதைக் கண்டுகொண்ட முக்கியமான முன்னோடி கவிஞர் சி.மணி. ஆனால் அந்தச் சாத்தியத்தையும் ந.பிச்சமூர்த்தியின் கவிதைகளிலிருந்தே சி.மணி கண்டுகொண்டிருக்கவேண்டும். ந.பிச்சமூர்த்தியின் பொதுவான கவிமொழி சந்தநயம் கொண்டதாயினும் —

'படிக்க குளத்தோரம் கொக்கு
செங்கால் நெடுக்கு
வெண்பட்டுடம்புக்
குறுக்கு'
(கொக்கு)

என உடைந்த சொற்களின் சாத்தியத்தையும் அவர் அபூர்வமாகப் பயன்படுத்தியிருந்தார். பின்னர் பசுவய்யா அதை விரிவாகவே பயின்றார். நகுலன், பிரமிள் போன்றோர் பிந்தியே அந்த சாத்தியத்தைப் பயன்படுத்திக் கொண்டனர். முந்தைய இருவரும் அங்கதமாகவே அதைச் செய்து பார்த்தனர்.

சி.மணி ஆரம்பத்தில்

வேதனை விழிக்கு விளிம்பு கட்ட
நீர் காணா ஏரிபோல் நெஞ்சு பிளக்க
தூறலிடைக் காடாக மாநிலம் மங்க

என்று எழுதியவர் மெல்ல அடுத்த கட்டத்துக்கு நகர்வதை அவர் படைப்புகளில் காணலாம்.

சாதா

ரண வாழ்க்கை வாழும்...

என்று அங்கதமாக மொழி உடைப்பை மேற்கொண்டபின்பு மெல்ல

சாவதும்
பழக்கமானதோ என்னவோ
அதுவும் நாள்தோறும்

என அதை அடுத்த கட்டத்துக்குக் கொண்டுசென்றார். அதன் பின் எளிதாகத் தமிழ்க்கவிதை இந்த சாத்தியக்கூறைக் கண்டடைந்து மெல்லமெல்ல மேலெடுத்தது. இன்றைய கவிமொழி செறிவின் உச்சத்துக்குப்போய் அதிலிருந்து சரளத்தை தக்கவைத்துக்கொள்ள முடியுமா என்று ஆராயுமிடத்தில் வந்து நிற்கிறது.

ஈழக்கவிதைகள் மரபுக்கவிதையிலிருந்து முன்னெழுந்து யாப்பை உதறி அங்கே மகாகவி, இங்கே ந.பிச்சமூர்த்தி என முன்னுதாரணம் கொண்டு ஓர் எல்லைவரை வந்தன. பின்னர் கிளைத்து இருபெரும்

பிரிவுகளாக முன்னகர்ந்தன. ஒன்று சு.வில்வரத்தினம், அ.யேசுராஜா, வ.ஐ.ச. ஜெயபாலன், மு.புஷ்பராஜன், சேரன் என பலவகையான வடிவ வேறுபாடுகளுடன் நீளும் ஒரு சரடு. இதை நான் சந்தத்தை தக்கவைத்துக்கொண்டு யாப்பை உதறி உணர்ச்சிகரமான வேகத்தை நம்பி இயங்கும் கவிதைகள் என வரையறை செய்வேன். இன்னொரு சரடு தமிழ்நாட்டு வானம்பாடி இயக்கத்தை முன்னுதாரணமாகக் கொண்டு மேடைப்பேச்சின் வெளிப்படைத்தன்மைகொண்ட, உரத்த உணர்ச்சிவெளிப்பாடுள்ள கவிதைகளை எழுதியது. காசி ஆனந்தன் போன்று பெரும்புகழ் பெற்றவர்கள் இவ்வகையினரே. இம்மரபில் தான் ஈழக்கவிஞர்களில் கணிசமானோர் உள்ளனர். இவர்களை நான் எவ்வகையிலும் பொருட்படுத்தவில்லை, கவிதை என்று நான் எண்ணும் அனுபவத்தை இவை எனக்கு அளிக்கவில்லை. முந்தைய சரடின் சந்தம்கொண்ட மொழிச்சாயலும் பிந்தைய சரடின் வெளிப்படையான தட்டைத்தன்மையும் கொண்டவர்களும் சிலர் உள்ளனர், உதாரணம் சிவசேகரம். நான் இவர்கள் எழுதுவதும் கவிதை அல்ல, வெற்றுப்பேச்சு என்றே எண்ணுகிறேன்.

முதல்வகைக் கவிதைகளை மட்டுமே ஈழக்கவிதைகள் என்ற பட்டியலில் வைத்து நான் விவாதிக்க விழைகிறேன். ஒவ்வொரு காலகட்டத்திலும் கவிதை என எழுதப்படுபவை எண்ணிக்கையில் பற்பல. கவிதையாக எழுபவை சில. காலத்தைக் கடந்து கவித்துவத்தை நிலைநாட்டுபவை மிகச்சில. எண்பதுகளில் ஈழம் எரிந்த காலகட்டத்தில் என் நெஞ்சை தீப்பிடிக்கச் செய்த பல கவிதைகள் இன்று எனக்கு ஊமைச் சொற்களாக தெரிகின்றன. ஒரு தருணத்தின் ஒரு காலகட்டத்தின் ஒரு உள்ளத்தின் எழுச்சியைச் சொல்லும் கவிதை அதுகவிதையாக மாறும்போதே என்றுமுள்ள ஏதோ ஒன்றைச் சொல்வதாக ஆகிறது. அது வரலாற்றுப் பின்புலம் மூலம் நிலை நிற்பதல்ல, வரலாற்றைத் தாண்டிய நிலையான மனிதவிழுமியங்கள் மற்றும் அழியாத மானுட உணர்வுகள் மூலம் நிலைநிற்பது. கவிதை களை அடையாளம் காட்டுவதன் மூலமே அதைப்பற்றிப் பேச முடியும்.

ஈழக்கவிதைகளின் பொது இயல்பாக நான் காண்பவை இவை. அவை கவிதையில் வெளிப்படையான ஓசை அளிக்கும் பாதிப்புக்கு மதிப்பளிக்கின்றன. அவை யாப்பை உதறும்போதே ஒலியழுங்கை வேண்டியும் நிற்கின்றன. ஆகவே அகவல், சிந்து என அறிந்த சந்தங்களை விலக்கும்போதே புதிய சந்தங்களை தனக்கென உருவாக்கிக் கொள்கின்றன. இவ்வாறு சந்தத்தை நிலைநிறுத்திக் கொள்ளும்போது சில கட்டாயங்கள் ஏற்படுகின்றன. தமிழ்நாட்டு நவீனக்கவிதையில் நிகழ்ந்ததைப்போல சொற்களுக்கு அழுத்தம் அளிக்க முடிவதில்லை. சந்தத்தில் சொற்கள் ஒழுகி ஓடிச்செல்ல

நேர்கிறது. சொற்களுக்கு இடையேயான மௌனத்தை உருவாக்க முடிவதில்லை. ஒரு சொல்லில் இருந்து அடுத்ததுக்குச் செல்லும் போது உணர்வு மாற்றம் நிகழ முடிவதில்லை. காரணம் சந்தம் ஒரு குறிப்பிட்ட உணர்வை பல வரிகளுக்கு நீட்டிச்செல்லும். ஆகவே செறிவுக்காக வரிகளை ஒடித்து துண்டுகளாக ஆக்கும் கவிமொழி சாத்தியமல்லாமலாகிறது. சந்தத்தின் பொருட்டுமட்டுமே அப்படி ஒடிப்பது சாத்தியமாகிறது.

விளைவாக நம்மை சொற்கள் தோறும் நிறுத்தி சொல்லப்படாதவை வழியாக நகரச்செய்து நம் கற்பனையில் கவிதையை நிகழ்த்தும் நவீனக் கவிதை வடிவத்தை அடைய முடிவதில்லை. மாறாக இந்தவகைக் கவிதைகள் உணர்வுகளையும் கருத்துகளையும் நேரடியாகச் சொல்கின்றன. அந்த உணர்வுகளை நம்மில் அந்தச் சந்தம் நேரடியாக நிறுவுகின்றது. அக்கவிதை உத்தேசிக்கும் உணர்வெழுச்சியானது நாம் அதை வாசிக்கும்போதே சிந்தனையை தவிர்த்து உடனடியாக நம்மில் நிகழ்கிறது. இப்படிச் சொல்கிறேனே, தமிழின் சிறந்த நவீனக் கவிதைகளை வாசித்து நாம் கண்ணீர் மல்கவோ புல்லரிக்கவோ முடியாது. வாசிக்கும் அக்கணத்தில் நமக்கு அவை ஒரு சிறு அதிர்வையோ நிலைகுலைவையோதான் உருவாக்குகின்றன. நம் எண்ணத்தில் அவை ஒருபதிவை உருவாக்குகின்றன. அப்பதிவை நாம் நம் கற்பனையாலும் சிந்தனைத்தொடராலும் நெருடி நெருடி படிப்படியாக நம்முடைய சொந்தக்கவிதை ஒன்றை நமக்குள் உருவாக்கிக் கொள்கிறோம். அது நம்முடன் வளர்கிறது. ஆனால் ஈழக்கவிதைகளில் சிறந்தவை உருவாக்குவது உடனடியான உணர்வெழுச்சியையே.

இன்னொரு முக்கியமான கூறு, தமிழ்நாட்டு நவீனக் கவிதை அதன் முதல் கட்டத்திலேயே, அதாவது பிச்சமூர்த்தியிலிருந்து பிரியும் போதே சட்டென்று மக்களின் பேச்சுமொழிக்குத் தாவிவிட்டது. பேச்சு மொழியை ஒட்டி அமையும் ஓர் உரைநடையை அது செறிவுபடுத்தி கவிமொழியாக்கியது. அதில் பசுவய்யா, சி.மணி இருவரும் பெரும் பங்காற்றினர். அக்காலகட்டத்தில் நகுலன், பிரமிள் ஆகியோர் கவிதைக்குரியவை மட்டுமேயான சொற்களை தாராளமாகப் பெய்து கவிதைகளை எழுதிக்கொண்டிருந்தனர். உதாரணமாக நகுலன் எழுதிய புகழ்பெற்ற 'கொல்லிப்பாவை' என்ற கவிதையில்,

> தெருநடுவினில் தேவன் இணையடி
>
> தன்னறல் கூந்தலால் வருடி...

என்றும்

> ஐவர் வரித்த அருங்கனியாகி

என்றும் எழுதுவதைக் காணலாம். இணையடி, நறல்கூந்தல், அருங்கனி போன்ற சொல்லாட்சிகள் மரபுக்கவிதையின் காலகட்டத்தைச் சேர்ந்தவை. சங்ககாலம் முதல் தமிழில் அடைமொழிகள் சேர்த்தே விவரிப்புகள் நிகழ்ந்துள்ளதைக் காணலாம். அதற்கு மரபுக்கவிதையில் பலவிதமான தேவைகள் உள்ளன. ஒன்று யாப்பின் சந்தத்துக்கு ஏற்ப சொற்களை நீட்டவும் மாற்றவும் இணைக்கவும் அவை உதவின. இன்னொன்று மிகைபடச் சொல்வது நம் மரபுக்கவிதையின் இயல்புகளில் ஒன்று. பசுவய்யாவுக்குப் பின் தமிழில் அடைமொழிகள் கிட்டத்தட்ட இல்லாமலேயே போய்விட்டன எனலாம். கவிதைக் கோட்பாட்டாளராக க.நா.சுப்ரமணியமும் அதை தமிழில் நிறுவினார். ஆனால் ஈழக்கவிதை நீண்டகாலத்துக்கு செய்யுளில் இருந்து பெற்ற சொல்லாட்சிகளைக் கொண்டு இயங்கியது என்று படுகிறது. சு.வில்வரத்தினம், மு.பொன்னம்பலம், வ.ஐ.ச.ஜெயபாலன் போன்றோரின் கவிதைகளை சிறப்பான உதாரணமாகக் கூறலாம்.

தமிழ்நாட்டுக்கவிதையின் இந்த இரு முக்கிய இயல்புகளையும் தவிர்த்துவிட்டு ஈழக்கவிமொழி உருவானதற்கான காரணங்கள் என்ன? ஊகிக்கக்கூடுவனவாக எனக்குப்படுபவை சில. தமிழ்நாட்டு நவீனக் கவிதை ஒரு மக்கள் இயக்கமாக இருக்கவில்லை. கவிதைசார் நூண்ணுணர்வு கொண்ட சற்று பெரிய ஒரு குழுவுக்குள்ளேயே அது இயங்கி வந்தது. ஆகவே கவிதை மேலும் மேலும் குறிப்புணர்த்தும் தன்மை நோக்கி வளர்ந்து வடிவம் பெற்றது. அதேசமயம் இக்குழு பலவகை சமூக அரசியல் பின்னணிகளில் இருந்து வந்தவர்களின் கூட்டாக இருந்தமையால் நவீனக் கவிதை அது செயல்பட்ட காலத்தின் குரலாகவும் அமைந்தது.

இன்னொன்று தமிழ்நாட்டு நவீனக் கவிதை 'நவீனத்துவக்' கவிதை. தனிமனிதனை அலகாக்கி உலகையும் காலத்தையும் நோக்கும் அதன் நோக்கு அதன் வடிவை உருவாக்கியது. செறிவு அடர்த்தி மற்றும் ஒழுங்கு என்ற நவீனத்துவ வடிவ உருவகம் அதன் ஆக்கத்தில் பெரும் பங்காற்றியது. நவீனத்துவ நோக்கின் அடிப்படை இயல்பு என்பது விலகிய விமரிசன நோக்கு ஆகும். உணர்ச்சியின் சமநிலை கொண்ட வடிவம் என்பது இதன் அடுத்த படி. கவிஞன் நேரடியாக கவிதையில் தன் உணர்வுகளை வெளிப்படுத்துவது நவீனத்துவத்தின் இயல்புக்கு மாறானது. அவன் அதற்கு சாட்சி மட்டுமே. அவன் காட்டும் உலகை வாசகன் காணும்போது வாசகனில் எழும் உணர்ச்சிகளும் விமரிசனங்களும் மட்டுமே முக்கியமானவை. ஆகவே அவன் கவிதையில் அழுவதும் கொதிப்பதும் கொந்தளிப்பதும் இல்லை. அவனது கவிதை அழவைப்பதோ அறைகூவுவதோ இல்லை.

நேர் மாறாக ஈழக்கவிதை பெரும்பாலான தருணங்களில் மக்கள் இயக்கமாக இருந்தது. அதற்கான அரசியல் சமூகக் காரணங்கள் அங்கு இருந்தன. தமிழ்நாட்டுக் கவிதைக்கு மாறாக அங்குள்ள கவிதைக்கு எப்போதுமே முன்னிலை தெளிவாக உருவகிக்கப்பட்டுள்ளதைக் காணலாம். தமிழ்நாட்டு நவீனத்துவக் கவிதை தனக்குத்தானே பேசுகிறது, அந்தரங்கக் குறிப்பு வடிவில் உள்ளது. ஈழக்கவிதை முன்னால் கூடியுள்ள வாசகர்களிடம் பேசுகிறது. அது ஓர் உரை அல்லது உரையாடல். கவிதைப்பயிற்சியோ பலசமயம் கவித்துவ நுண்ணுணர்வோ இல்லாத திரளிடம் அது உரையாடியது. ஆகவே அது குறிப்புணர்த்தலுக்கு நேர் எதிரான திசையில் சென்று அறிவுறுத்தவும் தொடர்புறுத்தவும் முற்பட்டது. பல நல்ல ஈழக்கவிதைகள் கூட கூறியவற்றையே மேலும் கூறுகின்றன. கவியரங்குகளில் பெரும் கூட்டத்தின் நடுவே அவற்றை வாசித்தால் கூட எளிதாக வாசகனைச் சென்றடையும் அவை.

ஈழக்கவிதைகள் நவீனத்துவக் கவிதைகள் அல்ல. அவை போராடும் சமூகத்தில் பிறந்தவை, ஆகவே பெரும்பாலும் இலட்சியவாதத் தன்மை கொண்டவை. கற்பனாவாதம் (ரொமாண்டிசிசம்) தான் இலட்சியவாதத்தின் அழகியல் வடிவம். ஆகவே இயல்பாகவே இக்கவிதைகளில் ஏறத்தாழ அனைத்துமே கற்பனாவாத அழகியல் கொண்டவையாக உள்ளன. இலட்சியவாதம் நன்னம்பிக்கை கொண்டது. நவீனத்துவம் நம்பிக்கையிழப்பின் இலக்கிய வெளிப்பாடு. ஏறத்தாழ ஒரே காலகட்டத்தில் வெளியான சுகுமாரனின் தொடக்ககால கவிதைகள், சேரனின் தொடக்க கால கவிதைகள் ஆகியவற்றை ஒன்றோடொன்று ஒப்பிட்டால் இந்த வேறுபாடு தெளிவாகவே புரியும்.

ஈழக்கவிதைகள் உடனடியாக தொடர்புறுத்தியாகவேண்டுமென்ற கட்டாயத்தாலேயே அந்த வடிவத்தைப் பெற்றன என்று எண்ணுகிறேன். உணர்ச்சிச் செறிவை சந்தம் எளிதாக ஊட்டும். சந்தத்தில் முழங்க மரபான சொற்கள் பெரிதும் உதவுபவை. அவ்வடிப்படையிலேயே முழக்கமும் அணியழகும் கொண்ட சொற்கள் தேவையாயின. பின்பு மேலும் மேலும் மக்கள் இயக்கமாக கவிதை ஆனபோது மக்கள் மொழியில் அதை அமைக்க வேண்டிய தேவை உருவாயிற்று. முழக்கம் மேலும் மேலும் பெருக வேண்டியதாயிற்று. முழக்கம் வெற்றோசையாக மாறியது.

ஈழக்கவிதையில் மேற்குறிப்பிட்ட இயல்புகளுக்கும் அவ்வியல்புகளின் வெற்றிக்கும் முதல் உதாரணமான கவிஞர் என நான் சு.வில்வரத்தினத்தைக் கருதுகிறேன்.

2

1985க்குப் பிறகு 'அகங்களும் முகங்களும்' என்ற தொகுப்பு மூலமாக சு.வில்வரத்தினம் தமிழ்நாட்டுக்கு அறிமுகமானார். ஆனால் அவர் இங்கே குறிப்பிடத்தக்க வாசக கவனத்தைப் பெற்றார் என்று கூற முடியாது. அதற்கான காரணம் இரண்டு. ஒன்று, அன்றைய சூழலில் ஈழ அரசியல் சூழ்நிலை சார்ந்து தமிழ்நாட்டில் கொந்தளிப்பான ஒருநிலை நிலவியது. ஈழ எழுத்துக்களை ஈழப்போரின் அறை கூவல்களாக மட்டுமே காணும் மனநிலை அதன் விளைவாக இருந்தது, நானும் அந்நிலையிலேயே இருந்தேன். அன்று வெளிப்படையாகப் பெருங்குரலெடுக்கும் கவிதைகள் மீது தமிழ்நாட்டு பொதுக் கவனம் குவிந்தது. ஓரளவு நுண்ணுணர்வு கொண்டவர்கள் இன்னும் சற்று செறிவான கவிமொழியில் நேர்மையான உணர்வுகளை வெளிப்படுத்திய கவிதைகள் மீது ஆர்வம் கொண்டார்கள். சேரனின் 'இரண்டாவது சூரிய உதயம்' வ.ஐ.ச.ஜெயபாலனின் 'நமக்கென்றொரு புல்வெளி' போன்ற தொகுப்புகள் விரிவான ஆர்வத்தை இத்தகைய தேர்ந்த கவிதைவாசகர் களிடம் உருவாக்கின. சு.வில்வரத்தினம் இந்த அலையில் கவனிக்கப் படாமலானார்.

அதேசமயம் கவிதையின் நுண்தளங்களைப்பற்றிய பிரக்ஞை கொண்ட தமிழ்நாட்டு வாசகர்கள், குறிப்பாக நவீனத்திய அழகியல் நோக்கை மையமாகக் கொண்டவர்கள், ஒட்டுமொத்த ஈழக்கவிதைகளையே ஒற்றைப்படையான உணர்ச்சி வெளிப்பாடுகள் என்று எண்ணினார்கள். இன்றும் என்ணுகிறார்கள். அலை அடங்கிய பின் எல்லா ஈழக்கவிஞர்கள் மேலும் மறுவாசிப்பு உருவானபோதுதான் சு.வில்வரத்தினம் கவனத்துக்குரியவரானார். இன்று தமிழ்நாட்டின் முதன்மையான கவிதை வாசகர்களில் பலர் ஒட்டுமொத்த ஈழக்கவிஞர்களிலேயே அவரே தலைசிறந்தவர் என்ற எண்ணம் கொண்டிருப்பதை கவிதை விவாதங்களில் கேட்டிருக்கிறேன். என் கணிப்பில் வெற்றிகரமான கவிதைகள் ஒப்புநோக்க குறைவு என்பதனால் சு.வில்வரத்தினம் சற்று பின்னகர்கிறார், ஆனால் ஈழக்கவிதையின் உச்சகட்ட வரிகள் சு.வில்வரத்தினம் வழியாகவே நிகழ்ந்தன.

ஈழத்தில் 1950ல் புங்குடுதீவில் பிறந்த சு.வில்வரத்தினம் மு. தளையகத்தின் இளைய தோழராக இலக்கியத்தில் நுழைந்தார். மு. தளையகத்தின் குறிப்புகளில் அவரது பெயரும் காணப்படுகிறது. 1970களில் கவிதைகள் வழியாக இலக்கியத்தில் நுழைந்தார். நவீன இலக்கியத்தை ஈழத்தில் அறிமுகம் செய்த 'பூரணி' முதலிய இதழ்களுடன் தொடர்புகொண்டிருந்தார். 2001ல் இவரது 'உயிர்த்தெழும்

காலத்திற்காக' என்ற முழுத்தொகைநூல் வெளியிடப்பட்டது. இப்போது திரிகோணமலையில் வசிக்கிறார்.

சு.வில்வரத்தினம் கவிதைகளின் சிறப்பியல்புகள் ஏற்கெனவே சொன்னபடி ஈழக்கவிதைகளின் பொதுவான சிறப்பியல்புகள்தான். அவை பெரும்பாலும் யாப்பை மீறி தனக்கென சந்த ஒழுங்கை மேற்கொண்டவை. செய்யுள்மொழியில் இருந்து பெரிதும் விலகாது இயல்பவை. நேரடியாக வாசகனிடம் பேசுபவை. உணர்ச்சிகளை தீவிரமாக வெளிப்படுத்துபவை. அத்துடன் நேரடியாக காட்சிகளை சித்தரித்துக் காட்டும் ஒரு நாடகத்தன்மையையும் பல கவிதைகளில் சு.வில்வரத்தினம் கையாண்டிருக்கிறார்.

சந்தத்தை நவீனக் கவிதை உதறியமைக்கு சில அடிப்படை காரணங்கள் உள்ளன. சந்தம் நேரடியான உணர்வெழுச்சியை உருவாக்குகிறது. அவ்வெழுச்சியில் சற்றேனும் பொய்மையோ பாவனையோ இருந்தால்கூட அவ்வுணர்ச்சி செயற்கையாக ஆகி கவிதையின் தரம் பெரிதும் சரிந்துவிடும். அதாவது உண்மையான உணர்வெழுச்சியை தீவிரமாக நிலைநாட்டும் சந்தம்தான் பொய்மையின் துளியை பூதாகரமாக்கிக் காட்டவும் செய்யும். அந்நிலையில் உண்மையிலேயே உணர்ச்சி பெருக்கெடுக்கும் தருணங்களுக்கு மட்டுமே உரியது சந்தம். அத்தகைய தருணங்கள் நவீனக் கவிதையில் மிகவும் குறைவு. வாழ்க்கையை ஐயத்துடனும் நிதானத்துடனும் நோக்கும் நவீனத்துவ அணுகுமுறை நவீனக்கவிதையின் பின்னால் உள்ளது. ஆகவே உணர்ச்சிகரமாகக் கவிதையை ஆக்கும், ஓரளவுக்கு கற்பனாவாதத் தன்மை கொண்ட கவிஞர்களுக்கு உரியது சந்தம். தமிழ்நாட்டுக் கவிதையில் பிரமிள், தேவதேவன் இருவரிலும் அவ்வப்போது அதைக் காணமுடியும்.

ஆனால் இரண்டாம்தரக் கவிஞர்கள் சாதாரணமாக சந்தத்தைப் பயன்படுத்துகிறார்கள். காரணம் அது கவிதையில் கட்டுமானத்தில் உள்ள குறைகளைப் போர்த்தி மூடுகிறது என்பதே. எந்தவிதமான கவித்துவக் கூறும் இல்லாத வெற்று கூற்றுகளைக்கூட சந்தம் கவிதை போல் ஆக்கிக் காட்டுகிறது. உதாரணமாக

> கடலை பாறை நெரிக்கும் வரையிலும்
> கடலின் கரங்கட் கேது ஓய்வு

(சிவசேகரம்)

என்னும் வரி மிக அபத்தமான ஒரு செயற்கைப் படிமத்தால் ஆனது. (ஒரு படிமம் செயற்கையானது என உணர்வது எப்படி? நல்ல படிமம் நேரடிக் காட்சியின் அனுபவத்திலிருந்து இயல்பாக கவிமனம்

தொடுவதன்மூலம் உருவானதாகவும் முதலில் ஒரு உண்மையான காட்சியை நம்மில் எழுப்பி அதன் பின்னர் அதன் பொருள்விரிவை நோக்கிக் கொண்டுசெல்வதாகவும் இருக்கும். அந்தப்பொருள் ஒரு குறிப்பிட்ட கருத்துப்புள்ளியைச் சுட்டுவதாக அல்லாமல் எண்ணும் தோறும் விரிவதாக இருக்கும். கடலைப் பாறை நெரிப்பது என்பது தந்திர புத்தியுடன் ஜோடிக்கப்பட்ட ஒரு ஒப்புமை. கண்ணால் பார்த்து அந்த சித்திரத்தை அடைய முடியுமா என்ன?) இத்தகைய ஒரு வரிமீது சந்தம் அமைக்கப்பட்டிருந்தால் ஒரு கவிதையை வாசித்த எழுச்சியை அதிக கவிதைப்பழக்கம் இல்லாத வாசகன் தற்காலிகமாக அடையக் கூடும். இவ்வாறு இரண்டாம்தரக் கவிஞர்களால் செயற்கையான முறையில் அதிகமாகப் பயன்படுத்தப் படுவதனாலேயே சந்தம் நவீனக் கவிதை வாசகர்களால் ஐயத்துடன் பார்க்கப்படுகிறது.

சு.வில்வரத்தினம் கவிதைகளின் முதன்மையான சிறப்பியல்பு அவை தங்கள் சந்தத்தை உண்மையான உணர்ச்சியிலிருந்து பெற்று அதை வாசகனில் நிலைநாட்டும்பொருட்டு கவிதையில் ஒலிக்கவிட்டுள்ளன என்பதே. அவரது மொத்தக் கவிதைகளிலும் செயற்கையான சந்தம் ஒலிக்கும் தருணத்தைப் பார்க்க இயலவில்லை என்பதையே அவரது முதன்மைத்தகுதியாக நான் காண்கிறேன். ஏராளமான கவிதைகளில் உணர்ச்சித்தீவிரம் நிகழாதபோது இயல்பாக எளிய உரைநடை நோக்கி வந்து அமைகிறார் சு.வில்வரத்தினம். தீயில் நெளிவு போல சொல்லில் சந்தம் நிகழும் பல அபூர்வமான ஆக்கங்கள் அவரது கவியுலகில் உள்ளன.

மெய்த்தலம்

மூண்டெழுகிறது நெருப்பு
முடுகி முடுகி எரிகின்றது
ஒருபொறிதான் உள்விழுந்தது
உலகே பற்றி எரிவதென
ஓங்கி எரிகின்றது
கீழிருந்து மேலெழுகிற சோதி
ஆளுகின்றதா? எனது
போக்கும் வரவும்
புணர்வுமெரிகின்றதா?
சிற்றறிவாலும் நினைவுகளை
சீண்டியழித்துச் செயலை முடுக்கி
தூண்டும் சுடரொளியான
சுதந்திரப் பிழம்பாய்

மூண்டெழுகிறது
நெருப்பு
மேலே மேலே இன்னும் மேலே
வாலின் நுனியை ஊன்றியெழுந்து
வளர்பிறை நிலவைக் குறிவைத்து
தூவெளி வானில் சோதி சுடர்த்தி
நீலநிறத்துச் சுவாலையை வீசி
சீறியெழுகின்ற அரவென நெளிதரு
நடனம் நடனம் தீயளி நடனம்!
நர்த்தனமாடும் அக்கினி வீச்சம்
அக்கினியாளே அக்கினியாளே
நர்த்தனமாடிடும் அக்கினியாளே
சிற்பரமென மெய்த்திரள் நிலவை
சுடர் நா நீட்டி கொத்திய கொத்தில்
பொத்தல் விழுந்து பொழியுது பொழியுது
முட்டி நிரம்பிய மூவா அமிழ்தம்
மெய்த்தவமாகி மிளிருது உலகம்.

சு. வில்வரத்தினத்தின் இந்தக் கவிதை தமிழில் ஆக்கப்பட்ட சிறந்த படைப்புகளில் ஒன்று. இதன் சந்தம் எழும் விதத்தை கவனிக்கலாம். தீயைப்போலவே மெல்ல மெல்ல பற்றி ஏறுகிறது. முதல் பத்தியில் அதற்கான நிதானமான சொற்கள் சந்தமில்லாது ஒலிக்கின்றன.

கீழிருந்து மேலெழுகிற சோதி
ஆளுகின்றதா? எனது
போக்கும் வரவும்
புணர்வுமெரிகின்றதா?

என சந்தம் மெல்ல ஒலிக்கத் தொடங்குகிறது. தீ அசைந்தாடத் தொடங்குவதைப்போல. பின்னர்

மேலே மேலே இன்னும் மேலே
வாலின் நுனியை ஊன்றியெழுந்து...

என்ற தொடக்கத்தில் சந்தம் வேகம் கொள்கிறது.

அக்கினியாளே அக்கினியாளே
நர்த்தனமாடிடும் அக்கினியாளே

என அதிவேகம் கொண்டு தாண்டவமாடி மெல்ல அடங்கியபின்

மெய்த்தவமாகி மிளிருது உலகம்.

என்ற முடிப்பில் மென்மையாக அதிர்ந்து முத்தாய்ப்பை வைக்கிறது.

குமரிமாவட்டத்து சிறுதெய்வக் கோயில்களில் நெருப்புமூட்டி கொடுக்கப்படும் பலிகொடைகளில் உடுக்கு அல்லது துடியும் வாசிப்பதுண்டு. அவ்வொலியைப் பின்னணியாகக் கொண்டு தீயின் நடனத்தைப் பார்க்கையில் தீயின் தாளமே உடுக்கொலியாக ஆனதா என்ற எண்ணம் ஏற்படுவதுண்டு. இக்கவிதையில் உடுக்கு ஒலிப்பதை வாசகர் கேட்க முடியும். உடுக்கு இரண்டாவது பத்திமுதல் ஒலியெழுப்பி உச்சம் கொண்டு கடைசி வரியில் அடங்குகிறது.

பொத்தல் விழுந்து பொழியுது பொழியுது

முட்டி நிரம்பிய மூவா அமிழ்தம்

தத்தத் தகதிமி தகதிமி தகதிமி

தத்தத் தகதிமி தாதா தகதிமி

என கச்சிதமாக உடுக்கின் உச்சகட்ட 'வாய்த்தாரி' நிகழ்ந்திருப்பதைப் பார்த்து வியந்தேன்.

இந்த சந்தமானது இக்கவிதையின் பொருளுக்கும் உணர்ச்சிக்கும் ஏற்ப பிரிக்க ஒண்ணாதபடி கலந்துள்ளது. எளிமையான ஒரு கருத்தையோ சாதாரணமான ஓர் உணர்வையோ சொல்லும்பொருட்டு இக்கவிதை நிகழவில்லை. இதன் அடிப்படைத்தூண்டுதல் தீ என்னும் முதற்பெரும் இயற்கை நிகழ்வை நோக்கிய ஆதிமனித மனம் கொண்ட அதே எழுச்சிதான். சாமவேதத்தின் ஆக்னேய காண்டத்தை நோக்கும்போது தீயின் விந்தையில் தோய்ந்த புராதன நெஞ்சம் அதனூடாக எண்ணற்ற கற்பனைகளை நோக்கி சிறகடித்தெழுவதைக் காண முடிகிறது. பருப்பொருட்களை நுண்மையும் இன்மையும் ஆக்கும் வல்லமை அது. ஒளியே உடலானது. நிகழ்வே இருப்பானது. ஒருகணமும் நிலை கொள்ளாதது. மண்ணிலிருந்து விண்ணுக்கு ஓயாது தாவி ஏறுவது. விண்ணை மண்ணில் இணைப்பது.

அக்கினியே

நீயே காவலன் நீயே சத்தியன்

நீயே புனிதன்

எங்கும் படர்பவன்

எங்கும் சுடர்பவன்

கவிஞர் உன்னை எண்ணுகின்றனர்

உன்னை அழைக்கின்றனர்.

அக்கினியே

தூய்மைசெய்பவனே

வாழ்வில் விளக்கமும்

விரும்பும் செல்வமும்

நல்வழிசேர் புகழும்

எங்களுக்கு அளிக்க வருக!

என்று சாமவேத ரிஷிகள் விரூபரும் சுனக்ஷேபரும் அழைக்கும் அதே அக்கினி நூற்றாண்டுகளாக நம் கவிதையில் எரிந்துகொண்டே இருக்கிறது. பாரதியில், பிரமிளில், தேவதேவனில்.

ஜ்வாலையின் நாட்டியம்

அழைக்கிறது என்னை

(எம்.யுவன்)

என இன்றைய நவீனகவிஞனின் குரலில் அதே ஆதிப்பெரும் அழைப்பு தான் ஒலிக்கிறது. ஏன்? தீஒரு ஜடநிகழ்வு மட்டுமல்ல. அதைக் காணும்போது மானுட அகம் அறியும் தீ ஒன்று உண்டு.

உக்கிரம்

தீயாயிற்று

(விக்ரமாதித்தன்)

என்று கவிஞனே அதைக் கண்டடைகிறான். நெஞ்சின் உக்கிரத்தின் நேரடி வெளிப்பாடாக உள்ளது நெருப்பு. அந்த உக்கிரத்தின் ஒரு சொல்நிகழ்வாக சொல்லில் எரியும் நெருப்பாக நிகழ்ந்துள்ளது சு.வில்வரத்தினம் எழுதிய இந்த கவிதை.

பிரமிள் கவிதைகளைக் குறித்த என் கட்டுரை ஒன்றில் பிரமிளின் தனித்தன்மை அவர் மரபின் மௌனமான அக நீட்சியாக, வளர்ச்சியாக தன் கவிதையை நிறுத்திக் கொண்டதன் மூலம் உருவானது என்று சொல்லியிருக்கிறேன். தமிழின் நவீனத்துவக் கவிதை தன் தொல்மரபை முற்றாக அறுத்துவீச முயன்று, தன் அந்தரங்க மரபாக ஐரோப்பியக் கவிதையை வரித்துக்கொண்டு செயல்பட்டமையால் தமிழ் மரபு அளிக்கும் மாபெரும் குறியீட்டுப்பெரும்புலம் ஒன்றை முற்றாக இழந்தது. அதன் விளைவாக நுண்ணிய அகவெளிப் பாடுகளைச் சொல்ல அது அந்தரங்கப்படிமங்களை நோக்கி நகர நேர்ந்தது. ஆகவே அதன் தொடர்புறுத்தும் தன்மை குறைந்து

தனிநபர்சார்ந்த குரலாக மட்டுமே அது நிற்கநேர்ந்தது. பிரமிள் தன் கவிதைகளை மரபின் குறியீட்டுப்புலத்தை உள்வாங்கி ஆக்கியதன் காரணமாக ஆழமும் விரிவும் கொண்ட ஒரு தளம் அவர் கவிதைகளுக்கு நிகழ்ந்தது. உதாரணமாக தெற்குவாசல் கவிதையை எடுத்து விளக்கியிருந்தேன். (உள்ளுணர்வின் தடத்தில். தமிழினி பிரசுரம்)

சு.வில்வரத்தினம் குறித்தும் அதே வரிகளை சொல்லமுடிகிறது என்பது மிக முக்கியமானது. அவரது கவிதைகள் நவீனத்துவ குணங்கள் அற்றவை. மரபின் நவீன கால நீட்சியாக ஒலிப்பவை. மரபு உருவாக்கிய குறியீடுகளின் பின்புலத்தில் வேர் பரப்பி சாரத்தை உறிஞ்சிக் கொள்பவை. அவை கொண்டுள்ள உணர்வெழுச்சி இயல்பாக வாசக மனத்தை எட்டுவதும் இதனாலேயே. வாசக மனம் இயல்பாகவே அது உருவாகி வந்த பண்பாட்டுப் பின்புலத்தில்தான் பதிந்துள்ளது. அம்மரபின் குறியீடுகளாலேயே அது ஆக்கப்பட்டுள்ளது. ஒரு சமூகம் உருவாக்கிக் கொள்ளக்கூடிய பெரும் செல்வமென்பது அதற்கே உரிய குறியீடுகள்தான் என்று படுகிறது. வாழ்க்கையின் அலைகள் வழியாக அது குறியீடுகளை தொகுத்து மறு தொகுப்புசெய்து முன்வைத்தபடியே உள்ளது. உண்மையில் பண்பாடு என்று நாம் சொல்வதே இத்தகைய குறியீட்டுப் பெரும் தொகுப்பைத்தானோ என்ற எண்ணம் ஏற்படுகிறது. அக்குறியீட்டுப்புலத்தை புறக்கணிப்பவன் தன் பண்பாட்டையே புறக்கணிக்கிறான்.

இந்தக் குறிப்பிட்ட கவிதையில் சு.வில்வரத்தினம் சைவ மரபின் தனிக்குறியீடுகளை மீளாக்கம் செய்திருப்பதைக் கவனிக்கலாம். இதன் மூலமே இக்கவிதையின் உண்மையான சாரம் வாசக மனதை எட்டுகிறது. சைவ – யோக மரபில் உயிர், அல்லது உள்ளார்ந்த ஆற்றல் எப்போதுமே நெருப்பாகவே சுட்டப்பட்டுள்ளது. மூலாதாரம் முதல் ஒன்பது ஆற்றல் மையங்களில் எரியும் அக நெருப்பாக. தன்னுள் பொறியாக விழுந்தெழும் நெருப்பைச் சொல்லித் தொடங்கும் இக்கவிதை மேலும் இரு முக்கியமான படிமங்களை மரபிலிருந்து எடுத்து கையாள்கிறது. ஒன்று அந்நெருப்பு சென்று தொட முயலும் கீற்று நிலா. சகஸ்ராரம் என்றும் அமுதகலை என்றும் மரபு குறிப்பிடும் உச்சப் புள்ளி ஒன்றை அது குறிப்பால் உணர்த்துகிறது. ஈசன் சிரமணிந்த பிறையாகவும் அது உள்ளது. ‘சிற்பரமென மெய்த்திரள் நிலவு’ என கவிஞரே அதை மேலும் விளக்கவும் செய்கிறார். இரண்டு பாம்பு. மூலாதாரம் (அல்லது காமத்திற்கான ஆற்றல் மையம்) என்னும் முதற்புள்ளியில் தன்னைத்தான் விழுங்கி சுருண்டு கிடக்கும் பாம்பாக அதன் நெருப்பை யோக மரபு உருவகிக்கிறது. சுருளவிழ்ந்த பாம்பு நெருப்பாகி இரட்டை நாநீட்டி படர்ந்தேறுகிறது. சகஸ்ராரத்தை தீண்டி

எழுப்பும்போது அதன் விஷமே அமுதமாகிறது. ஈசன் கழுத்தின் நச்சரவாக அதை மரபு உருவகித்துள்ளது.

கவிதையை மேன்மேலும் விளக்கும் அபாயகரமான எல்லைக்குச் செல்ல விரும்பவில்லை. தன்னுள் சுடராகி தன்னையும் சூழலையும் எரித்து எரிந்து தாண்டவமாடி எழும் நெருப்பு வால்நுனி ஊன்றி பத்தி விரித்து நா நீட்டி எரிந்தாடும் பாம்பாக மாறி நிலவைக் கொத்தி அமுதமழையாக பொழியும் கணமே இக்கவிதையால் தொடப் பட்டுள்ளது. உலகை மூடும் 'மூவாத' அமுதத்தின் ஒருதுளியைச் சொல்லால் தொட முயலும் எழுச்சி. இத்தகைய பெரும் உணர்வெழுச்சியுடன் இயல்பாகவே கலந்துள்ளதனால்தான் சந்தம் இக்கவிதையின் பெரும் வல்லமையாக ஆகிறது. நெருப்பு குறித்த காட்சிசார்ந்த அகச்சித்திரங் களுடன் கேள்விசார்ந்த ஓர் அகச்சித்திரத்தையும் அளிக்க இக்கவிதைக்கு உதவுகிறது சந்தம். சு.வில்வரத்தினம் கவிதைகளின் சந்தத்தன்மை இத்தகையது.

3

உணர்வுகள் நேரடியாக வெளிப்படும் கவிதைகளை ஐயப்பட நவீனத்துவம் நம்மைப் பயிற்றுவித்துள்ளது. நவீனத்துவம் உலகிற்களித்த கொடையே அதுதான், ஐயப்படுதல். உணர்வுகளை, கொள்கைகளை, கோட்பாடுகளை, அமைப்புகளை. ஒற்றைப்படையான உணர்ச்சிவேக மென்பது மனம் இயங்கும் பலகூறான சலனத்தில் ஒன்றை மட்டும் முதன்மையாக்கி பிறவற்றை அழுத்தி மௌனமாக்கி செயற்கையான உச்சநிலைகளை உருவாக்குவதன் மூலம் உருவாவது என்று அது நமக்குச் சொன்னது. 'அச்சம் தவிர்' 'ஆண்மை தவறேல்' என கற்பனாவாதம் அறைகூவும்போது (பாரதி, புதிய ஆத்திச்சூடி) 'என்ன அது, போலீஸ்காரருக்கான நடவடிக்கை கிரமமா?' என்று நக்கல் செய்வது அது (புதுமைப்பித்தன் கட்டுரைகள்). 'வாய்மையே வெல்லும்' என்ற பெருவாக்கியத்தின் நடுவே அடைப்புக்குள் 'சிலசமயம்' என்று சேர்ப்பது (சுஜாதா). உணர்ச்சிகரத்தின் அடிப்படை யாக அமையும் அறம், அன்பு, கருணை, விடுதலை, மரபின் பெருமை, தேசியம் போன்ற அனைத்து கருத்தாக்கங்களையும் அது ஐயப்படுகிறது. ''எனக்கும் தமிழ்தான் மூச்சு, ஆனால் பிறர்மேல் அதை விடமாட்டேன்'' (ஞானக்கூத்தன்) அன்று அது அத்தகைய எழுச்சிகளை பகடி செய்கிறது.

இத்தகைய சூழலில் காற்றில் கற்பூரம் என உணர்ச்சிகரம் ஆவியாகி விடுகிறது. சென்ற காலங்களில் தமிழில் தீவிரக்கவிதைச்சூழலில் மிகையுணர்ச்சி சார்ந்த கவிதைகள் எழுதப்பட்டது மிகமிகக் குறைவு.

அப்படி வெளிப்பட்டவைகூட காமத்தின், காதலின் தாபம் சார்ந்தே நிகழ்ந்துள்ளன, பிரமிளின் மோகினி போன்று. காமம் அந்த அளவுக்கு உக்கிரம் கொள்ளும்போது காமம் அல்லாமலாகி, ஒரு வகை படிமத்தன்மை கொண்டு, மேலும் ஆழமான சிலவற்றைக் குறிக்கத் தொடங்குகிறது.

'கருகாத தவிப்புகள் கூடி
நாவின் திரிபிளந்து
அணையாது எரியும்
ஒரு பெயர் நீ ' (பிரமிள்)

போன்ற வரிகளில் உள்ள 'நீ' ஒரு பெண்ணாக, காதலியாக இருக்க வேண்டுமென்பதில்லை, அவ்வரிகளை பொறுத்தவரை.

தமிழ்நாட்டில் வானம்பாடிகள் பாடிய 'நெம்புகோல்' கவிதைகளை இங்குள்ள தேர்ந்த வாசகர்கள் எள்ளி நகையாடி புறக்கணித்தனர். அக்கவிதைகளில் புகைந்த நெருப்பு வெறும் காகிதச் சிவப்புதான் என்பதை அக்கவிதைகளே ஒவ்வொரு கணுவிலும் காட்டிக் கொடுத்தன. கவிதை காட்டும் உணர்வெழுச்சியை மிகை என்று தள்ளிய அதே தமிழ் வாசகச் சூழல்தான் சேரனின்

முகில்கள் மீது
நெருப்பு
தன் சேதியை எழுதியாயிற்று
இனியும் யார் காத்துள்ளனர்?
சாம்பல் பூத்த தெருக்களிலிருந்து
எழுந்து வருக!

(இரண்டாவது சூரிய உதயம்)

போன்ற வரிகளைக் கொண்டாடியது. காரணம் அந்த உணர்ச்சிகள் அக்கணங்களில் உண்மையாக இருந்தன, அவ்வரிகளில் அந்த உண்மையான வெம்மை சுட்டது என்பதே. பெரும்பாலான சு.வில்வரத்தினம் கவிதைகளில் வெளிப்படும் உணர்ச்சித்தீவிரத்தை இப்படித்தான் புரிந்துகொள்ள வேண்டியுள்ளது. அக்கவிதைகள் அதை நியாயப்படுத்தும் உண்மையான மன எழுச்சியை தன் வரிகளில் கொண்டுள்ளன.

'தாயவள்
தமிழ்தம் உணத்தந்த கலைத்தெய்வம்
பூண்டிருந்த வெள்ளைப்பணியெல்லாம் புகை படர

ஆயகலைகளெலாம் அவளைசூழ நின்று

பாலுக்கிரந்த பரிபாடலை

நான் எப்படிப் பாடுவேன்...'

என்று சு.வில்வரத்தினம் பாடும்போது தமிழ்மைய அரசியல் கூப்பாடுகளின் வெற்றோசை கண்டு சலித்திருக்கும் தமிழ்நாட்டு வாசகனுக்கும் அவ்வரிகளில் இருந்து ஓர் ஆதி மன எழுச்சி எழுந்து வருகிறது. மரபை முற்றாக தவிர்த்துச் செல்லும் தமிழ்நாட்டு நவீனத்துவ வாசகனுக்குக் கூட 'தமிழ்தம்' என்ற பழஞ்சொல்லாட்சி தித்திக்கிறது. ஆம், கவிதை அதை ஆக்கியவனின் உள்ளத்தை பிரதிபலிக்கும் வெறும் வரிவடிவம் மட்டுமே.

சு.வில்வரத்தினம் கவிதைகளின் முதன்மையான பலம் இத்தகைய உண்மையான உணர்ச்சிகள்தான் என்று படுகிறது. அந்த உண்மை என்பது ஒருவன் தன் நெஞ்சுக்கு முன் நிமிர்ந்து நிற்பதிலிருந்து வருகிறது. அந்தரங்கமான எழுத்தின் முதல் அடையாளமே அதுதான். தன்னை ஒரு அமைப்பின், கோட்பாட்டின், அல்லது புறத்தே உள்ள ஏதோ ஒன்றின் குரலாக நிறுத்திக் கொள்கையில்தான் அக உண்மை மீது கறைபரவுகிறது. கலைஞனின் குரலில் உண்மை மறைந்து பாசாங்கின் நிழல் பரவுகிறது. பல சமயம் இந்நிலையிலேயே படைப்பாளியின் குரல் தேவைக்கு மேல் உரத்து ஒலிக்கிறது. சு.வில்வரத்தினம் அவரது அனைத்து கவிதைகளிலும் அந்தரங்கமாக தன் அகம் முன் நின்றிருப்பதை உணர முடிகிறது. இனவிடுதலைப் போராட்டம் நடைபெறும் ஈழச்சூழலில் நின்றபடி அவ்வழிவுகளையும் துயரங்களையும் பாடும் கவிஞராக இருக்கும்போதுகூட அமைப்புசார்ந்த நோக்குகளையும் பொதுமைப்படுத்தப்பட்டு பிரசாரம்செய்யப்படும் கருத்துகளையும் பெரும்பாலும் விலக்கி தன் அந்தரங்க நோக்கையே கவிதைகளில் முன்வைக்கிறார். போரின் அழிவைச்சொல்லும் கவிதைகளில் கவிஞனின் உள்ளப்பதைப்பும் கொதிப்புமே வெளிப்படுகிறது. காற்றுக்கு வந்த சோகம், சற்றுமுன்பு வரையிலும் இது பறவைகளின் சரணாலயமாக இருந்தது போன்ற கவிதைகளில் அழிவைக்காணும் கவிநெஞ்சின் தவிப்பையே உணர முடிகிறது. நாளை என்றோ ஒருநாள் இப்போரும் இதன் அழிவுகளும் பொய்யாய் பழங்கதையாய் மெல்லப் போனபின்னரும்கூட இக்கவிதையின் இந்த தவிப்பு சாஸ்வதமாக சொல்லில் துடித்தபடி நிற்கும் என்று படுகிறது.

அவ்வாறு ஒருவன் தன் அகம் முன் நிற்கும்போது அவனால் தன் மரபை நிராகரித்துவிட முடியாதென்று நான் எண்ணுகிறேன். அவனது அகம், அதன் ஆதாரப்படிமங்கள், அவனுடைய சிந்தனையும் ஆளுமையும் உருவாவதற்குள்ளேயே அவனுள் சூழலால் செலுத்தப்பட்டிருக்கும்.

அவனது அகம் மரபின் ஆழ்படிமங்கள் (ஆர்கிடைப்) வழியாகவே இயங்கும். அவன் பிரக்ஞைபூர்வமாக தன் மரபை விலக்கி எழுதுவானென்றால் அந்த ஆழ்படிமங்களின் அச்சில் போட்டு தன் அந்தரங்கப் படிமங்களை வார்த்து எடுக்க முயல்வான். அதேசமயம் தன் மரபை அப்படியே மீண்டும் தன் சொற்களில் வெளிப்படுத்துபவன், மரபின் எதிரொலியாக மட்டுமே இலங்குபவன் ஆளுமையற்றவன். பெரும்பாலும் இவர்கள் வெற்று அறிஞர்கள். சு.வில்வரத்தினம் கவிதைகளின் முதன்மையான வலிமை அவரது கவிமனம் இயல்பாகவே தன் சைவப்பெருமரபுடன் இணைந்துகொள்ளும் விதமும், அதை தன் ஆளுமைக்கேற்ப மறு ஆக்கம் செய்தெடுக்கும் படைப்பூக்கமும்தான்.

சு.வில்வரத்தினம் கவிதைகளில் சைவமரபுடனான தொடர்ச்சி இரு வகைகளில் வெளிப்படுகிறது. ஒன்று, மரபின் ஆழ்படிமங்கள் நேரடியாகவும் உருமாறியும் அவரது கவிதைகளில் இடம்பெற்று அவற்றை அடுத்த கட்டத்துக்குக் கொண்டுசெல்கின்றன.

> தாண்டவனே தழலேந்திய செங்கையில்
> யாண்டும் உயிர்த்திருப்பேனாக
> எதனுள்ளும் உயிர்த்தணலாகிய
> சங்கரனே

என்று நேரடியாக சிவனும் உமையும் தோன்றும் கவிதைகளும்

> 'பெருங்குடமுழுக்காட்டுவதுபோல கொட்டிற்று வானம்'

என படிமங்களுக்குள் நுட்பமாக உருமாறி வெளிப்படும் கவிதைகளும் அவரது ஆக்கங்களுக்குள் ஏராளமாக உள்ளன. ஒரு எளிய அந்தரங்கப்படிமம் சென்றடையாத இடங்களுக்கு இத்தகைய ஆழ்படிமங்கள் (அல்லது தொல்படிமங்கள்) இயல்பாகவே சென்றடைகின்றன. காரணம் நீண்டநாட்களாக இவற்றின் மீது நம் சமய, தத்துவ மரபானது அர்த்தங்களை படியவைத்தபடியே உள்ளது.

> எண்ணிறந்த யுகங்களை
> எரிமூட்டிப்பெற்ற விபூதிக்குப்
> பின் மின்னும் தணல்...

என்று சு.வில்வரத்தினம் சிவனின் மூன்றாம் விழியை சொல்லுமிடம் மரபில் இயல்பான பயிற்சியுடையவர்களுக்கு அளிக்கும் பொருள் விரிவு வியக்கத்தக்கது. காலங்களை எரியால் அழித்து அச்சாம் பலையே அணியாகக் கொண்டு ஆடும் சிவனுக்கு அவ்வெரிவிழியே

உயிர்த்தெழுந்து எரியும் முதற்கனலாக எஞ்சுவதென்பது பல கோணங் களில் கற்பனைகளை விரியச்செய்கிறது. 'என்ன நிகழ்ந்திருக்கும் அந்த ஒற்றை விழிக்கு' என்ற ஆற்றாமையுடன் தொடங்கி 'காத்திருப்பது அதுவா அல்லது காலாதிகாலமாய் அதை தொலைத்துவிட்டு புதுச்சுவடு தேடி நடக்கிற பிரக்ஞையின் முதிர்வா?' என வியந்து அலையும் அக்கவிதைக்கு இந்த இறுதிப்பெரும்படிமம் அளிக்கும் அர்த்தத் தளத்தை கவனிக்கும்போது இதன் சாத்தியங்கள் தெளிவாகும்.

மரபிலிருந்து சு.வில்வரத்தினம் பெற்ற அடுத்த வலிமை சைவ பக்திக் கவிதைகளிலிருந்து எடுத்தாண்டும் மறு ஆக்கம்செய்தும் அவர் வளர்த்தெடுத்துள்ள செழுமையான கவிமொழி ஆகும். பல்லாயிர மாண்டுகளாக தமிழ் செய்யுளில் புழங்கி ஆற்றோட்டத்தின் அடியில் கிடக்கும் கூழாங்கற்களென சொற்களை மெருகேற்றியிருக்கிறது. அப்பெருஞ்செல்வத்தை நாம் உரைநடையில் எழுதும்போது தவிர்க்கமுடியாதபடி இழந்துவிடுகிறோம். இசையும் மொழியும் இயைந்த பக்திகாலகட்டத்தில்தான் தமிழின் ஒலியழகு அதன் உச்சத்தை அடைந்து. கம்பனில் தொடங்கி ஆண்டாளில் உச்சமடைந்த இக்காலகட்டத்தின் நிழல்களாக குமரகுருபரர், திரிகூடராசப்ப கவிராயர் வரை சந்தமே ஒரே அழகாக அமைந்த கவிதைகளின் காலகட்டமொன்று வந்தது. இதை நாம் சிற்றிலக்கியக் காலகட்டம் என்கிறோம். சு.வில்வரத்தினம் இந்த மரபின் சாரத்தை, பெரும்பாலும் சைவ பக்திக் கவிதைகள் வழியாக எடுத்துக் கொண்டிருக்கிறார் என்று படுகிறது.

> நாதப்பறைமுழங்க
> நடனித்துக் கழல்கள் குரைசலிட
> பாதத்திறம்பாடி எழுகின்ற பார்வதி

போன்ற வரிகளில் மொழியும் இசையும் முயங்கிய பெரும்பக்திமரபின் அழகிய தமிழாடலை காண்கிறோம்.

சு.வில்வரத்தினம் கவிதைகளை வாசிக்கவைப்பது நாவுக்கும் காதுக்கும் இனிமையாக மாறும் இந்த சொல்லழகுதான். இந்த வகையில் பாரதிக்குப் பின் எழுதிய நவீனத் தமிழ் கவிஞர்களில் சு.வில்வரத்தினத்திற்கு இணையாக எவரும் இல்லை என்றே சொல்லத்துணிவேன். பிரமிள் தன் சிறந்த கவிதைகளில் அடையும் மொழியாட்சி உவகையூட்டுவதென்றாலும் அதில் அவ்வப்போது உருவாகும் சந்தப்பிழையும், மொழிக்கலப்பும் சிறு சிறு ஒவ்வாமை களை உருவாக்கியபடிதான் இருக்கும். தேவதேவன், யூமா வாசுகி ஆகியோரின் கவிதைகளில் இந்த மொழிநடனத்தின் அழகுகள் அவ்வப்

போது அடையப்பெற்றுள்ளன. சு.வில்வரத்தினம் கவிதைகளை மந்திரம் போல் சொல்லின்பம் கொள்பவையாக ஆக்கும் மையக்கூறு இதுவே.

சு.வில்வரத்தினம் கவிதைகளின் சிறப்புக் கூறுகளில் ஒன்று அவரது சிறந்த வரிகளில் மரபின் செழுமையான வரிகளின் ஒளியைக் காண்கிறோம் என்பது. அதிகாலைச் சூரியனை கோபுரகலசத்தில் வளைவின் செம்மையெனக் காண்பதுபோல! நவீனத் தமிழ் கவிஞர்களில் இக்குறிப்பிட்ட தனித்தன்மையை நாம் வேறு எவரிலும் காண முடிவதில்லை.

நீண்டெரிந்த கோடையில் தீக்குளித்த நிலமகளை
மழைமுழுக்காட்ட வந்தனை மாரி நீ வாழி!

என்ற வரிகள் நம்மைக் கவர்வதன் பின்னணியில், கண்டிப்பாக வெகுதொலைவில்தான், சிலம்பின் கானல்வரி உள்ளது.

இருளின் துயில் கலைகிறது
நீயோ இழுத்துபோர்த்தபடி
இன்னம் உறங்குதியோ!

என்ற வரிகளில் திருப்பாவை, திருவெம்பாவை பள்ளியெழுச்சிகளின் நினைவு. சிலசமயம்

எங்கள் முன்றிலும் எறித்த நிலவுமாடத்து
இன்புறு நாட்கள் எங்கே தொலைந்தன?

என ஏதோ ஒரு வரியை நினைவுறுத்தி அது எது என மனம் தொடர்ந்து தவிக்கச்செய்யும் ஓர் அனுபவமாகவும் அவரது வரிகள் உள்ளன.

அவரது முதற்தொகுதியில் சு.வில்வரத்தினம் தமிழகத்து வானம்பாடி மரபை நினைவுறுத்தும் ஆழமற்ற வெற்றொலி மேலெழுந்த கவிதைகள் பலவற்றை எழுதியிருக்கிறார். அக்கவிதைகளை இப்போது பார்க்கையில் அக்காலகட்டத்து அரசியல் கொதிப்புகளின் சாட்சியமாக அவை இருக்கும்போதே கவித்துவத்தை அடையமுடியாதவையாக இருப்பதையும் உணர முடிகிறது. அக்காலகட்டத்துக் கவிதைகளில் உணர்ச்சிகரமான உரைநடையை சந்தமில்லாது எழுதவும் அவர் முயன்றுள்ளார். எழுத்து கவிதைகளின் பாணியில் அமைந்த கோடை மட்டுமே இவ்வகைக் கவிதைகளில் ஓரளவேனும் அழுத்தத்துடன் அமைந்துள்ளது.

சொல்லெறிந்து மீண்டும் காக்கை
எதையோ குத்திக்காட்டுவதாய்...

என்னும் வரியில் அந்த ஈஸிசேர் அமர்தலின் நடுத்தரவர்க்கத்துச் செயலின்மைக்கு எதிரான சலிப்பும் சுயவெறுப்பும் அமைந்து கவிதையை இன்னொரு தளத்துக்கு நகர்த்துகின்றன.

அவரது பெருந்தொகையில் வேறு எந்த கவிஞனின் பெருந் தொகையிலும் உள்ளதுபோல சு.வில்வரத்தினத்தின் சில வெற்றிகளும் பல சரிவுகளும் நிறைந்துள்ளன. தொடக்க காலக் கவிதைகளில் உணர்ச்சிமயமான வெறும் ஒலி மிகுந்த எளிய ஆக்கங்கள் நிறைந்துள்ளன. பிற்காலக் கவிதைகளில் தன் கவித்துவ உச்சத்தை அடையும் முயற்சியில் அவர் கொண்ட சரிவுகள் மிகுந்துள்ளன. பலசமயம் இது தனக்கு ஏற்கெனவே வாய்த்த சிறந்த வரிகளை வேறு ஒருவகையில் மறு ஆக்கம் செய்வதனூடாக நிகழ்கிறது. பெரும் பாலான கவிஞர்கள் இயல்பாகவே செய்யும் பிழை இது. அம்மீட்டலின் போதுதான் சிலசமயம் ஒருதுளி நெருப்பு பற்றிக்கொள்கிறது. நவீனத் தமிழ்க்கவிதையின் சந்த அழகின் சிறந்த உதாரணங்களாக அமையும் கவிதைகளை அவருக்கு அளிக்கிறது அம்மெய்த்தருணம்.

4

ஒரு சிறந்த கவிஞன் தன் ஆகச்சிறந்த கவிதையை எப்படி அடைகிறான்? தன் எழுத்தினூடாக தனக்குரிய சிறப்பியல்புகளை அவன் கண்டடைகிறான். வானில் வட்டமிடும் தன் சொல் எந்தக் கோணத்தில் சிறகசைத்துத் திரும்பும்போது ஒரே கணத்தில் கவிதையின் செவ்வொளி பட்டு பொன்னாகிறதென அவன் அறிகிறான். அதையே தீராது மீட்டும் ஒரு கணத்தில் அது நிகழ்ந்து விடுகிறது. உடல்கீறிவந்து கிடக்கும் குழந்தைபோல. அது அக்கவிஞன் எந்த ஆதார விசைகளால் இயக்கப்பட்டானோ அவற்றின் தூல வடிவம். அவனை கவிஞனாக்கிய உந்துதல்களின் உச்சம். அது அப்பண்பாட்டின் ஒரு கணம். அவன் மொழியின் ஒரு சிகரம். வாழும் கவிதைமரபு கொண்ட ஒருமொழியில் பலர் கூடி பல கோணங்களில் பல்லாயிரம் வரிகளை ஆக்கும் ஒரு கூட்டுச்செயல்பாட்டின் ஒரு உச்சச் சந்திப்புப்புள்ளியாக அக்கவிதை பிறக்கிறது. அப்படி நான் கருதும் தமிழ்க் கவிதைகளில் ஒன்று சு.வில்வரத்தினம் எழுதிய இக்கவிதை

நெற்றிமண்

அம்மா
விழாக்காலங்களிலும்
விரத நாட்களிலும்

கோயில்களில்
அடியழித்துத் தொழுவது
ஓர் அழகு
கோயில் வீதிகளைச் சுற்றிசுற்றி
நெற்றிப்பிறை மண்ணில்
ஒற்றிடத் தொழுது எழுவாள்
மண்துகள்கள்
மின்னும்
புடமிட்ட பொன்னாக
பூமிப்பிறையாக
என் அம்மை
ஒற்றியெடுத்த
நெற்றிமண் அழகே
வழிவழி நினதடி தொழுதவர்
உழுதவர் விதைத்தவர்
வியர்த்தவர்க்கெல்லாம்
நிறைமணி தந்தவளே
உனக்கு பல்லாண்டு பல்லாண்டு
பல்லாயிரத்தாண்டு...

சு.வில்வரத்தினம் கவிதைகளின் பொதுவான சிறப்பியல்புகளனைத்தும் கூடி வந்துள்ளது இக்கவிதையில். எளிய உரைநடையில் தொடங்கி மெல்ல ஒலிக்கத் தொடங்கும் இயல்பான சந்தம் அவ்வுணர்ச்சியுடன் பிரிக்க இயலாதபடி முயங்கும் முறை, 'பூமிப்பிறை' போன்ற மரபின் செழுமைகொண்ட படிமங்கள், பல்லாண்டு பல்லாண்டு என முடிவதில் உள்ள பழங்கவிதையை நினைவுறுத்தும் அம்சம் என அவற்றைச் சொன்னபடியே செல்லலாம்.

அனைத்துக்கும் அப்பால் இக்கவிதையில் உள்ள சிறப்பம்சம் ஒன்றுண்டு. இதன் எளிமை. மகத்தான கவிதை மிகமிக எளியதாகவும் இருக்கும் என்பது என் கொள்கை. அப்படிப்பட்ட கவிதைகளினாலான என் சொந்தப்பட்டியல் ஒன்று உண்டு என்னிடம். கால இட எல்லைகளைக் கடந்த அடிப்படை மன எழுச்சி ஒன்றின் வெளிப்பாடு அத்தகைய கவிதை. மிக எளிதாக பறவை வந்து மரக்கிளையில் சிறகுமடக்கி அமைவதுபோல சொல்லாட்சிகள் மீது நிகழ்வது அது. அது மிக நவீனமானது, அதேசமயம் பழைமையின் எழிலின் இயல்பான நீட்சியாகவும் அது இருக்கிறது. நம் காலகட்டத்து கவிஞன் ஒருவன்

எழுதிய அவ்வரிகளை நம் மரபின் ஆகப்பழைய பெருங்கவிஞனும் சிறிய சொல்லாட்சிபேதங்களுடன் எழுதியிருக்கக் கூடுமென உணர்கிறோம். அதில் பகுத்தாய்வதற்கு ஏதுமில்லை. புரிந்துகொள்ள முடியாத மனத்தோய்வு ஒன்றை அதன் வரிகள் தொடர்ந்து எழுப்புகின்றன. சொல்லச் சொல்ல மந்திரம்போல் அதன் சொற்கள் நம்முள் ஒலிக்கின்றன. சிந்திக்கச் சென்றோமெனில் ஒவ்வொருமுறையும் நாமறியா இடங்களுக்குக் கொண்டும் செல்கின்றன. அன்னையும் மண்ணும் ஒன்றாகும் குழந்தைமை மிக்க கணமொன்றைத் தொட்டு சு.வில்வரத்தினம் அதை நிகழ்த்தியிருக்கிறார்.

ரத்தம், காமம், கவிதை : சேரனின் கவியுலகு

1

உலகளவில் கவிதைகளைப் பார்க்கும்போது விசித்திரமான ஒரு ஒத்திசைவை நாம் காணலாம். கவிதைக்கும் காதலுக்கும் நடுவே. நவீனக் கவிதை வட்டாரத்தில் பெரும்புகழ் பெற்ற இரு கவிஞர்களை எடுத்துக்கொள்வோம், பாப்லோ நெருதா, மயகோவ்ஸ்கி. இருவர் கவிதைகளையும் காதல் பாதி புரட்சி பாதி என்று பிரித்துக் கொண்டு விடலாம். தமிழில் உள்ள கவிஞர்களில் நம் கவனத்துக்கு உடனடியாக வருபவர்கள் சுகுமாரன், சேரன் இருவரும்தான். இருவர் நடுவேயும் ஏராளமான பொதுத்தன்மைகள் உண்டு. இதில் இந்த அம்சம் முக்கியமானது. இருவருமே புரட்சிகரத்தில் இருந்து காதலுக்கு நகர்ந்து சென்றவர்கள். காமத்துக்கு என்று இன்னும் திட்டவட்டமாகக் கூறலாம்.

கவிதை காதலையும் புரட்சியையும் ஒரே தொடுநுனியால் அறிகிறதா என்ன? எளிய விளக்கம் சொல்வது என்றால் இங்குள்ள கவிஞர்கள் பாப்லோ நெருதா முதலிய மேலைக்கவிஞர்களை முன்னுதாரணங்களாகக் கொண்டிருக்கிறார்கள் என்றும், அந்தக்கவிஞர்கள் உருவாக்கிய கவிதை வரைவு அப்படியே பின்தொடரப்படுகிறது என்றும் கூற வேண்டும். ஆனால் அது பொருத்தமானதல்ல. குறிப்பாக, சேரன், சுகுமாரன் போன்ற அசலான கவிஞர்கள் விஷயத்தில்.

உலகப்புகழ் பெற்ற புரட்சியாளர்களின் வாழ்க்கையைக் கூர்ந்து பார்க்கும்போதும் இது தெரிகிறது. அவர்களுடைய வாழ்க்கையையும் புரட்சி மற்றும் காதல் என்று இரண்டாகப் பிரித்துவிடலாம். சிறந்த உதாரணம் சே குவேரா தான். ஆக, புரட்சி என்பது காதலின் மன எழுச்சிக்கு மிக நெருக்கமானதாக உள்ளது. ஒன்று இன்னொன்றைத் தொட்டெழுப்புகிறது. காரணம் இரண்டுமே கற்பனாவாதம் சார்ந்தவை. இரண்டுமே இரண்டுவகை மன எழுச்சிகள்.

அந்த மன எழுச்சி உண்மையில் என்ன? புரட்சிக்காரன் அல்லாத என்னால் அதைப் புரட்சிகரக் கவிதைகள் வழியாகவே ஊகித்துக் கொள்ள முடிகிறது. அது வாழ்க்கையை உக்கிரப்படுத்திக் கொள்ளும் உணர்வுதான். ஆம், அது சாகஸத்தில் இருக்கும் மன எழுச்சிதான். சாகஸம் நோக்கி மனதைக் கொண்டு செல்லும் கற்பனாவாதம் தான் அது.

மனிதனுக்கு ஏன் சாகஸம் தேவைப்படுகிறது? ஏன் என்றால் அவனுடைய அன்றாட வாழ்க்கை மிகவும் அலுப்பூட்டுவதும் சாதாரணமானது மாகும் என்பதனாலேயே. வாழ்க்கை வெறிச்சிட்டு நகராமல் கண்முன் விரிந்து கிடப்பதைக் காணும் உத்வேகம் கொண்ட மனம் சாகஸத்தை நாடுகிறது. நூறுகுதிரைச் சக்தி கொண்ட இயந்திரத்துடன் ஒரு வாகனம் சாலையில் ஊர்ந்து செல்ல முடியாது. அதனுள் பொங்கும் சக்தி அதை இடித்துக் கொண்டிருக்கும். பயன்படுத்தப்படாத ஆற்றல் என்பது வீணான பெரும் சுமை. அச்சுமை அழுத்தமாக மாறுகிறது. அதற்கான வெளிப்பாட்டை நாடுகிறது. சிறு இடுக்கு கிடைத்தால்கூட விசையுடன் பீறிட்டு வெளிவருகிறது.

சாகஸம் இளமையுடன் தொடர்பு கொண்டுள்ளது. வாழ்க்கையின் வாய்ப்புகளுக்கு முன் விடப்பட்ட இளைய மனம் அதற்கு அளிக்கப்படும் எளிய வழிகளைத் தேர்வு செய்வதில்லை. தன் ஆற்றல் அனைத்தையும் வெளிப்படுத்தும் ஒரு வழியையே அது நாடுகிறது. ஏனென்றால் அக ஆற்றல் வெளிப்படும்போதே ஒருவன் தன்னைக் கண்டடைகிறான். மனிதனுக்கு நிறைவு என்பது தன்னை முழுமையாக உணரும் தருணங்களிலேயே உள்ளது. தன் அனைத்து ஆற்றல்களையும் திரட்டி ஒன்றை நிகழ்த்துகையில் மனிதனின் உச்சம் வெளிப்படுகிறது. சாகஸங்கள் அதற்காகவே நாடப்படுகின்றன. வாழ்க்கையனுபவங்களில் ஒரு வகையான 'பதப்படுத்தலை' அடைந்த பிறகு மனிதர்கள் அந்த வழியை நாடுவதில்லை. அவர்கள் கண்ணில் ஆபத்துகளே அதிகமாகப் படுகின்றன. பிரபஞ்ச இயக்கத்தின் முடிவற்ற தற்செயல்களில் உள்ள மனதைப் பேதலிக்கவைக்கும் சாத்தியங்கள் கவனத்தில் நிற்கின்றன. அவர்கள் தங்கள் எல்லைகளை உணர்ந்திருப்பார்கள். அதற்குள் தங்களை ஒதுக்கிக்கொள்ள முயல்வார்கள். ஜொனாதன் லிவிங்ஸ்டன் ஸீகல் வானத்தை அளவிடுவதை நிறுத்தி தன் சிறகுகளை மதிப்பிட ஆரம்பித்து விடுகிறது.

புரட்சிகரம் என்பது எப்போதுமே இளமையுடன் தொடர்பு கொண்டுள்ளது. சாத்தியங்களைவிட வாய்ப்புகளை நோக்கிக் கவனம் திரும்பும் காலகட்டத்திற்கு உரியது புரட்சிகரம். உலகமெங்கும் உள்ள புரட்சிகர இயக்கங்கள் அதன் உறுப்பினர்களுக்கு அளிக்கும் முக்கியமான

கவர்ச்சியே சாகஸம்தான் என்று கூறலாம். வலதுசாரி, இடதுசாரி கருத்துவேறுபாடுகளைக் களைந்து அனைத்து வகையான புரட்சிகரச் செயல்பாடுகளையும் ஒரே இடத்தில் நிறுத்தி அவற்றில் ஈடுபடுபவர்களின் தனிப்பட்ட மன அமைப்பை மட்டும் கவனத்தில் கொண்டு பார்த்தால் அவை அனைத்துமே சாகஸங்கள் மட்டும்தான் என்ற முடிவுக்கே நாம் வந்து சேர நேரும்.

புரட்சிகரமன நிலையை மூளைசார்ந்த சாகஸம் என்று வேண்டுமானால் வரையறை செய்யலாம். சாகஸங்களை மேலும் தீவிரமான காரணங்களுக்காக நிகழ்த்த முற்படுவதுதான் அது. உலகில் உள்ள எந்த ஒரு புரட்சிகர இயக்கமாவது அதில் உள்ள அபாயம் என்ற அம்சத்தை விலக்கிவிட்டு புரட்சிகரத்தை மட்டும் இளைஞர்களுக்கு வெற்றிகரமாக அளிக்க முடியுமா? அபாயத்தின் முடிவற்ற கவர்ச்சி இல்லாவிட்டால் புரட்சிகளே பொருளிழந்துவிடும். இதை உலக வரலாற்றில் பார்க்கலாம். ஒரு புரட்சிகர இயக்கம் அதன் அபாயகரமான நடைமுறைகளைக் கைவிட்டால் உடனே அது நீர்த்துப்போக ஆரம்பித்துவிடுகிறது.

சொல்லப்போனால் காதல் என்பதும் அதுதானே? காமத்தின் சர்வசாதாரணத்தன்மையே காதலைப் படைத்தது என்று ஒரு முரட்டுத் தனமான வரை யறை உண்டு. கற்பனாவாதத்தன்மை இல்லாமல் காதல் இல்லை. காதல் அனைத்து உணர்ச்சிகளையும் உக்கிரப்படுத்திக் கொள்கிறது, புரட்சியைப் போலவே. காதல் எந்நேரமும் உணர்ச்சிகளின் கொதிநிலையில் இருக்க விரும்புகிறது, புரட்சியைப் போலவே. காதலுக்கும் புரட்சிக்கும் கால்கள் இல்லை, சிறகுகள் மட்டுமே உள்ளன. சுதந்திரவெளியில் அவை ஒன்றை ஒன்று கண்டடைகின்றன.

சிறகுகள் தற்காலிகமானவை என்பதை இயற்கை நமக்குக் காட்டுகிறது. வண்ணமயமான சிறகுகளுடன் காற்றையும் ஒளியையும் துழாவிப் பறக்கும் சிறகுகளின் ஒவ்வொரு கணமும் நமது ஒவ்வொரு தினத்துக்குச் சமம். அந்த வாழ்க்கை நம் வாழ்க்கையைக் காட்டிலும் பலநூறு மடங்கு செறிவானது. அதேசமயம் அதன் ஒவ்வொரு கணத்திலும் அது நிலையற்றது என்ற எண்ணம் உள்ளது. அந்த நிலையின்மை குறித்த போதம்தான் அவற்றின் தீவிரத்தை அதிகப் படுத்துகிறது போலும். காதலும் புரட்சியும் எப்போதும் மரணத்தை அருகே வைத்திருக்கின்றன. மரணத்தை விதைத்துத்தான் தங்கள் அதிதீவிரமான கூற்றுகளை அவை முன்வைக்கின்றன. மரணத்தால் அடிக்கோடிடாவிட்டால் புரட்சிக்கும் காதலுக்கும் ஒளிமங்கிப் போகிறது. உணர்வெழுச்சியின் தற்காலிகத்தன்மையை மரணம் என்ற முடிவின் மூலம் அவை நிரந்தரப்படுத்திக் கொள்கின்றனவா என்ன?

2

சேரனின் கவிதைகளை, தமிழில் எழுதப்பட்ட அசலான புரட்சிக் கவிதைகளாக நான் காண்கிறேன். இன்னும் குறிப்பான வார்த்தைகளில் சொல்வதானால் பாரதிக்குப் பின் தமிழில் தீவிரமான புரட்சிக் கவிதைகளை எழுதியவராக சேரனை அடையாளப்படுத்த விரும்புகிறேன் – அவரது அனைத்துப் பலவீனங்களுடன்.

புரட்சிகரக் கவிதைகள் நமக்குப் புதிதல்ல. சொல்லப் போனால் நமக்குக் கிடைக்கும் கவிதைகளில் புரட்சிக் கவிதைகளையே எண்ணிக்கையில் அதிகம் என்று கூறவேண்டும். அடுத்தபடியாக காதல் கவிதைகள். 'ஓ இளைஞனே' என்றும் 'அடி இவளே' என்றும் தான் நமது கவிதைகள் ஓயாது அறைகூவிக் கொண்டிருக்கின்றன. காரணம் இவ்வகைக் கவிதைகளை எழுதுவதற்குத் தேவையான மாதிரி வடிவம் நமது மொழியில் மிக ஆழமாகவே உருவாகிவிட்டிருக்கிறது. அத்துடன் இவற்றை எழுதுபவர்கள் அந்தக் கணங்களில் ஒரு போலியான மன எழுச்சிக்கு உள்ளாகி அதை உண்மையென்றே நம்பவும் செய்கிறார்கள். மேலும் தமிழ்ச் சூழலில் உண்மையான புரட்சியும் உண்மையான காதலும் கற்பனை மட்டும் சார்ந்த ஒன்றாக இருப்பதனால் இத்தகைய கவிதைகள் ஒருவகை வடிகாலாக அமைகின்றன.

தமிழில் எழுத்து வழியாக புதுக்கவிதை வடிவம் உறுதிப்பட்ட பிறகு அதைக் குலைக்கும் முகமாக (எல்லாவகை வடிவக்குலைவும் வளர்ச்சிப்போக்கே) உருவான வானம்பாடி இலக்கிய இயக்கம் புரட்சிகரக் கவிதைகளை உருவாக்குவதாகவே அமைந்தது. சிற்பி, அப்துல்ரகுமான், மு.மேத்தா போன்றவர்கள் இன்றும் அறியப்படு கிறார்கள்; மீரா, தமிழன்பன், கங்கை கொண்டான், நா. காமராசன் போன்ற அவ்வளவு கவனிப்பு பெறாத புதுக்கவிஞர்களும் உள்ளனர். இவர்கள் அனைவருமே கலீல் கிப்ரான், பாப்லோ நெரூதா ஆகியோரின் பாதிப்புடன் புரட்சிக்கவிதைகளையே அதிகமும் எழுதியிருக்கிறார்கள்.

ஆனால் வானம்பாடிகளின் புரட்சிகரம் என்பது முழுக்க முழுக்கப் போலியானது. அவர்களைக் கவர்ந்தது புரட்சிகரக் கவிதைகளில் உள்ள வெளிப்படைத்தன்மையும் அறைகூவல் மனநிலையும்தான். மேடையில் தீவிரமாக முழங்குவதற்குப் பொருத்தமான உணர்ச்சி என்பது புரட்சிகரம்தான் என்று கண்டடைந்ததே அவர்கள் அதைக் கையாண்டதற்குக் காரணம். ரேஷனில் சீனி வேண்டுமானால் காதி சோப் கட்டாயம் வாங்கியாக வேண்டும் என்பது போன்ற ஒரு நிலை. வசன கவிதையின் தீவிரம் வேண்டுமானால் புரட்சிகரத்தையும் வாங்கியாக வேண்டும். அப்துல் ரகுமானை தனிப்பட்டமுறையில்

அறிந்தவர்கள் அவர் எப்போதும் மத வெறியராகத்தான் இருந்திருக்கிறார் என்பார்கள். ஆனால் அவரும் அக்காலத்தில் புரட்சிகரமாக இடதுசாரிக் கருத்துகளைப் பொழிந்திருக்கிறார். சிற்பி, மு.மேத்தா என எவருமே இடதுசாரி மனநிலை கொண்டவர்கள் அல்லர், தனிவாழ்வில். ஆனால் அனைவருமே இங்கே இடது சாரிகளாக 'அக்கினி மழை' பெய்திருக்கிறார்கள்!

இந்த வரலாற்றுக் காரணத்தால் தமிழ் வாசிப்புச் சூழலில் பொதுவாக புரட்சிகரக் கவிதைகள் மேல் அழுத்தமான அவநம்பிக்கை உண்டு. இங்கு புரட்சிகரக் கவிதைகள் பெரும்பாலும் பொருட்படுத்தப்பட்ட தில்லை. அறுபதுகளின் இறுதியில் இந்தியாவெங்கும் இடதுசாரித் தீவிரவாதம் வலுப்பெற்றது. அரசாங்கத்தின் ஒடுக்குமுறையும் கூடவே வலிமை பெற்றது. இக்காலகட்டத்தில் வங்கம், இந்தி, தெலுங்கு மொழிகளில் தீவிரமான புரட்சிகரக் கவிதைகள் எழுதப் பட்டிருக்கின்றன. (அவற்றில் ஒருபகுதியை நான் மொழியாக்கம் செய்தேன். 1989ல் வாக்கில் கோணங்கி நடத்திய கல் குதிரை இதழில் அவை பிரசுரிக்கப் பட்டுள்ளன.) ஆனால் அக்காலத்தில் தமிழில் புரட்சிகரக் கவிதைகளில் குறிப்படும்படி எதுவும் எழுதப்பட்டதில்லை. இங்கே புரட்சிகர இயக்கங்கள் செயல்பட்டு நெருக்கடி நிலைக் காலகட்டத்தில் அரசால் ஒடுக்கப்பட்டன. அவற்றின் இலக்கியப் பங்களிப்பு சொற்பமே.

தமிழில் உண்மையான புரட்சிகரம் கொண்ட, கவிஞராக அடையாளம் காணப்பட்ட, முதல் கவிஞர் சுகுமாரனே. சுகுமாரன் முழுமையான புரட்சிகரக் கவிதைகள் எழுதவில்லை. அவரது மனம் புரட்சிகர மன எழுச்சியை இருத்தலியல் சார்ந்த ஐயங்களால் சமநிலைப்படுத்திக் கொண்ட ஊசலாட்டம் உடை யது. அந்த ஊசலாட்டத்தையே சுகுமாரன் அதிகமும் எழுதியிருக்கிறார். தனிமை, கசப்பு ஆகியவற்றுடன் இணைந்த எதிர்ப்பும் வேகமும்தான் சுகுமாரனின் புரட்சிகரம். அது தமிழின் அனைத்து வாசகர்களாலும் ஏற்கப்பட்டது. காரணம் அதில் இருந்த நேரடியான நேர்மை. பாசாங்கே இல்லாத குரல் சுகுமாரனு டையது. ரத்தமும் கண்ணீரும் தோய்ந்த வரிகள் அவருடையவை. அவ்வாறாக எழுபதுகளின் இந்திய யதார்த்தத்தின் தமிழ்க்குரலாக அவரது கவிதைகள் வெளிப்பாடு கொண்டன. சுகுமாரனின் ஆரம்பகால ஆதர்சனங்கள் வானம்பாடிக் கவிஞர்களே. பின்னர் நெரூதாவும் மலையாளக் கவிஞர் சச்சிதானந்தனும். சுகுமாரன், இடதுசாரிப் பண்பாட்டு இதழாக வெளி வந்த மன ஓசை இதழிலும் பங்களிப்பாற்றினார். சுகுமாரனின் புரட்சிகரக் கவிதைகளை இவ்வாறு வரையறை செய்யலாம், அவை கிளர்ந்து எழுந்த இளமையின் புரட்சிக் குரல் அல்ல, கைவிடப்பட்ட நிராதரவான இளமையின் புரட்சிக் குரல்.

சுகுமாரனுக்குப் பின்னர் தமிழில் அதிகமாகக் கவனிக்கப்பட்ட புரட்சிகரக்குரல் சேரனுடையதுதான். சுகுமாரனின் குரல் புரட்சியின் வீழ்ச்சியின் குரலாக ஒலித்தபோது நேரடியாகவே புரட்சியின் குரலாக ஒலித்தது சேரனின் குரல். இந்திய இடதுசாரி எழுச்சி வரலாற்றின் பக்கங்களுக்குள் மறைந்த பிறகு பதினைந்து வருடம் கழித்து ஈழத்தில் எழுந்த தேசிய எழுச்சியின் குரலாக சேரன் தமிழகத்திற்கு வந்தார்.

ஈழப்பிரச்சினை தமிழகத்தில் சாதாரணமாக செய்திகளாக மட்டும்தான் எண்பத்தி மூன்று வரை இருந்தது. தென்தமிழ்நாட்டுக்கு ஈழத்துடன் உணர்வு சார்ந்தும் உறவு சார்ந்தும் நெருங்கிய தொடர்பு உண்டு. மதுரைக்குத் தெற்கே கதிர் என்னும் பெயருள்ள சைவர்கள் ஆயிரக்கணக்கில் இருப்பார்கள். கதிர்காமம், தமிழர்களுக்கு பழனிபோல திருச்செந்தூர் போல அவர்களுடைய சொந்த ஊர். இந்நிலையில் 83ல் நிகழ்ந்த முதல் இனக்கலவரம் தமிழ்நாட்டில் பெரிய உணர்ச்சியலை களை உருவாக்கியது இயல்பே. இனக்கலவரச் செய்திகள் வரும்தோறும் தமிழகமே தெருக்களில் இறங்கியது என்றால் மிகையல்ல.

அந்த உணர்வெழுச்சியின் ஒரு பகுதியாக இங்கே வந்தவைதான் சேரன் கவிதைகள். அப்போது வ. ஐ. ச. ஜெயபாலன், சு. வில்வரத்தினம் போன்றவர்களின் கவிதைகளும் தமிழுக்கு வந்தன. ஆனால் சேரனின் ‘இரண்டாவது சூரிய உதயம்’ என்ற தொகுதிதான் மிகப்புகழ் பெற்றதாக இருந்தது. புரட்சிகரக் கவிதைகளின் முக்கியமான சிறப்பியல்பு என்னவெனில் அவை திடீரென்று இலக்கியம் என்ற எல்லையைத் தாண்டி ஒரு வெகுஜன இயக்கமாக ஆகிவிடும் என்பதுதான். கவிதை என்ற கலையுடன் தொடர்பே இல்லாத கோடிக்கணக்கான மக்களின் கைக்கு அவை சென்று சேர்ந்துவிடும். திருவிழாவில் மக்கள் வெள்ளத்தில் மிதந்து செல்லும் உற்சவர் போல அக்கவிதைகள் வரலாற்றின் ஒரு காலகட்டத்தில் ஒழுகிச் செல்லும். வரலாற்றையே அவைதான் நிகழ்த்தின என்றுகூட தோன்றும். தமிழ் நாட்டில் அதற்குச் சிறந்த உதாரணமாகக் கூறத்தக்கவை பாரதியாரின் தேசிய கவிதைகள். அதன் பிறகு மிகக்குறுகிய காலத்திற்கேனும் அத்தகையதோர் இடத்தைப் பெற்றவை சேரனின் கவிதைகள்தான்.

எண்பத்துமூன்று முதல் தமிழகத்தில் எழுந்து, ராஜீவ்காந்தி கொலை வரை தமிழகத்தில் வலுவுடன் நீடித்த ஈழ ஆதரவு அலையில் பல்வேறுவிதமாக சேரனின் கவிதைகள் படிக்கப்பட்டுள்ளன. குறிப்பாக சேரனின் இரண்டாவது சூரிய உதயம் என்ற கவிதை.

இரண்டாவது சூரிய உதயம்

அன்றைக்குக் காற்றே இல்லை
அலைகளும் எழாது செத்துப்போயிற்று

கடல்
மணலில் கால் புதைத்தல் என
நடந்து வருகையில்
மறுபடியும் ஒரு சூரிய உதயம்
இம்முறை தெற்கிலே
என்ன நிகழ்ந்தது?
எனது நகரம் எரிக்கப்பட்டது
எனது மக்கள் முகங்களை இழந்தனர்
எனது நிலம் எனது காற்று
எல்லாவற்றிலும்
அன்னியப் பதிவு.
கைகளை பின்புறம் இறுக்கிக்கட்டி
யாருக்காகக் காத்திருந்தீர்கள்?
முகில்களின் மீது நெருப்பு
தன் சேதியை எழுதியாயிற்று
இனியும் யார் காத்துள்ளனர்?
சாம்பல் பூத்த தெருக்களில் இருந்து
எழுந்து வருக

(1983)

எழுதப்பட்ட சிலநாட்களிலேயே இக்கவிதை தமிழகத்தில் கார்பன்தாள் பிரதியாக வாசிக்கக் கிடைத்தது என்கிறார்கள். ஈழ எழுச்சி மீது அன்று தமிழகம் கொண்ட உணர்வெழுச்சியை இன்று புரிந்து கொள்ள முடியுமெனத் தோன்றவில்லை. 1983ல் மதுரையில் நான் இருந்தபோது தான் அந்தக் கலவரச் செய்தி வந்தது. மதுரை நகரின் எல்லா தெருக்களிலும் மக்கள் அழகர் ஆற்றில் இறங்கும் திருவிழாவைவிட அதிக நெரிசலுடன் குவிந்து கிடந்தார்கள். பலர் அழுதார்கள். பெண்கள் இழவு வீடுகளில் கதறுவது போல கூந்தல் விரித்துப்போட்டு மார்பில் அறைந்து அலறியழுவதைக் கண்டேன். கோபமும் கையாலாகாமையும் கொண்ட இளைஞர்கள் சைக்கிளிலும் நடந்தும் தெருக்களில் திரிந்தார்கள். அன்று நான் கவனித்த மிக முக்கியமான ஓர் அம்சம் இப்போது என் பிரக்ஞையை அறைகிறது. அன்று மதுரையில் உச்சகட்ட உணர்ச்சிகளுடன் இருந்தவர்களில் பெரும்பாலானவர்கள் மதுரையில் வாழும் சௌராஷ்டிரர்கள்.

ஈழக்கொடுமைகளுக்கு எதிராக தமிழ்நாட்டில் எழுந்த உணர்வலையானது தமிழகத்தின் பலநூறு பேதங்களை இல்லாமலாக்கி அனைவரையும் ஒன்றாக்கியது. அந்த ஒன்றுபடும் தருணத்தில் இருந்த இலட்சியவேகமே கோடானு கோடி மக்களை அதை நோக்கி மேலும்

இழுத்தது. மேலோட்டமான உலகியல் போட்டிகளுக்கு அடியில் தங்களுள் இருந்த ஆதாரமான உணர்ச்சி ஒன்றைக் கண்டடைந்து விட்டதாக மக்கள் எண்ணினார்கள் போலும்.

அது மிகவும் தற்காலிகமான ஒரு எழுச்சியாக இருக்கலாம். கற்பனாவாதப் பண்பு மிக்கதாக இருக்கலாம். ஆயினும் அது அடிப்படையானது; அந்தரங்கமானது. அத்தகைய ஓர் மன எழுச்சி கவிதையையே கண்டடையும். அப்படிக் கண்டடையப்பட்ட கவிதையே சேரனின் கவிதை.

‘முகில்கள் மீது நெருப்பு
தன் சேதியை எழுதியாயிற்று!’
‘சாம்பல் பூத்த தெருக்களில் இருந்து
எழுந்து வருக!’

என்ற இரு வரிகளும் பெரியதோர் மந்திரங்கள் போல மாறிய காலங்கள் அவை. குறிப்பாக ‘சாம்பல் பூத்த தெருக்கள்’ என்ற வரி ஈழத்தவர்களை விட தமிழ்நாட்டில் பல்வேறு பொருள்களை அளிக்கக்கூடியது. வெந்து தணிந்த ஒரு பழங்காலத்தில் வாழ்வதான எண்ணம் தமிழக இளைஞர் களுக்கு எப்போதும் உண்டு. சென்ற காலத்தில் இடிபாடுகளில் சாம்பல்களில் தன்பாதங்கள் சிக்கியிருப்பதாக அவன் உணர்வது உண்டு. ‘சாம்பல் பூத்த தெருக்களில் இருந்து எழுந்து வருக’ என்ற வரியானது ஒரு புதிய காலகட்டத்தை நோக்கிச் செல்வதற்கான அறைகூவலாகவே அன்று ஒலித்தது.

அமைப்பிலும் தொனியிலும் பாரதியின் வரிகளுடன் ஒத்துப் போகிறது இக்கவிதையின் உச்சம்.

‘வெந்து தணிந்தது காடு
தழல் வீரத்தில் மூப்பென்றும்
குஞ்சென்றும் உண்டோ?
சாம்பல் பூத்த தெருக்களிலிருந்து
எழுந்து வருக!’

என்று அந்த வரிகள் தமிழரின் ஓர் அந்தரங்க மொழிச் சுனையில் ஒன்று கலந்தன. இந்த வரிகளை இப்படி இணைத்து எனக்குப் பாடிக்காட்டிய வேகம் கொண்ட இளைஞனாகிய அரவிந்தனை இப்போது நினைவு கூர்கிறேன். இருபது வருடங்களுக்கும் மேலாக அவருடன் தொடர்பு இல்லை. அவர் இலக்கியம் ஏதும் வாசிக்கிறாரா இல்லையா என்றும் தெரியவில்லை.

தமிழ்ப் புதுக்கவிதையில் எழுதப்பட்ட மிகச்சிறந்த புரட்சிக்கவிதை என்று சேரனின் இந்தக் கவிதையையே நான் குறிப்பிடுவேன். மிக ஆதாரமான உணர்வெழுச்சிகளினால் ஆன இந்தக் கவிதையில் தலைசிறந்த புரட்சிக்கவிதைகளில் காணப்படும் அடிப்படையான பல கூறுகளை ஒரு விமரிசகனாக என்னால் அடையாளம் காணமுடிகிறது. எல்லா புரட்சிகரக் கவிதைகளையும் போலவே இக்கவிதையும் மிகவும் நேரடியானது. பூடகத்தன்மையோ குழப்பங்களோ இல்லாதது. எல்லா புரட்சிக் கவிதைகளும் மக்கள் திரளை நோக்கியே பேசுகின்றன. 'நீங்கள்' 'உங்கள்' என்று கைநீட்டிக் கூவுகின்றன. அப்படி ஒரு மக்கள் திரளை நோக்கி அறைகூவும் இடத்தில் கவிஞன் தன்னை வைத்துக் கொள்கிறான். தன் உணர்வுகளை உச்சப்படுத்தி, தன்னை காலத்தின் குரலாக ஆக்கிக்கொண்டு, கவிஞன் அந்த இடத்தை அடைகிறான். பெரும்பாலும் மாபெரும் புரட்சிக் கவிதைகளில் விசுவரூபம் கொண்டு நிற்கும் கவிஞனை நாம் காண்கிறோம். அகங்காரம் பேருருவம் கொண்டதன் மூலம் வரும் பிரமாண்டம் அல்ல இது. மாறாக தன் அகங்காரத்தை முற்றிலும் அழித்துக்கொண்டு தன்னை தன் மக்களில் ஒருவனாக உணர்வதன் மூலம், தன்னையே ஒரு சமூகமாக ஒரு இனமாக ஒரு பெரும் திரளாக ஒரு காலகட்டமாகக் கண்டு கொள்வதன் மூலம் கவிஞன் அடையும் பேருருவம் இது. இக்கவிதையில் 'நான்' என்ற சொல்லே இல்லை. அக்காட்சியைக் கண்டவன் முற்றாகவே தன்னை உணரவில்லை. அதேசமயம் 'எழுந்து வருக!' என்று அவன் கைதூக்கி அறைகூவவும் செய்கிறான்!

பெரும்புரட்சிகரக் கவிதைகளில் அடிப்படை இயற்கைச் சக்திகளில் ஒன்று வலுவாக இடம்பெற்றிருக்கும் என்பதைக் கவனித்திருக்கிறேன். இக்கவிதை மிக இயல்பாக ஐந்து பெரும் பருப்பொருட்களைச் சார்ந்து எழுந்திருக்கிறது. காற்று, கடல், நிலம், நெருப்பு, வானம் (முகில்) என்று. புரட்சிகரக் கவிதை என்பது பெரும்பாலும் தீவிரமான ஒரு சுய கண்டடைதலாக இருக்கிறது. 'எனது நகரம் எனது மக்கள் எனது நிலம் எனது காற்று' என்று கூவும் இக்கவிதை அப்படிப்பட்ட ஆவேசமான சுய கண்டடைதல் ஒன்றின் தருணம். அந்தத் தருணத்தில் வான்முட்ட எழுந்த கவிஞன்தான் தன் மக்களை நோக்கி 'எழுக!' என்று அறைகூவுகிறான். இக்கவிதையின் துல்லியமான வடிவம், சொல் மிகாத ஆவேசம், சொற்களின் தொனியும் அழகும் அனைத்தும் அக்கணம் கவிஞனுக்கு அளிக்கும் கொடை. பலசமயம் புரட்சிகள் வரலாற்றில் அமிழ்ந்து மறையும். மொழியின் மடியில் கவிதை மட்டும் நிரந்தர இளமையுடன் வாழும்.

3

புரட்சிக்கவிதைகள் எதிர்கொள்ளும் மிக முக்கியமான சிக்கல் என்ன? புரட்சிகரம் என்பது மிக அப் பட்டமான ஓர் உணர்வு. மிகமிக நேரடியானது. ஆகவே புரட்சியை மட்டுமே சொல்லும் ஒரு புரட்சிக் கவிதை பெரும்பாலும் மிகமிகத் தட்டையானதாக இருக்கும். அத்தகைய வரிகளை நாம் சேரனின் கவிதைகளில் ஏராளமாகக் காணலாம். ஒரு நல்ல கவிதை வாசகன் எந்த ஒரு புரட்சிகரக் கவிஞனின் தொகுதியிலும் மிகப் பெரும்பாலான வரிகளை ஆழமில்லாத தட்டையான உணர்ச்சி வெளிப்பாடுகளாகவே காண்பான். குறிப்பாக புரட்சிகரக் கவிதைகளை அவற்றின் காலகட்டத்தைத் தாண்டி வாசித்துப் பார்க்கும்போது. சமீபத்தில் நான் நெரூதாவின் முழுத் தொகுப்பைப் படித்தபோது பக்கம் பக்கமாகச் சலிப்பையே உணர்ந்தேன்.

புரட்சிகரம் என்பது காலத்தில் மிக வேகமாகப் பழையதாக ஆகும் ஓர் உணர்வு. தனது தேசிய புரட்சிகரக் கவிதைகளை மட்டும் எழுதியிருந்தால் பாரதியை நாம் இன்று எவ்வாறு கணித்திருப்போம். 'வந்தே மாதரம் என்போம்' என்ற வரியைக் கேட்கும் போதெல்லாம் மனம் பொங்கி, கண்ணீர் விட்டிருப்பதாக சி.சு. செல்லப்பா ஓர் இடத்தில் குறிப்பிடுகிறார். இன்று அவ்வாறு நமக்கு அளிக்கும் உணர்வு என்ன? பெரும் மன எழுச்சியை எனக்கு அளித்த சேரனின் புரட்சிகரக் கவிதைகள் பல இன்று அர்த்தமில்லாத வெற்று வரிகளாக மாறி பக்கங்களை நிரப்பிக் கிடக்கின்றன.

ஆயினும் சேரனின் இரண்டாவது சூரிய உதயம் இன்றும் ஒரு மகத்தான கவிதையாகவே உள்ளது. இன்று நான் அதில் வாசிக்கும் அர்த்தங்களே வேறு! அந்தக் கவிதை சூரிய உதயத்தைப் பற்றியது. சூரிய உதயம் நடப்பது தெற்கில். மணலில் கால் புதைய நடந்து வரும்போது இரண்டாவது சூரிய உதயம் நடப்பது தெரிகிறது. ஆனால் அது நெருப்பு. நகரம் பற்றி எரியும் நெருப்பு. அந்தத் தருணத்தைக் கற்பனையில் விரிவுபடுத்துகிறேன். தென்திசை வானில் முகில்களில் சிவப்பு ஒளி. பறவைகளின் குரல் போல நகரமக்களின் அழுகை யொலிகளும் அலறல்களும். அதைப் பார்த்து நிற்பவன் அதை ஒரு சூரிய உதயம் என்று எண்ணுகிறான். என்ன விசித்திரம்!

விளங்கிக்கொள்ள முடியாத ஒரு முறையில் அழிவைக் கண்டு மனம் குதூகலம் கொள்வதை, பொங்கி எழுவதைக் காட்டுகிறதா இக்கவிதை? 1983ல் அந்த நாளின் மன எழுச்சியை இப்போது நினைவு கூர்கிறேன். மேலமாசி வீதியில் இளைஞர்கள் டயர்களைச் சாலையில் போட்டுக் கொளுத்திக் கொண்டிருந்தார்கள். விபரீதமான ஒரு கலையாட்ட உணர்வுடன் இளைஞர்கள் தெருக்களில் வெறிநடனம்

ஆடினார்கள். சாலையில் செல்பவர்களைக் கூவியபடி மறித்து ஈழத்தமிழர்களுக்கு ஆதரவாகக் கோஷமிடும்படி வற்புறுத்தினார்கள். திறந்திருக்கும் கடைகளைக் கண்டதும் ஆர்ப்பரித்தபடி பாய்ந்து சென்று அதை மூடவைத்தார்கள். அப்போது அங்கே ஒரு சிங்களக் குடும்பம் அகப்பட்டிருந்தால் என்ன ஆகும்? அவர்களை அடித்துக் கொன்று நார் நாராகக் கிழித்து மாலையணிந்து தாண்டவமாடி யிருப்பார்கள்!

ஆம், கொண்டாட்டம்! கொண்டாட்டமாகவே இருந்தது அந்தத் துயரம். மனிதனால் அழிவையும் கொண்டாடமுடியும்! சுய அழிவுகூட கொண்டாட்டமாகலாம். பண்பாடு என்பது பலநூறு மனத்தடைகளால், சமூகத்தடைகளால் ஆனது. அடிப்படை உணர்ச்சிகள் தடுக்கப்பட்டு உருவானதே நாகரிகம். அணைகளை உடைத்துப் பிறக்கும் வேகம் என்பது எந்நிலையிலும் களியாட்ட மேயாகும். எதையும் செய்யலாம் என்ற சுதந்திரம்தான் எத்தனை வசீகரமானது! பளபளக்கும் கத்தியின் வசீகரம் அது. அது நம்மை அழித்தாலும் கூட அந்த அழிவின் கணத்தில் கூட நாம் குதூகலிக்கிறோம். நம்முன் தலைமுறைகளாக உறங்கும் பூதங்கள் சங்கிலிகளை உடைத்து ஆரவாரம் செய்து எழுகின்றன.

அந்த அழிவின் குதூகலம் என ஏன் பாரதியின் அக்கினிக்குஞ்சு கவிதையையும் சொல்லக்கூடாது? வெந்து தணியும் காடு குறித்த அந்தப் பெரும் துள்ளலில் இருப்பது தீ கண்டு துள்ளிக்குதிக்கும் குழந்தை உள்ளத்தின் அடிப்படை மனஎழுச்சி அல்லவா? சேரனின் கவிதை ஏன் அழிவை உதயக்களியாட்டமாக எடுத்துக்கொண்டது?

ஆதி விலங்குகளை உடைக்கும் கணத்தின் பரவசத்தைச் சொல்லும் கவிதையா இது? இது உண்மையில் புரட்சிக் கவிதையா அழிவுக்கான எக்காளமா? சாம்பல் பூத்த தெருக்களில் இருந்து எழுந்து வந்தது என்ன? ‘அலெக்ஸி தல்ஸ்தோய்’ ‘மிகயில் ஷோலக்கோவ்’ போன்ற பெரும் நாவலாசிரியர்கள் புரட்சியின், கலகத்தின் கணங்களில் படைகளில் உருவாகும் களிவெறியை அற்புதமாகப் பதிவு செய்திருக் கிறார்கள். அலறல்கள், மரண ஓலங்கள், புகை, வெடியொலி நடுவே ஆனந்தப்பரவசத்துடன் துப்பாக்கியைத் தூக்கியபடி நடனமாடும் வீரன் ஒருவனை நாம் அலெக்ஸி தல்ஸ்தோயின் ‘சக்கரவர்த்தி பீட்டரில்’ காண்கிறோம். அந்த மனநிலை இயல்பாக வெளிப்படும் கணத்தைத்தான் சேரனின் இந்தக் கவிதை குறிப்பிடுகிறதா?

மேலான கவிதையானது, பாம்பு காலத்தை சட்டையுரித்து மேலும் மேலும் உயிர் நீட்சி கொள்வதைப்போல அர்த்தங்களில் இருந்து அர்த்தங்களை நோக்கி நெளிந்து சென்றபடியே உள்ளது. தன்மீதான

வாசிப்புகளில் இருந்து ஒவ்வொரு முறையும் விடுதலை பெற்று விடுகிறது சிறந்த கவிதை. ஒரு கவிஞனின் பிரக்ஞையை மீறி அவன் வழியாக வரலாறு தன்னைப் பேசிக்கொள்கிற தருணமே மகத்தான கவிதைக்குரியது. வியப்பொலியோ பரவசக் கூச்சலோ சாபமோ சுய நிந்தையோ வலிமுனகலோ போல அது தன்னிச்சையானது. அது ஒரு நிகழ்வு. அதற்கு அவன் பொறுப்பல்ல. சேரனின் இக்கவிதை அதற்கொரு சான்று.

அப்படியானால் தட்டையான கவிதைகள் எப்படி நிகழ்கின்றன? அவையும் தீவிரமான தருணங்களின் வெளிப்பாடாக இருக்கலாம்தான். ஆனால் அவை ஏற்கெனவே நிகழ்ந்த கண்டடைதலை மீண்டும் வெளிப் படுத்துகின்றன. புதிய கண்டடைதல் ஏதும் அவற்றில் நிகழ்வதில்லை. புதிய கண்டடைதல் என்பது ஒரு முரணியக்கத்தின் விளைவு. சேரனின் இக்கவிதையையே எடுத்துப் பார்ப்போம். அழிவில் ஆக்கம் ஒன்றைக் கண்டடையும் தருணம் அது. அந்த முரணியக்கமே அந்தக் கவிதையின் உச்சப்புள்ளியைச் சாத்தியமாக்கியது. ஆக்கம் என்பதன் உள்ளே உறையும் அழிவின் தரிசனமாக அதற்கு ஒரு வாசிப்பை அதன் மீது அளிக்க அதன் வரிகளில் வாய்ப்பு இருப்பது இதனால்தான். அத்தகைய முரணியக்கம் நிகழாதபோது கவிதை தட்டையாக ஒலிக்கிறது.

இரு காலைகளும் ஒரு பின்னிரவும்

இன்றைக்கு இப்படித்தான்
விடியல்
இருள் முழுதும் பிரியாது
ஒளி நிறைந்து விரியாத
ஒரு நேரம்
விழித்தெழுந்து வெளியில் வரக்
கிணற்றடியின் அரசமரக் கிளைகளிலே
குயில் கூவும்
ஓவென்று நிலத்தின்கீழ்
ஆழத்துள் விரிந்திருந்த
கிணறு
சலனமற்று உறங்கியது
என்மனம் போல
இன்றைக்கும் இப்படித்தான்
விடியல்.

நாளைக்கும்
இப்படித்தான் விடியும்
என்று நினையாதே

பாதிராத்திரியும் மெதுவாகப்
போனபின்பு கேற்றடியில்
அடிக்குரலில் ஜீப் வண்டி உறுமும்
சப்பாத் தொலிகள் தடதடக்கும்
அதிர்ந்ததென
எம்வீட்டுக் கதவுகளோ
விரிந்து திறந்துகொள்ள
அப்போதுதான்
அடுத்த நாள் பரீட்சைக்கு
விரிவுரைக் குறிப்புகள்
விழுங்கிக் களைத்ததில்
விழிகள் மூடிய
அந்த இரவிலே
அவர்கள் கூப்பிடுவது
கேட்கும் காதில்
ஊளையிடும் காற்று
எங்கே அவன் என்று
கேட்பார்கள் கேட்கையிலே
பிழைபட்ட தமிழ் நெஞ்சில்
நெருட எழுந்து வரும்.
வார்த்தையற்று
அதிர்ந்து போய்
இல்லை எனத் தலையாட
இழுத்தெறிவார்கள் ஜீப்பினுள்
நிறுத்தாத எஞ்சின்
அப்போதும் இரைந்தபடி
பிறகு?
பிறகென்ன
எல்லாம் வழமைப்படி
காலை வெறும் சூரியன்
வெயில் நிலத்தில்
எனக்கு மேல்
புல்.
சிலவேளை வீடுவந்து
கதவு திறப்பதற்காய்
குரல்காட்டி திறக்குமுன்பு
இருமிச் சளி உமிழ
முகம் திருப்ப

உள்ளிருந்தும்
அம்மா இருமும் ஒலி
கதவு திறப்பதற்காய்
காத்திருந்தேன்
வெளியுலகம்
இப்போதும் முன்போல
அடங்கி இருக்கிறது.

●

ஈழப்போர் சார்ந்து எழுதப்பட்ட பலநூறு தட்டைக் கவிதைகளுக்குச் சரியான சான்று இந்தக் கவிதை. இது உண்மையானதோர் அனுபவத்தளம் என்பதை நாம் அறிவோம். ஒடுக்குமுறைச் சூழல் உருவாக்கும் அச்சமும் கைவிடப்பட்ட நிலையும் தீவிரமான மானுடநிலை. ஆனால் இதை 'அப்படியே' பதிவு செய்ய முயல்கிறது இக்கவிதை. அந்த அனுபவத்தின் மீது ஒருவகையான திறப்பும் நிகழவில்லை. தகவல்களாக நின்றுவிடுகின்றன. ஓர் அனுபவத்தின் மீது அதற்கு நேர் எதிரான இன்னொரு நகர்வு நிகழும்போதுதான் கவிதை நிகழும் உச்சம் உருவாகிறது என்று நான் நினைக்கிறேன். இங்கே ஒரே இயக்கம்தான் உள்ளது. ஓர் அனுபவப் பதிவாக அது நின்று விடுகிறது.

இதே அனுபவத்தைக் கூறும் வங்கத்து நக்சலைட் கவிதை ஒன்று உள்ளது. சன்னலை ஒட்டி அமர்ந்து படித்துக் கொண்டிருக்கிறான் கவிஞன். வெளியே முற்றத்து சாலமரங்கள் வரிசையாக நிற்கின்றன. சிறிய அசைவு கூட இல்லை. இலைநுனிகள்கூட அசையவில்லை. நூற்றாண்டுகளாக, யுகங்களாக அவை அப்படி அசையாமல் நிற்கின்றனவா என்ற எண்ணம் ஏற்படுகிறது. சட்டென்று தூரத்துச் சாலையில் முன்விளக்குகள் ஒளி உமிழ போலீஸ் ஜீப் உறுமி மேடேறுகிறது. சால மரங்களின் நிழல்கள் உயிர்கொண்டு வரிசையாக இருண்ட பேய்கள் போல வீட்டுக்குள் நுழைகின்றன! இக்கவிதைகளில் ஒரு அபூர்வமான தருணம் உள்ளது. மரநிழல்கள் வீட்டுக்குள் நுழையும் கணம். அதுவே அதைக் கவிதையாக ஆக்குகிறது. அனுபவம் கவிதையாக ஆகும் மந்திரம் அப்போது நிகழ்கிறது. அவ்வாறு நிகழாத காரணத்தினால்தான் சேரனின் அந்தக் கவிதை தரையில் நிற்கிறது. இன்னொரு வங்கக் கவிதையில் இதே கதவு தட்டும் கணம் வருகிறது. 'கதவைத் தட்டுகிறேன். அம்மா திறந்து என்னை வாரி அணைத்து முத்தமிட்டபடி அழுவாள். ஆனால் என்னைப் பார்த்த அந்த முதல் கணம் அவள் என்னை விரும்புவாளா அஞ்சுவாளா?' என்று அக்கவிதை முடிவடையும். அதுவும் கவிதையின் உச்ச கணமே. கற்பனையின் எழுச்சி ஏதும் இல்லாத முழுமையான லௌகீகத்

தளத்திலேயே கவிதையின் உச்சம் நிகழ்வதற்கான உதாரணம் அது.

சேரனின் இக்கவிதை சாதாரணமாக எதிர்பார்க்கக்கூடிய எல்லா பிழைகளும் கொண்டுள்ளது. வழக்கமான சித்தரிப்புகள். சலனமற்று உறங்கும் கிணறு, ஆலமரத்துக் குயில். அவை மனப்பிம்பங்கள் எதையும் உருவாக்குவதில்லை. கலைப்படைப்பில் உருவாகும் மனப்பிம்பம் அது அளிக்கும் புதுமை மூலமே உருவாகிறது. காட்சிக் கோணத்தில் புதுமை, அல்லது காட்சியின் புதுமை. சலசலவென்று ஓடும் நதி, சிலுசிலுவென்று தென்றல் என்றெல்லாம் எழுதப்படும் வரிகள் நம் கற்பனையைத் தூண்டுவதில்லை. இனிமையான விடியல் என்ற ஒரு எளிய சித்திரத்தை அளிக்க பல வரிகள் வீணடிக்கப் பட்டுள்ளன. தேவையில்லாமல் 'நாளைக்கும் இப்படித்தான் விடியும் என்று நினையாதே' என்று ஓர் உரையாடல் கீற்று. சப்பாத்தொலிகள் தடதடக்க அவர்கள்' வந்தபிறகு நான் படித்துக் கொண்டிருப்பது பரீட்சைக்கு என்று தகவல் சொல்லும் நிதானம். அந்தக் கணத்தில் பீதியையும் பதற்றத்தையும் அனுபவத்தில் நிறுத்த முடியாமல் கீழே விழுகிறது இக்கவிதை. அவ்வனுபவம் காலத்தினுள் நிழலாக மாறிச் சென்றபின் இச்சொற்கள் மட்டும் எஞ்சுகையில் இச்சொற்களில் இருந்து அந்த அனுபவம் முழுமையுடன் திரண்டு வராது.

ஒரு அனுபவம் தீவிரமானதாக நமக்கு நிகழும்போது அதன் தீவிரத்தினாலேயே அதைக் கவிதையாக ஆக்கிவிடலாமென்று மனம் தாவுகிறது. குறிப்பாக போர்கள், இழப்புகள் போன்ற அவலங்களில் அந்த வேகம் ஏற்படுகிறது. அனுபவம் நம் மனதில் உருவாக்கும் அதிர்வுக்கும் கவித்துவமான எழுச்சிக்கும் இடையேயான வேறுபாட்டைக் கண்டடைவதே கடினமான செயல். கணிசமான அஞ்சலிக் கவிதைகள், எதிர்வினைக் கவிதைகள் உடனடி மதிப்புக்கு அப்பால் கவிதையின் நிரந்தர மதிப்பு ஏதும் பெறாமல் சரிவதற்கான காரணம் இதுவேயாகும். ஈழத்துப் போர் குறித்து எழுதப்பட்ட ஏராளமான கவிதைகளுக்கு போர் ஆவணங்கள், காலப்பதிவுகள் என்ற முக்கியத்துவம் மட்டும்தான் உள்ளது என்று இப்போது தோன்றுகிறது.

கவிதையாக மாறும் அனுபவம் உக்கிரமானதாகத்தான் இருக்க வேண்டும் என்பதில்லை. தொட்டியில் மலர்ந்திருந்த ரோஜாமலர் காலையில் உதிர்ந்து இதழ்களாக வழியில் சிதறிக் கிடந்ததைப் பார்த்து மன எழுச்சி கொண்டு குமாரன் ஆசான் மலையாளத்தின் மிகச்சிறந்த நீள்கவிதைகளுள் ஒன்றான வீணபூவு (வீழ்ந்த மலர்) என்ற படைப்பை உருவாக்கினார். பெரிதோ சிறிதோ அனுபவத்தின் உள்ளே கவிதையின் விதை உள்ளது. கற்றாழைப் பழத்தின் உள்ளே ஊவா முள் இருப்பது போல. உண்ணும்போது தொண்டைக் குழியில் குத்தி நிற்கிறது அது. ரத்தம்கசிய தசையில் தைக்கிறது. ஆறாத காயமாகிறது. கவிதை

என்பது அந்த விதையின் மீது மனம் உருவாக்கிக் கொள்ளும் முத்து. கவிதைக்குள் இருப்பது ஒருபோதும் நேரடி அனுபவம் அல்ல. அனுபவம் கவிஞனில் உருவாக்கும் விளைவே. அவனுடைய தரிசனத்தால் செறிவேற்றப்பட்ட, அதன் பொருட்டு மறு ஆக்கம் செய்யப்பட்ட அனுபவம்தான் அது. உடனடி எதிர்வினைகளாக எழுதப்படும் கவிதைகளில் திறப்புகள் இல்லாத நேரடி அனுபவம் வந்து அமர்ந்திருக்கிறது. சேரனின் பல ஆரம்பகாலக் கவிதைகளை அப்படித்தான் வகுத்துக்கொள்ள வேண்டியிருக்கிறது.

ஆகவே உறுதியான, சஞ்சலமேயற்ற, நேரடியான புரட்சிகரம் உயர்ந்த கவிதையை உருவாக்குமா என்றே எனக்கு ஐயமாக இருக்கிறது. கவிஞன் ஊக்க உணர்ச்சியின் உச்சத்தில் இருந்து சோர்வின் பாதாளத் திற்குச் சரிபவனாகவும் அறைகூவிய குரலாலேயே தன்னிரக்கத்துடன் புலம்புகிறவனாகவும்தான் இருக்கிறான். மயகோவ்ஸ்கியையும் பாரதியையும் இதற்கான மிகச்சிறந்த உதாரணங்களாகச் சொல்வேன். சேரனின் அரசியலைப் பற்றி இங்கே விவாதிக்கப் போவதில்லை. அது ஒரு சராசரி இந்திய வாசகனால் புரிந்துகொள்ள முடிவதல்ல. அவ்விவாதங்களுக்குள் புகுந்தால் கவிதையைப் பற்றிப் பேச முடியாமல் போகும். ஆனால் சேரன் எப்போதும் ஆழமான ஐயங்களுடன் தடுமாறிக் கொண்டிருக்கும் உணர்ச்சிகரமான மனிதராகத்தான் இருந்திருக்கிறார். அவரது அரசியல் நிலைப்பாடு முரண்பாடுகளும் தள்ளாட்டங்களும் நிறைந்ததாகவே இருந்திருக்கிறது. கவிஞர்கள் எப்போதும் அப்படித்தான் என்று நினைக்கிறேன்.

ஓர் அனுபவத்துடன் முரண்பட்டு மோதும் அகமே அவ்வனுபவத்தைக் கவிதை நோக்கி நகர்த்த முடியும். கவிதையின் இயங்கியலே அதுதான். போராடுவதற்கான அறைகூவலை எழுதிய சேரன் போராடும் குழந்தைகளை நோக்கி மனம் பதைத்தும் எழுதியிருக்கிறார். போரின் அழிவைக்காணும் பதற்றத்தையும் போரின் கொலைவெறியையும் ஒரே சமயம் தான் ஏற்று எழுதியிருக்கிறார். இதைச் சார்ந்து ஈழ அரசியல் வட்டாரங்களில் அவரைக் கடுமையாக விமர்சிக்கும் ஒருசில குரல்கள் எப்போதும் ஒலித்து வருகின்றன. உறுதியான நம்பிக்கைகள் மற்றும் நிலைப்பாடுகளின் தளத்தில் நின்றபடி கவிஞனை நோக்கிக் குற்றம் சாட்டும் குரல்கள் எப்போதும் வரலாற்றில் உண்டு. நேற்று மதநம்பிக்கையின் தளத்தில் நின்றபடி அக்குரல்கள் எழுந்தன. இன்று அரசியல் நம்பிக்கைகளின் தளத்தில் நின்றபடி அக்குரல்கள் எழுகின்றன. அவை கவிதைகளைப் பார்ப்பதில் கவிஞனின் நிலைப்பாட்டை மட்டுமே பார்க்கின்றன. கவிஞனில் நிலைப்பாடுகளைக் கண்டடைய முடியாது என்று அவை அறிவதில்லை.

எந்த ஒரு கவிஞனிலும் ஒட்டுமொத்தமாகப் பார்க்கும்போது தெளிவாக காணக்கிடைக்கும் ஒரு கருத்துநிலை இருக்கும் என்று நான் நினைக்கவில்லை. நான் வாசித்த எந்தப் பெருங்கவிஞனும் அதற்குரிய ஆதாரங்களை அளிக்கவில்லை. கவிஞனின் பிரக்ஞையுலகில் சீராக வளர்ந்து வரும் ஒரு மையக் கருத்தோ தரிசனமோ இருப்பதில்லை. இருக்கக்கூடாது என்றுகூட நான் சொல்லத்துணிவேன். பாரதியே மிகச்சிறந்த உதாரணம். அவரைப் புரட்சியாளராக, பக்தராக, வேதாந்தியாக – எப்படிவேண்டுமானாலும் பார்க்க முடியும். உண்மையில் அவர் இந்தத் தரப்புகள் நடுவே ஓயாது முட்டிமோதிக் கொண்டு கிடந்தார். ஷெல்லிதாசன் என்றும் சக்திதாசன் என்றும் ஒரே சமயம் தன்னை எண்ணிக் கொண்டார். பெரும்பாலும் கவிஞர்கள் இறந்தபிறகு நாம் கவிஞர்களை தொகுத்து மையச்சரடுகளைக் கண்டுபிடிக்க ஆரம்பிக்கிறோம். பாரதியைப் பொறுத்தவரை இன்றுகூட அவர் யார் என்று நாம் விவாதித்து முடிக்கவில்லை.

உலகம் முழுக்கவே புரட்சிக்கோட்பாட்டாளர்களுக்கு புரட்சிக் கவிஞர்கள் மீதிருந்த ஐயத்தையும் அவநம்பிக்கையையும் இவ்வாறு தான் புரிந்துகொள்ள முடியும். பாரதி அவன் வாழ்ந்த காலத்தில் போதையில் சீரழிந்த குழப்பவாதியாகவே இருந்திருக்கிறான். திருநெல்வேலிப்புரட்சியின் தோல்விக்குப்பின் அஞ்சி பாண்டிச்சேரியில் அடைக்கலம் புகுந்தபோது அவநம்பிக்கையின் விளைவாக பலவகையான சரிவுகள் அவனுக்கு நிகழ்ந்திருக்கின்றன. இன்று நாம் பாடப்புத்தகங்களில் காணும் உருக்கலான புரட்சிப்படிமம் அவருக்கு சுதந்திரப்போராட்டத்தின் இரண்டாவது காலகட்டத்தில் உருவாக்கப் பட்டு சூட்டப்பட்டது. அவரது உண்மையான புரட்சிக்கவிதைகள் வழியாக உருவாக்கிக் கொள்ளப்பட்ட பிம்பம் அது. உண்மையில் அது இயல்பானதே. ஏனென்றால் காலம் கடந்து வாழ்பவை கவிதைகளே. இதே கதைதான் மயகோவ்ஸ்கிக்கும்.

இன்றைய கோட்பாட்டாளன் அவர்களின் புரட்சிகர பிம்பம் மற்றும் கவிதைகள் வழியாக அவர்களின் உண்மையான ஆளுமை நோக்கிச் செல்லும்போது மீண்டும் குழப்பமும் ஐயமும் அடைகிறான். சீராக அமைந்த ஒற்றைப்படையான ஆளுமை அவனுக்குக் காணக்கிடைப்ப தில்லை. ஐயங்கள் அவநம்பிக்கைகள் தள்ளாட்டங்கள் முரண்பாடுகள் ஆழ்மனத்தின் கட்டற்ற ஓட்டங்கள் கொண்டவனாகவே அவன் அறியப்படுகிறான். ஆகவே மீண்டும் கோட்பாட்டாளன் அதே பிழையை செய்கிறான். கவிஞன் வாழ்ந்திருந்தபோது அவனுக்குச் சூட்டப்பட்ட முள்முடிகளை மீண்டும் கையில் எடுக்கிறான். கோட்பாட்டின் இரும்பு அளவுகோலைக்கொண்டு இலக்கியத்தை ஒருபோதும் அளவிடமுடியாது.

சேரனின் காலவரிசைப்படுத்தப்பட்ட தொகுப்பைப் பார்க்கும் ஒருவர் அவரது கருத்தியலைத் தேடினால் களைத்துத்தான் போவார். ஆக்ரோஷமான புரட்சிகரக் கவிதைகள், எளிய காதல் கவிதைகள், இயற்கை வர்ணனைக் கவிதைகள் என்று அவரது உலகமானது ஆரம்பத்திலிருந்தே தன்னிச்சையான, சிதறுண்டு பரவக்கூடிய, போக்கையே கொண்டுள்ளது. அதுவே கவிஞனுக்கு இயல்பானது. அவனைப் பொறுத்தவரை கவிதை நிகழக்கூடிய அக்கணத்தில் அவன் எதை உணர்கிறானோ அதுவே அவன் அகம். ஒவ்வொரு கவிதையும் தன்னளவில் முழுமையானதே. தனக்கென தனித்த தரிசனமும் நிலைப்பாடும் உடையதே. அவை ஒரு நீளமான உரையாடலின் துண்டுகள் அல்ல. ஆகவே அவை ஒன்றுசேர்ந்து நிறுவும் ஒரு மையம் என்பது ஒருபோதும் இருப்பதில்லை. சேரனின் படைப்புகளை வகுத்துக்கொள்ள முயலும் ஒருவர் கையாளவேண்டிய அணுகுமுறை இதுவேயாகும்.

4

சேரனின் படைப்புலகில் நாம் காணும் பொதுவான கூறு என்று அதன் கற்பனாவாதத் தன்மையையே கூற வேண்டும். கற்பனாவாதத்தன்மை அல்லது புத்தெழுச்சிவாதத் தன்மை (romaticism£) தமிழ் நவீனக் கவிதையில் அதன் தொடக்கத்திலேயே இல்லாமலாகிவிட்டது. சற்றேனும் கற்பனாவாத இயல்பு கொண்ட நவீனக்கவிஞர் என்று ந. பிச்ச மூர்த்தியையே குறிப்பிடவேண்டும். எழுத்துக் கவிதை கள் கற்பனாவாதத்தை உதறி நவீனத்துவத்தின் எதிர் மறை அழகியலுக்குள் புகுந்தன. பசுவய்யா, நகுலன், பிரமிள் ஆகிய மூவரும் அதன் மூன்று வகைமாதிரிகளை உருவாக்கினர். சி.மணி அத்தனை பிரபலமாகாது போன அங்கத பாணியை உருவாக்கினார். பிரமிள் பாணி கவிதைகள் தமிழில் அதிகம் வெற்றிபெறவில்லை. ஆத்மாநாம் கவிதைகளில் அதன் சில சாயல்கள் உள்ளன. சி. மணிக்கு ஞானக்கூத்தன் மட்டுமே தொடர்ச்சி. நகுலனுக்கும் பசுவய்யாவுக்கும் இன்று வரை தொடரும் ஒரு தலைமுறை நீட்சி உண்டு. தமிழில் ந. பிச்சமூர்த்தியின் கவிதைகளின் மரபு ஏறத்தாழ இல்லாமலாகி விட்டது. ஆனால் சேரனின் கவிதைகளுக்கு இங்கே நாம் முன்னோடியைத் தேட வேண்டுமென்றால் ந. பிச்சமூர்த்தியையே குறிப்பிட வேண்டும். அந்தப் பொதுக்கூறு கற்பனாவாதமே.

கற்பனாவாதம் உணர்வுகளை ஓங்கச் செய்து கொள்கிறது. கருத்துகளை இலட்சியங்களாக செறிவுபடுத்திக்கொள்கிறது. இதற்கு ஏற்ற வடிவம்

மரபுக் கவிதையே. மரபுக் கவிதையில் உள்ள வெளிப்படை யான தாளம் இத்தகைய கவிதைகளுக்கு மிகவும் ஏற்றது. ஒரு கற்பனாவாதக் கவிதை எப்போதும் அதன் உச்சங்களில் உலவ இயலாது. அது சித்தரிப்புகளை அளிக்க வேண்டியிருக்கும். தகவல்களைக் கொடுக்க வேண்டியிருக்கும். அப்போது அதன் கால்கள் தரைதட்டும். தாளம் உள்ள கவிதையானது அதன் உத்வேகம் மிக்க வரிகளின் தாளத்தை மொத்த கவிதைக்கும் அளிப்பதன் வழியாக அந்த எளிய வரிகளின் சாதாரணத் தன்மையை மறைத்துவிட முடியும். புதுக்கவிதையின் அமைப்பு அந்த வசதியை இல்லாமலாக்கி வருகிறது. வரிகள் தாளமில்லாமல் கூற்றுகளாக மட்டுமே இருக்கும்போது அவற்றின் அர்த்த தளத்தில் உள்ள கவித்துவத்தால் – குறிப்புணர்த்தப்படும் அர்த்தங்களில் உள்ள கவித்துவத்தால் – மட்டுமே நின்றாக வேண்டிய கட்டாயம் ஏற்படுகிறது. ஆகவே புதுக்கவிதையின் வடிவம் கற்பனாவாதக் கவிதைகளில் பெரும் தடையாகவே அமைகிறது. மேலும் புதுக் கவிதை வடிவம் நவீனத்துவத்துடன் சேர்ந்தே பிறந்தது. நவீனத்துவ பிதாமகர்கள்தான் புதுக்கவிதையை உருவாக்கினார்கள் – வால்ட் விட்மன், எலியட், எஸ்ரா பவுண்ட் முதலியோர். நவீனத்துவத்தின் இறுக்கம், எதிர்மறைத் தன்மை, பூடகத்தன்மை அனைத்தும் புதுக்கவிதைக்கும் உரிய குணங்களாக அடையாளப்படுத்தப்பட்டிருக்கின்றன.

ஆகவேதான் சேரனின் கவிதைகள் நவீனத் தமிழ் வாசகனுக்கு வடிவரீதியான போதாமைகளை உணர்த்தக்கூடியவையாக உள்ளன. சேரனின் தொடக்ககாலக் கவிதைகளில் இளமைப் பருவத்திற்குரிய நேரடியான கற்பனாவாதம் வெளிப்பட்டது என்றால் பிற்காலத்துக் கவிதைகளில் சற்றே உணர்ச்சி இறுக்கம் சார்ந்த கற்பனாவாதம் வெளிப் பட்டது. ஆனால் நேரடியாக உணர்ச்சிகளையும் கருத்துகளையும் முன் வைக்கும் பாணியானது எப்போதும் காணப்படுகிறது.

யாழ்ப்பாணத்தின் சராசரி இதயமே
உனது உலகம் மிகவும் சிறியது
கிடுகுவேலி
வேலியில் கிளுவை
எப்போதாவது வேலியின் மீது
அழகாய்ப் பூக்கும்
சிவப்பு முள்முருக்கு...

(கைத்தடி 1979)

என்று அவரது கவிதை நேரடியாகப் பேசுகிறது. அல்லது,

எழுந்து வெளியே வா
வான்வெளி நீலச் சேலையில் தெரியும்

மூன்று வெள்ளிப்பூக்களைப் பார்த்து
என்னை நினைத்துக்கொள்

என்று காதல்மொழி கூறி நெகிழ்கிறது. அல்லது,

பூவரசு நிழல் விரிந்த
மாரிக் கிணற்றடி
நீர்மட்டம் மேல்
குளிரும்தான் எனினும்
குளிக்கிறேன்

என்று வர்ணிக்கிறது. கவிதை என்பது அதன் மறைபிரதியாலேயே பொருள்படுவது என்று பழகிய தமிழக வாசகருக்கு இந்த நேரடித் தன்மையில் இடர்பாடுகள் உள்ளன. சேரன் உட்பட ஈழக் கவிஞர்கள் பற்றிப் பேசும்போது தமிழக வாசகர் பலர் இதை குறிப்பிடுவதைக் கவனித்திருக்கிறேன். ஆழ்பிரதி இல்லாத காரணத்தால் பல கவிதைகளை தட்டையானவை என வாசகர் சிலர் எடுத்துக்கொள்வதுண்டு. ஏற்கெனவே சு.வில்வரத்தினம் கவிதைகளைப் பற்றிய விவாதத்திலும் இந்தச் சிக்கல் விவாதிக்கப்பட்டது (அகமெரியும் சந்தம்: சு. வில்வரத்தினம் கவிதைகள்).

ஆனால் ஒன்றைக் கருத்தில் கொண்டு இதைப்பற்றி விவாதிக்க வேண்டும். நவீனத்துவ அழகியலை நாம் முற்றான அளவுகோலாகக் கொண்டு படைப்புகளை அணுகக்கூடாது. என்னுடைய திறனாய்வுக் கட்டுரைகளில் அனைத்திலும் இதைப்பற்றி மீண்டும் மீண்டும் பேசியிருக்கிறேன். ஏனென்றால் சுந்தரராமசாமி ஈறாக தமிழில் உள்ள அழகியல் விமர்சகர்கள் நவீனத்துவத்தின் வடிவபோதத்தை அழகியல் வந்து சேர்ந்த இறுதி எல்லையாகக் காணும் போக்கை இங்கே நிறுவி விட்டிருக்கிறார்கள். ப. சிங்காரம், ஜெயகாந்தன், நீல பத்மநாபன் போன்றவர்களை மதிப்பிடுவதற்கு இது எந்த அளவுக்குத் தடையாக அமையும் என்பதைப் பற்றி நான் அவர்களைப் பற்றி எழுதிய கட்டுரைகளில் (இலக்கிய முன்னோடிகள் வரிசை, 7 நூல்கள்) விவாதித்திருக்கிறேன். நம் வாழ்வில் கற்பனாவாதத்திற்கு ஓர் இடமிருக்கிறது என்பதை ஏற்றோம் என்றால் கற்பனாவாதப் படைப்பு களை அவற்றுக்குரிய அளவுகோல்களினாலேயே மதிப்பிட வேண்டும்.

கற்பனாவாதம் அடங்கிய குரல் கொண்டதல்ல. அந்தரங்கமாக வாசகனுடன் பேசுவதல்ல. உணர்ச்சி கலவாத அறிவார்ந்த தன்மை உடையதல்ல. செறிவு, பூடகத்தன்மை ஆகியவற்றுக்கு எதிரானது அது. அனைத்துக்கும் மேலாக அது கட்டுப்பாடற்றது. தன்னிச்சை யானது. நவீனத்துவப் படைப்புகளுக்கு நேர் எதிரானது என்றே

கூறிவிடலாம். ஆகவே அந்த இலக்கணங்களைக் கற்பனாவாதக் கவிதைகளில் எதிர்பார்க்கக் கூடாது. அப்படியானால் கற்பனாவாதக் கவிதைகளில் அதன் கவித்துவம் எப்படி நிகழ்கிறது. கற்பனாவாதம் என்பதே கட்டற்ற உணர்ச்சிகளின் நேரடி வெளிப்பாடுதான். எந்த வரிகளில் நேரடியான, தீவிரமான வெளிப்பாடு உண்மையுடன் நிகழ்ந்திருக்கிறதோ அதுவே சிறந்த கற்பனாவாதக் கவிதை.

பிரிதல்

கொடி எங்கும் மல்லிகைப்பூ
குளம் எங்கும் அல்லிமொட்டு
வேலி வரிச்சுகள் மேல்
முள்முருக்கு பூத்திருக்கு
பார்த்தபடி நானிருக்க
இப்படித்தான் விரியும் வசந்தம்
என்று சொன்னபடி
நீ போனாய் அன்றைக்கு
இன்றைக்கோ
தந்திமரக் கொப்பில் உடல்சிலுப்பி
இறகுதிர்க்கும் குருவி ஒன்று
உயரே உலாப்போகும்
மஞ்சு
குளக்கரையில்
நீளக்காலூன்றி ஒரு
கொக்கு
தவமிருக்கு.

பிரிதலின் துயர் கற்பனாவாதக் கவிதையில் எப்போதுமுள்ள கரு. அதை இயற்கைமீது ஏற்றிக் கூறுவதும் அதன் வழிமுறையே. இக்கவிதை அதன் உண்மையான உணர்வெழுச்சியால் அந்தக் கவித் தருணத்தை மீண்டும் நிகழ்த்திப் பார்த்திருக்கிறது. ‘கொடியெங்கும் மல்லிகைப்பூ குளமெங்கும் அல்லி மொட்டு’ என்று தொடங்கும் வரிகளில் உள்ள துள்ளலான தாளம் கவிதையைத் தீவிரமாகவே தொடங்கி வைக்கிறது. ‘இப்படித்தான் விரியும் வசந்தம்’ என்று விழியால் சொன்னபடி செல்கிறாள் அவள் – வேலியில் முள்முருக்கு பூப்பதுபோல! பின்னர் வானில் பிரிந்து கரையும் மேகம், இறகு உதிர்க்கும் குருவி, நீளக்கால் ஊன்றி காத்திருக்கும் கொக்கு என ஒரு பிரிவாற்றாமை. தமிழின் நீண்ட அகமரபில் சரியாகச் சென்று அமரும் ஒரு கவிதை இது.

சிலசமயம் கவிதையில் எடுத்த எடுப்பிலேயே தீவிரமான உணர்ச்சியின் தன்னெழுச்சியான வெளிப்பாடு நிகழ்கிறது. ஆனால் சித்தரிப்பும் விவரிப்பும் விளக்கமும் வந்து கவிதை தரைக்குச் சரிகிறது.

நாள்

‘மூங்கில்கள் நெளியும் கரை
மஞ்சளாய் நெளியும் நதி
அக்கரையருகே நீ’

என்று தொடங்கும் கவிதை சுயவிவரிப்பாகச் சரிகிறது.

‘எனது மொழியில்தான்
பேச இயலும்
உனக்கு கோபம் வருகிறது
நான் என்ன செய்ய?’

அப்படியே இறங்கிச் சென்று

‘காற்று வீசுகையில்
மூங்கில்கள் நெளியும் கரையில்
நெருப்பு பற்றும்
பிறகு
உனது வீட்டிற்கும் பரவும்’

என்று முடியும்போது அந்த இறுதி கவியுருவகம் மிகவும் செயற்கையாக ஆகிவிடுகிறது. இவ்வாறு உண்மையான மன எழுச்சியானது தரைதட்ட நேர்வதென்பது கற்பனாவாதக் கவிதைகளில் பொதுவாகவே அடிக்கடி நிகழக்கூடிய ஒன்றுதான்.

ஆனால் பொதுவாக கற்பனாவாதக் கவிதைகளைப் பொறுத்தவரை வடிவநெகிழ்வு அனுமதிக்கப்பட்டிருக்கிறது. அதன் ஒட்டுமொத்த உணர்ச்சி வேகம், அதில் உள்ள சிறந்த வரிகள் ஆகியவற்றை அடிப்படையாகக் கொண்டு கவிதையை மதிப்பிட வேண்டியுள்ளது. செறிவை வைத்து அல்ல. கற்பனாவாதத்தின் பொற்காலமாகிய பிரிட்டிஷ் கற்பனாவாதயுகத்தின் பெரும் கவிஞர்களான வில்லியம் வர்ட்ஸ்வொர்த், டென்னிசன், ஷெல்லி, கீட்ஸ் ஆகியோருக்கும் இது பொருந்தும்.

எனது நிலம்

சிறகு வலை விரித்தபரவைக் கடல்
மேலே மூச்செறியும் காற்று

கடல் நடுவில்
கலையும் தலைமயிரை
விரல்களால் அழுத்தி நிமிர்கையில் எல்லாம்
கரை தெரிகிறது
பனைமரமும் இடையிடையே ஓடுகளும்
அலையும் எஞ்சின் இரையும் பொழுது
சிதறும் துளியும்
ஒன்றரை மணிநேரம்
எப்படி முடிந்ததாம்?
பிறகு மணல் நிமிர்ந்தவெளி
அதனுள் புதைந்த பனைகள்
ஒவ்வொன்றும் ஓராள் உயரமென
கன்னிமணல்மீது தலைநீட்டும்
மணலோ
கண்ணாடி விதையிட்டு
சூரியன் போய் குடியிருந்த
பொன்னின் துகள்
அதன்கீழ்
இரண்டாயிரம் ஆண்டுகள்
முன்பாக என் முன்னோர் நடந்த
நிலப்பரப்பு
ஒரு காலடி ஆனால்
ஓராயிரம் ஆண்டு
எம்வேர் நீண்டுள்ளது.
துயிலாது இந்த அலைகரையில் நின்று
விண்மீன் சிதறிக் கடலுள்
விழுகிறதைப் பார்த்திரங்கிய ஒருத்தியின்
அல்லது
தொடுவான் வெளிபிளந்து
கரைசேரும் நாவாய்க்கு
காத்திருந்த ஒருத்தியின்
வெறும் மார்பில் புரண்ட மணி ஒன்றில்
பின்மாலை அந்திப் பொழுது
புடமிட்ட
தென்னோலைக் காற்றாடும் வெளியில்
மண்மூடிய சுவடுகளில்
என் முன்னோர்
விட்டுப் போயுள்ளார்கள்
எனக்கொரு சேதி

நூறு நூறாயிரம் தோள்களின்மீது
ஏறிநின்று
எனது நிலம் என உரத்துச் சொல்கிறேன்
ஏழு சமுத்திர வெளிகளைத் தாண்டி
அதன்மீது எழுகிற அலைகளை மீறி
அதனைக் கொண்டுபோய்
எங்கும் ஒலிக்கிறது காற்று
'எனது நிலம்
எனது நிலம்!'

ஆங்காங்கே கவிதையின் உத்வேகம் மழுங்கினாலும் கூட சேரனின் சிறந்த கவிதைகளில் ஒன்று இது. 'சிறகுவலை விரித்த பரவைக் கடல்' என்ற அழகிய படிமத்துடன் தொடங்குகிறது. வலைகளை சிறகுகளாக அசைத்த நீலக்கடல் நடுவே அந்த நிலம் எழுந்து வரும் காட்சியனுபவத்தை இக்கவிதை அளித்துவிடுகிறது. பல சொல்லாட்சிகள் புதியவை 'மணல் நிமிர்ந்த வெளி'. சில சமயம் வரிகள் கற்பனாவாதக் கவிதைகள் மட்டுமே அளிக்கக்கூடிய உத்வேகமான மொழியனுபவ மாக ஆகின்றன.

'கண்ணாடி விதையிட்டு
சூரியன் போய் குடியிருந்த
பொன்னின் துகள்'

கிட்டத்தட்ட பொருள் மீறிய அரற்றலாக ஆகும் இத்தகைய வரிகள் நவீனக் கவிதையில் நிகழ்வது கடினம் – புதுக்கவிதையின் வசனத் தன்மையும் கட்டுப்பாடும், வெளிப்பாட்டுக்குப் பதில் குறிப் புணர்த்தலை நாடும் இயல்புமே அதற்குக் காரணம். தமிழ்ப் புதுக்கவிதையில் பிரமிள், தேவதேவன், அபி ஆகியோரில் மட்டுமே நாம் அத்தகைய வரிகளைக் காணமுடிகிறது. அபூர்வமாக சுகுமாரனிலும். கற்பனாவாதக் கவிதைகளை நியாயப்படுத்தும் கூறு இதுவே. இத்தகைய வரிகளை வைத்தே அதன் கட்டற்ற தன்மையை நாம் ஏற்றுக்கொள்கிறோம்.

சங்ககால நெய்தல் திணையை, தேவி கன்னியாகுமரியை நினைவில் மீட்டிச் சென்று மரபின் ஆழத்திற்குச் செல்லும் வரிகள் வழியாக வளர்கிறது இக்கவிதை.

தென்னோலைக் காற்றாடும் வெளியின்
மண்மூடிய சுவடுகளில்
என்
முன்னோர் விட்டுப் போயுள்ளார்கள்
எனக்கொரு சேதி

என்று மீண்டும் ஒரு உத்வேகமிக்க தருணத்தை அடைகிறது. மேலே குறிப்பிட்ட இரு உத்வேகமிக்க வரியமைவுகளிலும் எதுகையும் தாளமும் கூடியிருப்பதைக் கவனிக்கலாம் (கண்ணாடி - பொன்னின், தென்னோலை - முன்னோர்). இது மரபுக் கவிதையின் தேவையைக் காட்டுகிறது. அந்தக் குறையை, சுதந்திரமாக எதுகையையும் தாளத்தையும் அமைத்துக்கொண்டு கவிஞன் தாண்டியிருப்பதையும் காட்டுகிறது.

இறுதியில் 'எனது நிலம் எனது நிலம்!' என்ற அடிவயிற்று முழக்கம் பெறும் ஒலியாக இல்லாமல் உண்மையான உணர்வெழுச்சியுடன் உணரப்படுவதற்கு இந்தக் கவிதையெங்கும் அடையப்பட்டுள்ள வேகமும், தீவிரமான வரிகள் நம்மில் எழுப்பும் ஆழ்ந்த மொழியனுபவமும் காரணமாக அமைகின்றன.

இந்த அம்சத்தை வைத்தே நாம் புரட்சிகரக் கவிஞனை மதிப்பிட வேண்டும். புரட்சிகரக் கவிஞன் என்பவன் புரட்சிகரக் காலகட்டத்தின் பிரதிநிதிக்குரல் அல்ல. அக்காலகட்டத்தின் ஆகச்சிறந்த குரலும் அல்ல. அவன் அக்காலகட்டத்தின் ஒட்டுமொத்தக் குரல்களின் தொகை. ஊடுபாவாக பரவிச்செல்லும் பலவகையான குரல்களின் முரணியக்கமே அவன் கவியுலகின் விசையை உருவாக்கும். மயகோவ்ஸ்கியின் கவிதையை புரட்சியின் பொருளின்மையை, அபத்தத்தை முன்வைக்கும் கவிதைகளாகக் கண்டு ஒரு முழு வாசிப்பை நிகழ்த்திவிடமுடியும். சுதந்திரப்போராட்ட காலத்தின் எல்லா குரல்களையும் நாம் பாரதியில் காண்கிறோம். சேரனிலும் அதையே காண்கிறோம்.

எனது நிலம் என்று பொங்கும் குரலும் சரி, நிலமிழந்து காமத்திலும் மதுவிலும் தன்னைக் கண்டுகொள்ளும் குரலும் சரி, நாம் போராடுவோம் என்று வீறுகொள்ளும் குரலும் சரி, கைதுசெய்யப்படும் போது உள்ள அச்சத்தை மொட்டையாகப் பதிவுசெய்யும் குரலும் சரி ஒரே கவிஞனின் குரல்தான். அவனூடாக இயங்கும் அக்கால கட்டத்தின் குரல்கள் அவை. அவற்றில் நாம் கவிஞனின் சீரான பரிணாமத்தைக் காண்பது இயலாது. அவற்றின் மாறுதல்கள் அக்கால கட்டத்தின் உணர்ச்சி மாறுதல்கள் மட்டுமே.

5

சேரனின் கவிதைகளின் பேசு பொருளாக அமைந்துள்ள புரட்சிகரமும் காதலும் கற்பனாவாதம் சார்ந்த மனஎழுச்சியின் காரணங்கள் என்ற அளவிலேயே கவிதையில் பொருள்படுகின்றன. காதலும் புரட்சியும் இரண்டுமே ஒரு மனம் தன் முழு ஆற்றலாலும் தூக்கி வானில்

நிறுத்தியிருக்கும்போது மட்டுமே முக்கியமாக இருக்கக்கூடியவை. மிக எளிதில் பொருளிழந்து விடக்கூடியவை. லௌகீகமாக மட்டு மல்ல ஆன்மீகமாகவும் இரண்டுக்கும் பெரிய அர்த்தம் ஏதுமில்லை. காதல் பேரன்பாகவும் புரட்சிகரம் முழுமையான நீதியுணர்வாகவும் பரிணாமம் அடையாதவரை அவற்றுக்குக் காலத்தை வெல்லும் தன்மை கிடையாது என்றே கூறவேண்டும்.

அந்த பிரக்ஞை அந்தத் தருணங்களில் கவிதைக்குள்ளேயே நின்று துடிக்கிறது. அதனால்தான் புரட்சியும் காதலும் மரணத்தை சாட்சிக்கு அழைக்கின்றன. பஞ்ச பூதங்களை விளித்துப் பேசுகின்றன.

'காலத்தைக் கேள்
சொல்லும் அது
காத்திருப்புக்கு அப்பாலே
பூக்கும் புல்வெளிகள்'
'நீராய் பெருகி
நதியாய் நகர்ந்து
கடலாய் பரந்து செறிந்தோம்'

என்றெல்லாம் தற்காலிக உணர்வு எழுச்சியை நிரந்தரப்படுத்தும் யத்தனத்திற்காக மொழியைச் சரண் அடைகிறது கவிதை. அப்படிப் பார்த்தால் சேரனின் இக்கவிதைகளின் முனைப்பு என்பது அந்தந்தத் தருணங்களில் பீரிட்டெழும் உணர்வலைகளை முடிந்தவரை உக்கிரப் படுத்தி நிரந்தரப்படுத்துவதுதானோ? அலை நுரையை எஃகுச் சிற்பமாக்குவது போன்று? பனித் திவலைகளை வெண்கற்களாக்குவது போன்று? ஜீபனானந்த தாஸின் வரி என்று நினைக்கிறேன். 'காற்றில் மிதந்து உதிர்ந்து விழும் இறகு ஒன்று மண்ணை மோதும் கணத்தில் ஓர் இடியோசையை எழுப்பச் செய்யும் யத்தனமே காதல்கவிதை' உண்மை தான் போலும்!

சேரனின் புரட்சிக் கவிதைகளையும் காதல் கவிதைகளையும் நாம் மாறிமாறிப் படித்துக்கொண்டு செல்கிறோம். தொடக்க காலம் முதலே இருவகைக் கவிதைகளையும் அவர் மாறிமாறி எழுதியிருக்கிறார். தொகுப்புகளில் தெரியும் சமீபகாலத்தைய கவிதை களில்கூட அந்த சரிவிகிதம் அப்படியேதான் இருக்கிறது. காதல், புரட்சிகரம் இரண்டிலும் சேரனில் ஒரு விதமான மாற்றம் தெரிவதை இக்கவிதைகளை ஊன்றிப் பார்க்கும்போது பார்க்க முடிகிறது. 'இறந்த காலம்' போன்ற ஆரம்பகாலக் கவிதைகள் முதல் 'சேயுடனான உறவு முறிந்தபோது, வரை சேரன் மீண்டும் மீண்டும் காதலின் பிரிவு, முறிவுக் கணங்களையே அதிகமும் எழுதியிருக்கிறார். ஆரம்பகாலக் கவிதைகளில் காமம் உரத்து ஒலிப்பதில்லை. உறவின் புரிந்துகொள்ள முடியாத தன்மையைப்

பற்றிய பதற்றமே ஓங்கி ஒலிக்கிறது. பிற்பாடு உறவு என்றாலே புரிந்துகொள்ள முடியாததுதான் என்ற தெளிவுடன் அக்கணத்தைக் காமத்தில் தோய்த்து சாஸ்வதப்படுத்திக் கொள்ளும் முயற்சி தெரிகிறது.

'அச்சந்தருகிறது காதல்'

கலவியின் பின்
மெல்லிய வெட்கம் கெட்ட குரலில்
அவனுடைய வழமையான மந்திரம்
போய்வா உடைந்த கண்ணாடித்துண்டே

உனது அச்சம் வேறு
எனது அச்சம் வேறு

என்று சொல்லி 'அமையும்' கவிதைகளாக அவை உள்ளன. இந்த அம்சத்தால்தான் சேரனின் தொடக்க காலக் காதல்கவிதைகளைவிட பிற்காலக் கவிதைகள் மேலும் தீவிரமும் ஆழமும் உடையனவாக எனக்குப் படுகின்றன. அவற்றில் சேரன், காதலில் தான் தேடுவது எதை - அல்லது தேடிக் கண்டடைய முடியாதது எதை - என்று அறிந்து விட்டிருப்பது போலப்படுகிறது. ஒரு விஷயத்தை இங்கே உதாரணமாகக் கூறலாம். சேரனின் ஆரம்பகால கவிதைகளில் அவர் நிறைய இயற்கை வருணனைகளை கூறுகிறார். அவை அந்தக் கவிதை நிகழும் புலம் மட்டுமாகவே உள்ளன. சேரனின் காதல் கவிதைகளுக்கு அவை தேவையே இல்லை. அவை வெறுமே உணர்ச்சிகரமான உறவின் நெருக்கம் பிரிவு இரண்டில் மட்டுமே கவனம் செலுத்துபவை. இன்னும் மொத்தையாகச் சொல்லப்போனால் 'ஏன் எல்லாக் காதல்களும் ஒரு புள்ளியில் விரிசல் விடுகின்றன?' என்ற ஒரே கேள்வியில் மட்டும் மையம் கொள்பவை.

பிற்காலக் கவிதைகளில் சேரன் சூழல் விவரணைகளுக்கு இறங்குவதே யில்லை. சூழலில் இருந்து ஒரு விவரணையை எடுத்துவைத்தால்கூட அதற்கு அகவயமான விளக்கத்திற்கு உதவும் தேவை இருக்கிறது. கவிதையில் அது படிமம் ஆக மாறியே நிலை கொள்கிறது. சொற்கள் பறந்தலைவதில்லை, சிறகடித்து சரியான மலர் இதழ்களில் அமர்ந்து விட்டிருக்கின்றன. சேரனின் காதல் கவிதைகளில் ஆகச்சிறந்தது என்று நான் மதிப்பிடும் கவிதை 'கேள்' தான். 'கேள் எப்படிப் புணர்வது என்பதை பாம்புகளிடம்' என ஆவேசமாகத் தொடங்கும் அந்தக் கவிதை சொல் மழைபோல காற்று டன் சுழன்றடித்து 'துயரத்தின் சாறு பிழிந்த தனிமை எப்படியிருக்கும் என்பதை என் பனிப்பாறையுள் நெருப்பின் உயிர்ச்சுவட்டை எறிந்தவளிடம்' என்று தீவிரம் கொண்டு முடிந்து 'தண்டவாளங்களும் குளிரில் துடித்துப் பிளக்க ஒற்றைச்

சிறகுடன் கையில் ஒற்றைப் பூவுடன் காத்திருப்பது எப்படி என்பதை என்னிடம்' என்று விம்மித் தேய்ந்து மறைகிறது. தமிழ்மொழியின் சிறந்த சில காதல் கவிதைகளில் ஒன்று இது.

சேரனின் புரட்சிகரக் கவிதைகளிலும் அத்தகைய நுண்ணிய மாறுதல் ஒன்று நிகழ்ந்திருக்கிறது. தொடக்க காலத்துக் கவிதைகளில் 'எனது நிலம் எனது மக்கள்' என்ற சுய உணர்வே புரட்சிக் குரலாக ஓங்கி நிற்கிறது. ஒடுக்கப்படுகையில் மனிதனுக்கு ஏற்படும் ஆங்காரம். மனித ஆத்மா தன்னை மீண்டும் மீண்டும் புறவயமாகக் கண்டுகொள்கிறது அப்போது. தன்னவர்களுடனும் தன்னைச் சூழ்ந்தவர்களுடனும் அடையாளப்படுத்திக்கொண்டு தன் இருப்பை அது விரிவாக்கிக் கொள்கிறது. அடிபட்ட பாம்பு பத்தி விரித்து எழுவது போல. குரோதமே அதன் விரிவாக்கம். ஆனால் எந்தப் பாம்பும் அதிக நேரம் பத்தி விரித்து நிற்க முடியாது. அந்த உணர்வு அதன் குரோதத்தை மேலும் அதிகரிக்கச் செய்கிறது. ஆனால் மெல்ல மெல்ல அந்தத் தேசியத் தன்னுணர்வில் இருந்து மேலும் விரிந்த ஒரு வரலாற்றுணர்வை நோக்கி சேரன் நகர்ந்து விட்டிருப்பதை நாம் காண்கிறோம். ஆதிக்கமும் கிளர்ச்சியும், அடக்குமுறையும் மீறலும் ஒரு நாணயத்தின் இரு பக்கங்கள். வரலாறெங்கும் அவை முரண்பட்டுப் பொருதி ரத்தம் வீழ்த்துகின்றன. ஒன்றில் இன்னொன்று பிரிக்கமுடியாதபடி கலந்துள்ளது. ஆகவேதான் 'யுத்தம்' என்ற சொல் சேரனில் அழுத்தம் பெறுகிறது. புரட்சி என்பது மெல்ல போர் என்பதாக அவரது ஆழத்தில் உருமாற்றம் பெற்றுவிடுகிறது.

யுத்தம் பற்றிய மிகச் சுருக்கமான அறிமுகம்

நீங்கள் ஒடுக்கப்பட்டவர்களானால்
அது கண்ணீரின் குருதி
நீங்கள் ஒடுக்குபவர்களானால்
அது குருதியின் கண்ணீர்

என்று அவரது கவிதை கண்டுகொள்கிறது. எந்நிலையிலும் எஞ்சுவது கண்ணீரும் குருதியும்தான் என்று. வரலாற்றுக்கு அது அன்றாட உணவு என்று. கிளர்ச்சிகளை, இலட்சியங்களை, இழப்புகளை, நினைவுகளை பொருட்படுத்தாமல் அந்தப் பெரும் சக்கரம் உருண்டு சென்றபடியே இருக்கும் என்று. இந்த வரலாற்றுப் புரிதல் சேரனின் பிற்காலத்துக் கவிதைகளுக்கு மேலதிக அழுத்தம் அளித்திருக்கிறது.

காற்றாகி நில்
கடலாகி அலைவீசு
போரிடும் நம்தோழர்களின்
வேட்டொலிக்கு புறம்காட்டி

தோற்றோடும் ராணுவத்தின்
அவலக் குரல்களின் மேல்
உனதும் உனைப் போன்ற
ஏராளம் மக்களதும்
நினைவுச் சாசனத்தை
இந்த நிலத்தில் நாம் பொறிப்போம்

(நாங்கள் எதை இழந்தோம்?)

என்று மிகத் தட்டையாக அறைகூவல் விடுத்த அவரது கவிதை அழிவுகளின் கண்ணீரின் காயங்களை மெல்ல கண்டுகொள்கிறது.

தெருவில் வீசப்பட்டுள்ள
ஒற்றைச் செருப்பின்மீது
வீட்டுப்படிகளில் வீசியெறியப்பட்ட
மூக்குக் கண்ணாடி மீது
தெருமுனையில் புரட்டிவிடப்பட்ட
மோட்டார் சைக்கிளின்மீது
தயங்கித் தயங்கி நிற்கிறது
(கேள்வி)

அந்தத் தயக்கத்திற்குப் பிறகான கவிதைகளில் சேரனின் புரட்சிகரம் ஆழமான சுயபரிசீலனைக்கு ஆளாகிறது. அழிவின் எக்காளமாக அது பிறகு ஒலிப்பதில்லை. துயரத்தை நோக்கிய தார்மீகமான எழுச்சியாகவே ஒலிக்கிறது. ஒற்றைப் படையான போர்க்குரலாக அது இருப்பதில்லை. மானுட அவலம் நோக்கிய பரிதவிப்பாகவும் அதிலிருந்து எழும் உத்வேகமாகவும் அது உருவம் கொண்டிருக்கிறது.

குழந்தைகள்

குழந்தைகளை யார் உருவாக்குகிறார்கள்
என்று நான் கேட்டேன்
திறந்து வைத்த யன்னலூடாக சலசலத்து
நானல்ல அவர்களின் குரலுக்குச்
சங்கீத நரம்புகளை தருவதே என்வேலை
என்றது காற்று
அவர்களின் கண்களுக்கு
ஆழமான நிறங்களைத் தருகிறேன் நான்
என்றது ஒளி
அவர்களுடைய பிஞ்சுப் பாதங்களுக்கு
ஒரு புன்னகையை தருகிறேன் நான்
என்றது செவ்வலரிப்பூ

அவர்களுடைய இதயத்தின் சுவர்களை
காதலின் இழைகளால் நெய்கிறேன்
என்றது கடல்
அவர்களின் சிரிப்புக்கு
மந்திர வலிமையை சேர்க்கிறேன்
என்றன காடுகள்
அப்படியானால்
அவர்கள் கைகளில் துப்பாக்கிகளையும்
கால்களுக்கு ராணுவச் சப்பாத்துகளையும்
இடுப்பில் வெடிகுண்டுகளையும்
கண்களில் வெறுப்பையும்
தந்தது யார் என்று கேட்டேன்
காற்றும் கடலும் உறைந்தன
வெளியில்
உலர்ந்து நொறுங்கிற்று
கண்ணாடித்துண்டுகளாக ஒளி.
ஒரு மின்னல் வெட்டில்
எரிய ஆரம்பித்தன பூக்களும் காடுகளும்
எல்லா பறவைகளும்
கூட்டமாகப் பறந்து சென்று
அத்தீயில் விழுந்தன
குழந்தைகள்
எங்களுடைய குழந்தைகள்!

சேரனின் புகழ்பெற்ற இக்கவிதையை அவர் எரிந்து கொண்டிருந்த நேரம் எழுதிய புரட்சிகரக் கவிதைகளின் மறுபக்கமாகவும் அவற்றின் பரிணாமமாகவும் நான் வாசிக்கிறேன். சாம்பல் பூத்த தெருக்களில் இருந்து எழுந்து வருவதற்கு அறைகூவிய சிறுவன் ஒரு தந்தையாக மாறிவிட்டிருக்கிறான்.

6

புரட்சிகரத்தின் வெம்மையில் இருந்து தப்ப, காதலில் அடைக் கலமாகின்றன சேரனின் கவிதைகள். காதலின் உருக்கத்திலிருந்து எழுந்து புரட்சிகரத்தின் தகிப்பை நாடுகின்றன. ஒன்றைக் கொண்டு இன்னொன்றை முழுமையாக சமன் செய்துகொள்கின்றன.

www.ingramcontent.com/pod-product-compliance
Lightning Source LLC
LaVergne TN
LVHW060626051026
849519LV00002B/781

* 9 7 8 9 3 8 6 7 3 7 3 5 9 *